கருணை கடல்

ஸ்ரீஷீரடி

சாய்பாபா

(ஸ்ரீ ஷீரடி சாய் காவியம்)

குன்றில்குமார்

சங்கர் பதிப்பகம்

15 / 21, டீச்சர்ஸ் கில்டு காலனி, 2-வது தெரு,
இராஜாஜி நகர் விரிவு,
வில்லிவாக்கம், சென்னை - 600 049.
தொலைபேசி: 044-26502086, 9444191256
email: shankar_pathippagam@yahoo.com
wef: www shankarpathippagam.in & www bookthagam.com

நூல் விவரப் பட்டியல்

நூலின் பெயர்
கருணைக் கடல் ஸ்ரீஷீரடி சாய்பாபா

உரிமை
பதிப்பகத்தார்க்கு

நூலாசிரியர்
குன்றில் குமார்

நூல் அளவு
டெம்மி

பதிப்பு ஆண்டு
முதல் பதிப்பு - 2022

பக்கங்கள்
272

விலை
ரூ.270/-

வெளியீடு
சங்கர் பதிப்பகம்
15/21, டீச்சர்ஸ் கில்டு காலனி,
2-வது தெரு, இராஜாஜி நகர் விரிவு,
வில்லிவாக்கம், சென்னை - 600 049.
தொலைபேசி: 044 - 2650 2086

வடிவமைப்பு & மேலட்டை
பழனி & லதா, வில்லிவாக்கம்.

அச்சிட்டோர்
எம்.கே.கிராபிக்ஸ், சென்னை - 600 021.
தொலைபேசி : 98408 28213

பொருளடக்கம்

பாகம் ஒன்று

பாகம் இரண்டு

பாகம் மூன்று

பாகம் நான்கு

பாகம் ஐந்து

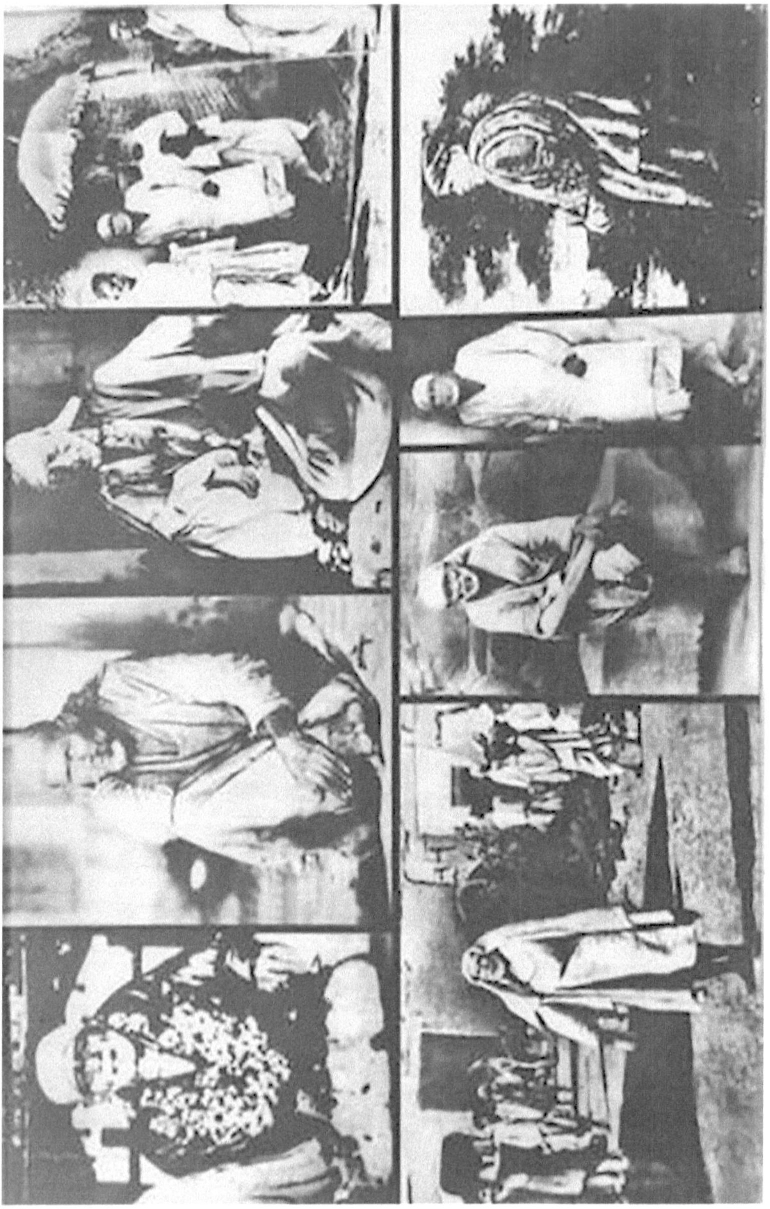

என்னுரை

ப்ரியமானவர்களுக்கு,

ஸ்ரீ ஷீரடி சாய் பாபாவைப் பற்றி எத்தனை எத்தனையோ புத்தகங்கள்... உங்கள் விழிகளால் வருடப்பட்டு, மனத்தில் உணர்வலைகளைத் தட்டி எழுப்பி, மகானின் மாசற்ற கருணை உள்ளத்தைப் படம்பிடித்துக் காட்டியிருக்கின்றன.

பாபாவைப் பற்றி இதற்கு மேல் எதுவும் சொல்ல முடியாது என்றாலும், சொல்ல முனைந்திருக்கிறேன், இந்தப் புத்தகத்தில்.

அவரின் வாழ்க்கை வரலாறு, நெருங்கிய பக்தர்களின் அனுபவங்கள், அற்புதங்கள், அருளுரைகள், பாடல்கள் என்று ஐந்து பாகங்களாகப் பிரித்து, பாபாவைப் பற்றித் தெளிவாக விளக்கி உள்ளேன் இந்த அரிய நூலில்.

இதனிடையே, இந்தப் புத்தகத்தை எழுதும்போது எனக்குக் கிடைத்த அற்புத அனுபவங்களில் ஒன்றை உங்களோடு பகிர்ந்து கொள்வது அவசியம் என்றே கருதுகிறேன்.

பாபாவின் கருணைக் கடல் புத்தகத்தை எனது கணினியில் தட்டச்சு செய்து கொண்டிருந்தேன். அதில் ஒரு இடத்தில் தன் பக்தர் ஒருவரிடம் பாபா கூறுகிறார்.

“இது உன் வீடு. இங்கே எத்தனை நாட்கள் வேண்டுமானாலும் நீ தங்கலாம். உன்னை யாராலும் ஒன்றும் செய்யமுடியாது. தைரியமாக இரு. நான் இருக்கிறேன். என் மீது முழுமையான நம்பிக்கை வை”

இந்த வரிகளை என்னால் தட்டச்சு செய்ய முடியவில்லை. உணர்ச்சிப் பெருக்கு. உடலில் பதற்றம். கண்களில் தாரை தாரையாய் கண்ணீர். மெல்லிய விம்மல். நிதானமற்ற விரல்கள்.

முடியவே இல்லை. சில நிமிடங்கள் போராடியும் முடியவே இல்லை.

அப்படியே கண்களை மூடி இருக்கையில் அமர்ந்துவிட்டேன்.

கடந்தது சுமார் பத்து நிமிடங்கள். சற்றே ஆசுவாசம் கிடைத்து, பழைய நிலைக்குத் திரும்பிய நான், மறுபடியும் அந்த வரிகளைத் தட்டச்சு செய்ய முயன்றேன். ஒரு தடவை 'இ' என்ற எழுத்தை அடித்தால், அது பத்து அல்லது பதினைந்து எழுத்துக்களாக வந்து விழுகிறது. பலமுறை, பல எழுத்துக்களை அடித்தாலும் இதே நிலைதான்.

ஏன்? எனக்குப் புரியவில்லை. கணினியின் இயக்கத்தை நிறுத்தினேன். சாயி மகானை மனதிற்குள் பிரார்த்தனை செய்தேன். 'எத்தனை சோதனைகள் வந்தாலும் உன் புத்தகத்தை முழுமையாக முடிக்கும் சக்தியை எனக்குக் கொடு'.

இதற்குப் பலன் கிடைத்தது. கணினியை மீண்டும் இயக்கிய போது அத்தனை குழப்பங்களுக்கும் தீர்வு கிடைத்தது. அதன்பிறகு எனது வேகம் சொல்லி மாளாது.

அத்தனை சக்தி! அத்தனை பொலிவு!

சாய் பாபா சாதாரண மகான் அல்ல. மகான்களுக்கு எல்லாம் மகான். அவரை நம்புங்கள். அனைத்தும் நல்லவையாகவே நடக்கும்.

இந்தப் புத்தகத்தைப் படித்து முடித்ததும் உங்கள் வாழ்வில் ஒரு ஒளி தீபம் சுடர்விட்டுப் பிரகாசிக்கும்.

இது என் நம்பிக்கை. இந்த அரிய புத்தகத்தை எழுதுமாறு ஆர்வம் அளித்த சங்கர் பதிப்பகம் திரு. கோமதிநாயகம் அவர்களின் அசைக்க முடியாத நம்பிக்கை.

ஓம் ஸ்ரீ சாயி ராம்!

ப்ரியங்களுடன், குன்றில்குமார்

பாகம்

ஒன்று

சென்னை, மேடவாக்கம் டேங்க் ரோட்டில் சோளிங்கநல்லூரில் அமைந்துள்ள ஆலயத்தின் 'சாய்பாபா'. ஷீரடியைப் போன்றே கருப்பு வண்ணத்தில் பாபா காட்சியளிப்பது தனிச்சிறப்பு.

புண்ணிய பூமியில்
சாய் பகவான்

சாட்சாத் பரப்பிரம்மன் ஸ்ரீஷீரடி சாய் பகவான் 1838ஆம் ஆண்டு செப்டம்பர் மாதம் 28 ஆம் நாளன்று இப்புண்ணிய பூமியில் அவதரித்தார்.

இது அதிகாரப் பூர்வத் தகவல் இல்லையென்றாலும், பக்தர்கள் பலர் திரட்டிய தகவல்களில் இருந்து கிடைக்கப்பெற்றவை.

பகவான் யார்? அவர் பிறந்த இடம் எது? அவர் இந்துவா? முஸ்லீமா? அவர் ஏன் ஷீரடியில் ஐக்கியமானார்?

இதுவெல்லாம் இன்றளவும் பக்தர்களின் மனதில் எழுந்துவரும் கேள்விகள். இதற்கான பதில்களை ஒவ்வொருவரும் ஒவ்வொரு விதமாகக் கூறி வந்தாலும், நாமும் புத்தகங்கள் பல படித்து, பக்தர்கள் பலரிடம் பேசி திரட்டிய தகவல்கள் இங்கே ....

ஒரு வழக்கு தொடர்பாக பாபாவை விசாரிக்க நீதிபதி உத்தரவிட்டார்.

ஆனால், பல்லாயிரக்கணக்கான பக்தர்களால் போற்றிப் புகழப்படும் ஒரு மகானை, ஒரு கடவுளின் அவதாரத்தை நீதிமன்றத்திற்கு அழைப்பது உசிதமல்ல என்ற முணு முணுப்புகள் பலமாக எழுந்தன.

இந்த உண்மை நீதிபதிக்கும் புரிந்தது.

யோசித்தார்.

சிலரது யோசனைகளையும் கேட்டார். முடிவில், ஆணையர் ஒருவரை ஷீரடிக்கு அனுப்பி நேரில் பாபாவிடம் விசாரிக்கச் சொல்வது என்று முடிவாயிற்று.

அப்படியே ஷீரடிக்கு வந்தார் ஆணையர். பாபாவிடம் வழக்கமான சில கேள்விகளைக் கேட்டார்.

அதற்கு தனது பெயர் சாய் பாபா என்றவர், தனது தந்தை பெயரையும் அப்படியே கூறினார். வயதைக் கேட்டபோது, லட்சக்கணக்கான வருடங்கள் என்று தெரிவித்தார். ஆணையர் அதிர்ந்து போனார்.

மேலும், கபீர் என்ற சமயத்தைச் சேர்ந்தவனாகத் தெரிவித்த பாபா, தனது குருவின் பெயரை வெங்குஸதாஸ் என்று கூறினார்.

இதுதான் பாபா, தன்னைப்பற்றி அவர் வாயாலேயே தெரிவித்த சில உண்மைகள்.

ஷீரடியில் பாபாவிடம், அவரது பிறப்பிடம் குறித்து பலமுறை கேட்கப்பட்டதுண்டு.

அப்போது ஒருமுறை அவர் கூறினார், "நான் அவுரங்காபாத்தில் இருந்து இங்கு வந்தேன். என் மாமாதான் என்னை அழைத்து வந்தார். அவர் ஒரு கிறுக்கன். அவருக்கென்று எந்தப் பெயரும் கிடையாது. இப்போது அவர் எங்கேயாவது வாழ்ந்து கொண்டிருப்பார்",

இப்படி புதிராக விடையளித்திருக்கிறார் பாபா.

இன்னொரு நேரத்தில், "தனக்கொரு மகன் பிறந்து விட்டான் என்று என் தாய் நான் பிறந்தபோது சந்தோஷம்

அடைந்திருக்கிறார். இதற்குப்போய் இத்தனை மகிழ்ச்சி அடைய அப்படி என்ன இருக்கிறது? என்னை அவளா பிரசவித்தாள்? நான் முன்னிருந்தே இந்த உலகத்தில் இருந்திருக்கிறேன் அல்லவா!" என்றும் பாபா சொல்லி இருக்கிறார்.

முன்னிருந்தே என்றால்?

இதனிடையே, வேறு சிலர் இன்னுமொரு தகவலையும் கூறுவதுண்டு. பாபா ஒரு பிராமணக் குடும்பத்தில் பிறந்தவர் என்றும், அவர் பிறந்த இடம் அவுரங்காபாத் அருகிலுள்ள பத்ரி என்னும் சிற்றூர் என்றும் சொல்வது உண்டு. அநேகமாக இதுதான் அனைவராலும் ஏற்றுக்கொள்ளப் பட்ட உண்மையாக இருந்து வருகிறது.

அங்கு ஹரிசாடே, லட்சுமிபாய் என்ற தம்பதியருக்கு நீண்ட நாட்களாகப் பிள்ளைப்பேறு கிடைக்கவில்லை. இளவயதைக் கடந்து முதுமையில் அவர்கள் நுழைந்தபோது ஒரு ஆண் குழந்தை பிறந்தது. அப்போது அவர்களின் கனவில் வந்த இறைவன், அடுத்த ஆறு மாதத்தில் ஃபக்கீர் ஒருவர் அவர்களைத் தேடி வருவார் என்றும், அவரிடம் இந்தக் குழந்தையை ஒப்படைத்துவிட வேண்டும் என்றும் கட்டளையிட்டார்.

கடவுளின் ஆணையை மறுப்பது உசிதமா என்ன?

கனவு நிஜமானது. சொன்ன மாதிரியே ஃபக்கீரும் வந்தார். அந்தக் குழந்தையும் அவரிடம் ஒப்படைக்கப்பட்டது.

சிறுவனாக இருந்தபோது, பயிற்சிகள் மேற்கொள்வதற்காக ஃபக்கீர் ஒருவரிடம் பாபாவை ஒப்படைத்து விட்டதாகவும், ஆனால், சில மாதங்களில் ஃபக்கீரும் மரணமடைந்து விட்டார் என்றும் தகவல்கள் தெரிவிக்கின்றன.

மரணத்தறுவாயில், பாபாவை சேலுவாடி என்ற ஊரில் வெங்குஸதாஸ் என்றழைக்கப்படும் கோபால் தாஸ் தேஷ்முக் என்பவரிடம் ஒப்படைத்துவிடுமாறு தனது மனைவியிடம் கூறி இருக்கிறார் ஃபக்கீர்.

யார் வெங்குஸதாஸ்?

வெங்குஸதாஸ், பிராமணர். இவர் திருமலை ஏழுமலையானின் தீவிர பக்தர். சித்திகள் பல பெற்றவர். ஆன்மிக சக்திகள் மிக்கவர். அத்வைத வேதாந்தத்தைத் தனது வாழ்வின் தத்துவப்பாதையாக ஏற்றுச் செயல்பட்டவர். முஸ்லீம்களைக் கண்டால், குரானை நன்கு வாசிக்குமாறு அறிவுறுத்துவார். இந்துக்களைப் பார்த்தால், ராமாயணம், பகவத்கீதை, விஷ்ணு சகஸ்ர நாமம் போன்ற புனித நூல்களைப் படிக்குமாறு பணிப்பார்.

இது வெங்குஸதாஸின் சிறப்பு.

இத்தகைய சிறப்புகள் பெற்ற மகானின் வாழ்க்கையில், சிறுவனாக இருந்தபோது ஒரு துர்ப்பாக்கிய சம்பவம் நிகழ்ந்தது. அழகான இளம்பெண் ஒருவரைப் பார்த்த வெங்குஸதாஸ், அவளிடம் மனதைப் பறிகொடுக்கிற மாதிரி சபலம் அடைந்தார்.

பெண்ணைப் பார்த்து சபலம் ஏற்பட்டால்....

தான் எத்தனை மோசமானவனாக, மனதை அடக்கத் தெரியாதவனாக இருக்கிறேன் என்று உள்ளுக்குள் ஏராளமான வருத்தம் அவருக்கு.

இதற்கு ஏதாவது தண்டனை வேண்டும். என்ன தண்டனை கொடுப்பது?

யோசித்தார்.

ஒரு இரும்பு கம்பியை எடுத்தார். தனது கண்களைத் தன் கையாலேயே அந்தக் கம்பியால் குத்திக் கொண்டார்.

முடிவு?

அவரது பார்வை போனது!

ஆனாலும் அதற்காக அவர் வருந்தவில்லை. இனி எந்தப் பெண்ணையும் பார்க்கவும் முடியாது, சபலம் கொள்ளவும் முடியாது என்பதில் அவருக்குச் சந்தோஷமே ஏற்பட்டது.

ஆனால் பிரிதொரு வேளையில், அவர் போற்றி வணங்கும் வெங்கடேசப் பெருமான், தனது பக்தனான வெங்குஸதாஸ் மீது இரக்கம் கொண்டு அவருக்கு கண்பார்வையை வழங்கினார்.

இது அவரது வாழ்க்கையில் நடந்த ஒரு ஆச்சர்ய சம்பவம். அவரது வாழ்க்கையில் இன்னுமொரு மறக்கமுடியாத நிகழ்ச்சியும் நடந்தது உண்டு.

பல்வேறு தலங்களுக்குப் புண்ணிய யாத்திரை மேற்கொண்டிருந்த வெங்குஸதாஸ், அகமதாபாத் அருகே ஷவாக்ஷா என்ற இடத்தை அடைந்தார். அங்கு ஒரு மகானின் சமாதி இருப்பதைக் கண்டார். அதனை உள்ளம் உருகி பிரார்த்தனை செய்தார். அப்போது அந்தச் சமாதியில் இருந்து ஒரு அசரீரி. அவரது முற்பிறவியை நினைவு படுத்துகிற மாதிரி ஒரு அதிசயச் செய்தியை அது கூறியது.

முற்பிறவியில் அவர் ராமானந்தர் என்றும், அவரின் சீடர் கபீர்தாசர் என்றும் அந்த அசரீரி கூறியது. கபீர்தாசர் தற்போது ஃபக்கீர் ஒருவரிடம் வளர்ந்துவருவதாகவும், அவர், வெங்குஸதாஸிடம் விரைவில் வந்து சேரப்போவதாகவும் ஒலித்த அந்தக் குரல், போன பிறவியில் அவனுக்குக் கற்றுக்கொடுக்க முடியாமல் எஞ்சி இருக்கும் அனைத்துக் கலைகளையும் தற்போது கற்றுக்கொடுக்க வேண்டும் என்றும்

கட்டளையிட்டது.

ஆச்சர்யத்தில் உறைந்து போன வெங்குஸதாஸ், பின்னர் தனது புனித யாத்திரையை முடித்துவிட்டு சேலுவாடி வந்தடைந்தார். ஆனால் அங்கு அவருக்கு ஒரு சோகம் காத்திருந்தது. அவரது அருமை மகன் மரித்துப்போயிருந்தான்.

கவலைகள் அலைக்கழிக்க, பிறந்தவர்கள் அனைவரும் என்றாவது ஒருநாள் இறந்துதானே ஆக வேண்டும் என்று எண்ணி மனதைத் திடப்படுத்திக் கொண்டார்.

அப்போதும், அந்த அசரீரி கூறிய வார்த்தைகள் அவர் மனதில் ஒலித்துக்கொண்டே இருந்தன.

தன்னைத் தேடி வரப்போகும் அந்தப் பாலகனைக் காண பெரும் ஆவலுடன் இருந்தார்.

அதுவும் நடந்தது.

வழக்கம் போலவே அன்றும் சூரியன் கிழக்கில் உதித்தான். காலையில் வெங்குஸதாஸ் எழுந்தார். காலைக் கடன்களை முடித்தார். வெங்கடேசப் பெருமானுக்குப் பூஜைகள் செய்துகொண்டிருந்தார்.

அப்போது தான் அந்தச் சம்பவம் நடந்தது.

ஃபக்கீரின் மனைவி, தன்னுடன் சுமார் நான்கு வயது மதிக்கத்தக்க பாலகனை அழைத்துக்கொண்டு அங்கு வந்தார்.

அது சாய் பாபா என்பதை அப்போதே தெளிவாக உணர்ந்துகொண்டார் வெங்குஸதாஸ்.

பாசத்துடனும், பரிவுடனும், வாஞ்சையுடனும் அந்தச் சிறுவனை முத்தமிட்டு கரிசனத்தோடு வரவேற்றார். அதுமுதல், தன் அந்திமக்காலம் வரை, அவர் அச்சிறுவனை விட்டுப் பிரியவும் இல்லை. அவனிடம் காண்பித்த பாசம், அன்பு, நேசத்தைக் குறைத்துக் கொண்டதுமில்லை. பாபாவும் தன் குருவின் திருவடியை விட்டுக் கிஞ்சித்தும் நீங்கவும்

இல்லை .

முஸ்லீம் சிறுவன் போலவே தோற்றமளித்த பாபாவிற்கு பல்வேறு பயிற்சிகளைக் கற்றுக்கொடுக்க முனைந்தார். அதற்கேற்ற விதத்தில் அந்தச் சிறுவன் தயாராக இருக்கிறானா என்பதைத் தெரிந்துகொள்ள ஒரு சோதனை நடத்த எண்ணினார் குரு.

இந்தச் சம்பவத்தை பாபாவே ஒரு சந்தர்ப்பத்தில் தன் பக்தர்களிடம் விவரித்துள்ளார்.

"மிகச் சிறிய வயதில் நானும், சில நண்பர்களும் ஏதோ பேசிக்கொண்டிருந்தோம். எங்கள் பேச்சு வழக்கத்திற்கு மாறாக கடுமையான கோபச் சீற்றத்துடன் சூடான விவாதமாக மாறிப்போயிருந்தது. அப்போது வயது முதிர்ந்த பிராமணர் ஒருவர் எங்கள் அருகே வந்தார். அவரைப் பார்த்ததும் என்னைத் தவிர ஏனைய சிறுவர்கள் அனைவரும் பயந்துபோய் எங்கோ ஓடி மறைந்துவிட்டனர்.

ஆனால் எனக்கு என்னவோ அவர்களைப் போல ஓடிமறைய வேண்டும் என்று அப்போது தோன்றவில்லை. அவரைக் கண்டு எனக்குச் சிறிதுகூடப் பயம் தோன்ற வில்லை. மாறாக மதிப்பும் மரியாதையும் ஏற்பட்டது.

அந்தப் பிராமணரான வெங்குஸதாஸ், என்னை ஒரு கிணற்றின் அருகே அழைத்துச் சென்றார். நானும் அவருடனேயே சென்றேன். ஒரு நீளமான கயிற்றால் என் கால்களைக் கட்டினார். கயிற்றின் மறுமுனையைப் பக்கத்தில் இருந்த மாமரம் ஒன்றின் உயரமான கிளையில் கட்டினார். என்னை அப்படியே கிணற்றில் தலைகீழாகத் தொங்கவிட்டார். அப்போது கிணற்றில் இருந்த நீருக்கு மிக அருகே எனது தலை இருந்தது. இப்படி என்னைக் கட்டித் தொங்கவிட்ட அந்த பிராமணர், அப்படியே எங்கோ போய் மறைந்தும் விட்டார்.

ஆனாலும் எனக்குள் பயம் எதுவும் தோன்றவில்லை. நான் தொங்கிக் கொண்டே இருந்தேன். வெளியே ஆளரவம் எதுவுமே இல்லை.

நேரம் கடந்தது. சுமார் நான்கு மணி நேரத்திற்கு மேலாகி இருக்கும். எங்கிருந்தோ வெங்குஸதாஸ் மீண்டும் அங்கு வந்தார், கயிற்றை இழுத்து என்னை மேலே தூக்கினார். பின்னர் கயிற்றை அவிழ்த்துவிட்டார்.

அதன்பிறகு, வெங்குஸதாஸ் என்னிடம் கேட்டார், 'எப்படி இருந்தது இந்தப் பூலோகம்?'

'ரொம்பவும் ஆனந்தமாக இருந்தது' என்றேன் நான்.

அந்தப் பதில் அவரை வெகுவாகக் கவர்ந்தது. எனது பொறுமையும், திடமான உறுதியும், நம்பிக்கையும் அவரை அசைத்துப் போட்டது போலத் தோன்றியது

"இந்தப் ஃபக்கீர் சிறுவன் தனது சீடனாக இருக்க முற்றிலும் தகுதி வாய்ந்தவன் என்று அவரிடம் என்னைப் பற்றி ஒரு அசைக்க முடியாத நம்பிக்கை ஏற்பட்டது" என்று பாபா ஒருசமயம் தனது பக்தர்களிடம் கூறியிருக்கிறார்.

இந்தச் சம்பவத்திற்குப் பிறகுதான், பாபாவிற்கு வேத சாஸ்திரங்களை அள்ளி வழங்கியிருக்கிறார் வெங்குஸதாஸ். பாபாவும் அதனை நன்றாகக் கற்றுத் தேர்ந்துள்ளார்.

வெங்குஸ்தாஸைத் தனது குருவாக மதித்துப் போற்றிய பாபா, அவருக்கு ஒரு சீடரானவன் செய்யும் அனைத்துப் பணிவிடைகளையும் பொறுப்புடன் செய்தார். இதனால், குருவின் அன்பைத் தாராளமாக அள்ளிச் செருகிக் கொண்டார்.

இது, அவரின் மற்ற சீடர்களுக்குப் பொறாமையை ஏற்படுத்தியது. ஆத்திரம் கொண்ட துக்கோஜி எனும் சீடன் ஒருவன், ஒருநாள், பாபாவின் மீது கற்களை எறிந்து கொல்ல முயன்றான். இதனைப் பார்த்த வெங்குஸதாஸ், தனது யோக சக்தியைப் பிரயோகித்து, அந்தக் கல்லை அப்படியே அந்தரத்தில் சற்று நேரம் நிறுத்தி அற்புதம் காட்டினார்.

இது துக்கோஜியை அதிர்ச்சியடையச் செய்தது. அப்படியே ஆணியால் அறையப்பெற்றவனாக ஸ்தம்பித்துப் போய் நின்றான்.

எனினும், எறியப்பட்ட கல் தனக்கிட்ட கட்டளையை நிறைவேற்றியே ஆக வேண்டும் என்பது குருவுக்குத் தெரியும். ஆகவே தனது தலையிலேயே அந்த கல் விழுமாறு செய்தார். இதனைப் பார்த்து திடுக்கிட்ட கல்லெறிந்த சீடன், அதிர்ச்சியில் உறைந்து உயிரையும் விட்டான். இது மற்ற சீடர்களைக் கலவரப்படுத்தியது.

உடனடியாகக் குருவின் பாதங்களில் விழுந்து, கண்ணீர் விட்டு அழுது, அந்தச் சீடனுக்கு உயிர்ப்பிச்சை அளிக்குமாறு புலம்பி வேண்டினர். மனம் இளகிய குரு, தனது அனைத்து சக்திகளையும் பாபாவிற்கு அளித்து, பாபாவைக் கொல்ல முயன்ற துக்கோஜிக்கு, பாபாவே உயிர்ப்பிச்சை அளிக்குமாறு கட்டளையிட்டார்.

இது சிறுவனாக இருந்த பாபாவிற்குப் புரியாத புதிராக இருந்தது. தனக்கு என்ன சக்தி இருக்கிறது என்ற வியப்பு மேலிட்டது அவருக்கு. இறந்துபோன ஒருவனை உயிர்ப் பிப்பது எளிய காரியமா என்ன? குரு ஏன் இப்படி நடந்துகொள்கிறார்? என்று அவரின் மனதிற்குள் பல்வேறு கேள்விகள் ஓடின. இருப்பினும் குருவின் ஆணையை மீற முடியாத பாபா, குருநாதரின் பெயரை உச்சரித்துக் கொண்டே சிறிது நேரம் தியானம் செய்தார்.

என்ன ஆச்சர்யம்!

உறக்கத்தில் இருந்து விழித்ததுபோல, அந்த சீடன் உயிர் பெற்று எழுந்தான்.

இதுதான் பாபா முதன்முதலாக நடத்திய அற்புதம்! இறந்த ஒருவனை உயிர் பெறச் செய்த அதிசயம்!

அப்படியொரு சக்தியை பாபாவிற்கு வழங்கி இருந்தார் அவரின் குருநாதர்.

குரு ஏராளமான பயிற்சிகளைப் பாபாவிற்குச் சுமார் 12 ஆண்டுகள் சேலுவில் கற்றுக்கொடுத்தார்.

இந்நிலையில் ஒருநாள், தனது அந்திமக் காலம் நெருங்கிவிட்டதை வெங்குஸதாஸ் உணர்ந்து கொண்டார்.

அப்போது பாபாவிடம், "இன்னும் சில தினங்களில், நான் சமாதிநிலை அடையப் போகிறேன். அதன்பின்னர் நீ இருக்க வேண்டிய இடம் இங்கல்ல. தென் பகுதிக்குச் செல்வதே நல்லது" என்று கூறினார். குருவின் மொழியை அப்படியே ஏற்பதாக உறுதியளித்தார் பாபா.

அதுபோலவே சில தினங்களில் குருவும் மரணத்தை முத்தமிட்டார்.

இதுவே பாபா சன்னியாசம் அடைய முக்கியக் காரணமாக அமைந்தது. இதுவே அவர் மகானாக விளங்கவும் காரணமாகிற்று.

இந்த ரகசிய உண்மைகளை பாபா எப்போதும் வெளிக்காட்டிக் கொள்வதில் ஆர்வம் கொண்டதே இல்லை. ஆனால், ஏதாவதொரு தவிர்க்க இயலாத சந்தர்ப்பங்களில் மட்டும், குருவின் பெயரை வெளிப்படுத்தி இருக்கிறார். அவரின் பூதவுடல், இப் பூவுலகினை விட்டு அகலப்போகும் தருணத்தில் தான், இந்த உண்மைகளை பாபா வெளிப் படுத்தியதாகக் கூறப்படுகிறது. அதுமட்டுமல்லாமல், தனது பூர்வ ஜென்மங்கள் குறித்தும் அவர் விரிவாகப் பக்தர்களிடம் பேசியிருக்கிறார் என்பதுதான் வியப்பிற்குரிய உண்மை.

ஷீரடியில் பாபா

ஷீரடி எங்கே இருக்கிறது? இங்கே பாபா வந்தது எதற்காக? அவருக்குக் கட்டளை இட்டது யார்? இப்படிப்பட்ட கேள்விகளுக்கான விடைகளை நாம் சற்று விரிவாகப் பார்க்கலாம்.

மகாராஷ்டிர மாநிலத்தில், கோதாவரி என்கிற புண்ணிய நதி வளைந்து நெளிந்தோடும் பகுதி அகமத் நகர் மாவட்டம். இங்கு கோபர்கான் என்னும் முக்கிய இடத்தில் இருந்து 18 கிலோ மீட்டர் தொலைவில் இருக்கிறது ஷீரடி என்கிற கிராமம்.

அப்போது அங்கே சுமார் 400 வீடுகள் மட்டுமே இருந்தன. அவற்றில் இந்துக்கள் பெருமளவில் வசித்து வந்தனர். முஸ்லீம்களும் சிறிய அளவில் அங்கு வாழ்ந்து வந்தனர்.

ஊரைவிட்டு ஒதுக்குப்புறமாக வேப்பமரம் ஒன்று இருந்தது. அதன் கீழே அழுக்கான நைந்த நிலையில் காணப்பட்ட ஒரு சிறிய

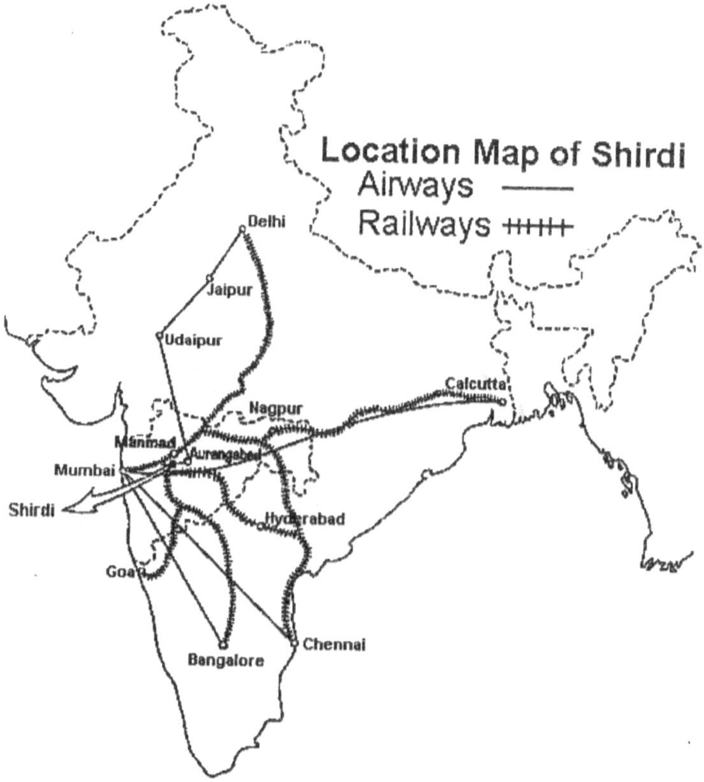

கைக்குட்டை ஒன்றினைத் தலையில் கட்டியவாறு முஸ்லீம் இளைஞர் போன்ற தோற்றத்தில் சுமார் பதினாறு வயது மதிக்கத்தக்க இளைஞர் ஒருவர் காணப்பட்டார். அவர் இருபத்து நான்கு மணிநேரமும் ஆழ்ந்த தியானத்திலேயே இருந்து வந்தார்.

சில நேரங்களில் காட்டுக்குள் சென்று மறைந்து விடுவார். அங்கே மணிக்கணக்காகச் சுற்றித்திரிவார். எதைத் தேடி அவரது அலைச்சல் இருந்தது என்பது யாருக்கும் தெரியாது. உணரவும் முடியாது.

பின்னர் அந்த வேப்பமரத்தின் கீழே, அவராகவே வெட்டி வைத்திருந்த பள்ளத்தில் படுத்து உறங்குவார்.

அந்தக் கிராமத்து மக்கள் இந்த இளைஞனை வியப்பு மேலிடப் பார்ப்பார்கள். அவர், யார், எதற்காக இங்கே வந்திருக்கிறார், அவருக்கு என்ன வேண்டும் என்றெல்லாம் கேட்பார்கள்.

ஆனால் எதற்குமே அவரிடமிருந்து பதில் கிடைக்காது. அந்த மக்களுடன் எவ்விதப் பழக்கமும் அவர் வைத்துக்கொண்டது இல்லை. அவர் பசியாற்றுவதற்காக எதனை உண்கிறார் என்பது கூட ஒருவருக்கும் தெரியாது.

இதனால், அந்த இளைஞரை மனநோயாளி என்றும், கிறுக்கன் என்றும் தான் பலரும் எண்ணினர். அவரை மதிப்பதோ, அவருக்கு மரியாதை செய்வதோ மட்டுமல்ல, ஒரு சாதாரண மனிதனைப்போலக்கூட அவரை நடத்துவது கிடையாது. சிறுவர்கள், அவர் மீது கல்லெறிந்து விளையாடி இருக்கின்றனர். ஆனாலும் கோபப்படாமல், அந்தக் குழந்தைகளுடன் சிநேகத்துடன் விளையாடத்தான் அந்த இளைஞர் முயன்றிருக்கிறார்.

ஆனால், இந்த ஃபக்கீர் இளைஞன் சாதாரண ஆள் இல்லை என்றும், இவன் சில அபூர்வ சக்திகளைக் கொண்டவன் என்றும் அக்கிராமத்தின் கோயில் பூசாரியும், நகை வியாபாரியுமான மகல் சபதியும், அவரது ஒருசில நண்பர்களும் மட்டும் உணர்ந்திருந்தனர்.

மேலும் பையாஜி என்று அழைக்கப்படும் பெண்மணி ஒருவர், அந்த ஃபக்கீரின் தூய உள்ளத்தாலும், இறைவடிவமிக்க தோற்றத்தாலும் கவரப்பட்டு, அன்பு செலுத்தி வந்துள்ளார். அந்த இளைஞனுக்கு உணவு அளித்து இன்பம் அடைந்துள்ளார். சில நேரங்களில் உணவை மறுத்துவிட்டு காட்டுக்குள் ஓடுவார் ஃபக்கீர். அப்போது இந்தப் பெண்மணியும் கூடவே ஓடி, அவனுக்கு உணவை அளித்த பிறகே, ஓய்ந்திருக்கிறாள். அந்த இளைஞன் சாப்பிட்ட பின்னரே சாப்பிடுவது என்ற பழக்கத்தை பையாஜி கடைப்பிடித்து வந்திருக்கிறாள் என்ற உண்மைச் செய்தி வியக்கத்தக்கது.

1854 ஆம் ஆண்டு தனது 16வயதில் ஷீரடியில் திடீரென்று

சுயம்புவாய் தோன்றிய அந்த இளைஞன், மூன்றாவது ஆண்டில், அதாவது 1857 ஆம் ஆண்டு வாக்கில் திடீரென்று காணாமல் போய்விட்டான்.

அந்த இளைஞன் எங்கே? இங்கே ஏன் வந்தான்? இப்போது எங்கே போனான்? அவனது நோக்கம்தான் என்ன ?

யாருக்கும் தெரியாது. யாரும் அதைப்பற்றிப் பெரிதாகக் கவலைப்படவும் இல்லை . அவரவர் வேலை அவர்களுக்கு.

ஃபக்கீர் இளைஞனைப் பற்றி அனைவரும் மறந்தே போனார்கள். ஆனால் நாம் மறக்கலாமா? மறக்கவும்தான் முடியுமா? எங்கே சென்றார் அந்த இளைஞர்?

சாந்த் பாட்டீலுடன் ஃபக்கீர்

ஔரங்காபாத் மாவட்டத்தில் இருக்கும் சிற்றூர் தூப். அந்த ஊரைச் சேர்ந்த சாந்த் பாட்டீல் என்பவரின் பெண் குதிரை ஒன்று காணாமல் போய்விட்டது. அவர் உயிருக்குயிராக நேசித்த குதிரை தொலைந்து போனதை அவரால் தாங்கிக்கொள்ளவே முடியவில்லை. தேடினார். அந்த பகுதியில் அவர் தேடாத இடமே இல்லை. காடு, மேடு, மலை, கிராமங்கள் என்று இரண்டு மாதகாலமாகத் தேடி அலைந்த சாந்த் பாட்டீல் கடைசியாக ஒரு இடத்திற்கு வந்து சேர்ந்தார்.

அங்கே ஒரு மாமரம். அதனருகே தலையில் குல்லா போன்று துணியைக் கட்டிக்கொண்டும், நீண்ட கஃப்னி உடையுடனும், கையில் குட்டையும், பருமனுமான தடியுடன் ஒரு இளைஞர். ஹுக்கா குடிப்பதற்காக அந்தப் ஃபக்கீர் தன்னை ஆயத்தப்படுத்திக் கொண்டிருந் தார்.

அந்த இளைஞரை விசித்திரமாகப்

பார்த்தவாறே அருகில் சென்றார் பாட்டீல். மெல்ல அவரிடம் பேச்சும் கொடுத்திருக்கிறார். பாட்டிலின் முகத்தையே உற்றுநோக்கிய அந்த இளைஞர், என்ன வேண்டும் என்பது போலப் பார்த்திருக்கிறார்.

தான் பிரியத்துடன் வளர்த்து வந்த பெண் குதிரை காணாமல் போய்விட்டதையும், இரண்டு மாதகாலமாக அதனைத் தேடி அலைவதையும் விவரமாகக் கவலையுடன் கூறியிருக்கிறார் பாட்டீல்.

"கவலைப்படாதே. அருகிலுள்ள ஓடைக்குப் போ. அங்கே தொலைந்து போன உன் குதிரையைப் பார்க்கலாம்" என்று மட்டும் கூறி இருக்கிறார் அந்த இளைஞர்.

இது உண்மையாக இருக்குமா என்ற சந்தேகத்துடன் அங்கிருந்து நகர்ந்து ஓடை அருகே வேகமாகச் சென்று பார்த்தால்... தனது காணாமல் போன குதிரை அங்கே புற்களை மேய்ந்து கொண்டிருப்பதைப் பார்த்து அதிசயத்துப் போனார் பாட்டீல்.

வியப்பிலும், சந்தோஷத்திலும் புல்லரித்துவிட்டது பாட்டீலுக்கு. குதிரையைப் பிடித்துக்கொண்டு, அந்த ஃபக்கீர் இளைஞரிடம் வந்து நன்றி தெரிவித்தார்.

ஃபக்கீரோ, தன்னோடு அமர்ந்து பாட்டீலை, ஹுக்கா குடிக்கச் சொல்லி இருக்கிறார். பாட்டீலும் சம்மதத்துடன் அவரருகே அமர்ந்திருக்கிறார்.

அப்போது, ஹுக்காவின் குழாயைக் கையிலெடுத்து, மற்றொரு கையால் தன்வசமிருந்த கம்பினால் பூமியைத் தட்ட, அங்கே நீர் ஊற்றாய்ப் பெருகியது. அதில் மண்குழாயின் சூட்டினைத் தணித்தார். பின்னர் மறுபடியும் இதேபோல பூமியைத் தட்ட, நெருப்பு உருவாகியது. அதில் ஹூக்காவை சூடேற்றி, லாவகமாகப் புகைக்கத் தொடங்கினார்.

இந்த அற்புதங்களை நேரில் பார்த்த பாட்டீல் வெலவெலத்துப் போனார்.

என்ன செய்கிறார் இவர்? தண்ணீரையும், நெருப்பையும் வரவழைக்கும் இவர் என்ன மந்திரவாதியா? பார்த்தால் அப்படி எதுவும் தெரியவில்லை . பிறர் வியந்து தன்பக்கமாக அவர்களின் சிந்தனையைக் கவரவேண்டும் என்ற நோக்கில்

செயல்படுகிற இளைஞர் போலவும் தெரியவில்லை. அப்படியானால் யார் இந்த இளைஞர்?

இறை சக்தியும், சித்த சக்தியும் உடைய ஒரு மகான் என்பது அவருக்குப் புரிந்துவிட்டது.

இந்த இளைஞரைத் தன்னுடன் அழைத்துச் செல்வது உசிதமானது என்று நினைத்தார். மகாபுருஷனாகக் காட்சியளிக்கும் இவருடன் தான் இருந்தால் நல்லது என்றும் அவருக்குள் தோன்றியது.

தனது ஊருக்கு வருமாறு வற்புறுத்தினார். ஃபக்கீரும் பாட்டீலுடன் அவரது கிராமத்திற்குச் செல்ல விருப்பம் தெரிவித்து அப்படியே சென்றுள்ளார். அவர் இல்லத்தில் சிறப்பு விருந்தினராகவும் சில காலம் இருந்துள்ளார்.

இந்நிலையில், பாட்டீலின் வீட்டில் ஒரு திருமண நிகழ்ச்சி நடைபெற இருந்தது. அதுதான், அந்தப் ஃபக்கீரை மறுபடியும் ஷீரடிக்குக் கொண்டுவந்து சேர்த்தது.

எப்படி?

ஷீரடியில் மீண்டும் ஃபக்கீர்

பாட்டீல் வீட்டில் ஒரு திருமண வைபவம். திருமணத்திற்காக அவரது உறவினர்கள், நண்பர்கள், ஃபக்கீர் இளைஞருடன் ஷீரடிக்குப் புறப்பட்டார் பாட்டீல். காரணம், அங்குதான் திருமணம் நடைபெற இருந்தது.

திருமணக் குழு ஷீரடியை அடைந்தது. ஃபக்கீர் இளைஞனும் அவர்களுடன் அங்கு வருகை தந்தார்.

அது 1858ஆம் ஆண்டு.

பேண்டு வாத்தியங்கள் முழங்க, ஷீரடியின் முக்கிய வீதிகளில் திருமணக் குழுவினர் ஊர்வலமாகச் சென்றனர். ஏராளமான கூட்டம். ஊரே திரண்டிருந்து அவர்களை வேடிக்கைப் பார்த்தது.

அப்போது கோயில் பூசாரி மகல் சபதியும் கூட்டத்தோடு கூட்டமாக அந்தத் திருமணக்குழுவினரை வேடிக்கைப் பார்த்தார். அப்போது, அவர் கண்களில்

ஃபக்கீரும் தென்பட்டார். அவருக்குச் சந்தேகம். இங்கிருந்து இரண்டு ஆண்டுகளுக்கு முன்னர் காணாமல் போனாரே, அதே ஃபக்கீரா இவர்?

மீண்டும் கண்களை நன்கு கசக்கிவிட்டு, உற்றுப் பார்த்தார்.

ஃபக்கீரேதான்!

உடனே மகிழ்ச்சி மனம் முழுவதும் பொங்கிவழிய அவர் அருகே போய், "யா, சாய்" என்று உற்சாகம் பொங்க வார்த்தைகளை அள்ளித் தெளித்து அவரை வரவேற்றார் சபதி. மராத்தி மொழியில் அப்படி அவர் அழைத்ததற்கு தமிழில், "சாமியாரே வருக" என்று அர்த்தம்.

இந்த அழைப்பைக் கேட்டதும் ஃபக்கீர் திடுக்கிட்டார். புன்னகையுடன் அவர் அழைப்பையும் ஏற்றுக்கொண்டார்.

அதன்பிறகே, ஃபக்கீரை அனைவரும் சாய் என்றே அழைக்கத் தொடங்கினார்கள். அதுவே இன்றளவும் நிலைத்து, கோடானுகோடி மக்களை, அவர் வசம் ஈர்த்து வருகிறது.

அப்புறம், பாட்டீல் இல்லத் திருமணம் கோலாகலமாக நடந்தேறியது. சந்த் பாட்டீல் தனது உறவுகள் மற்றும் நண்பர்களுடன் தமது ஊரை நோக்கித் திரும்பினார். சாய் பாபாவையும் தன்னுடன் மீண்டும் தமது கிராமத்திற்கே வருமாறு அழைத்தார்.

ஆனால் ஷீரடி மக்களோ பாட்டீலுடன் பாபாவை மீண்டும் அனுப்ப அன்புடன் மறுத்தனர். பாபாவின் தெய்வீக சக்தியை உணர்ந்த சபதி உட்பட பலரும் பாபா ஷீரடியிலேயே, அவர்களுடனேயே தங்கி இருக்க வேண்டும் என்று உறுதியாக விருப்பம் தெரிவித்தனர்.

இறுதியாக ஷீரடி மக்களே வென்றனர். பாபாவை ஷீரடியிலேயே தங்கச் செய்வது என்று ஒருமனதாக முடிவு மேற்கொள்ளப்பட்டது. பாபாவும் அர்த்தம் பொதிந்த புன்னகையுடன் அதனை ஏற்றுக்கொண்டார்.

இதனால் மனம் வருந்திப் போன பாட்டீல் அரைகுறை மனத்துடனேயே பாபாவை ஷீரடியிலேயே விட்டுவிட்டு தமது ஊரை நோக்கிப் பயணமானார்.

'பாபாவும் மீண்டும் ஊரின் வெளிப்புறத்தில் இருந்த அதே வேப்பமரத்தை நோக்கிச் சென்றார். அங்கேயே தன் வாசத்தை மறுபடியும் அமைத்துக் கொண்டார். கண்களை மூடி பழையபடியே தியானம் இருந்தார். திடீரென்று காட்டுப்பகுதிக்குள் சென்று தனியே உலாவினார். அவ்வூர் மக்களிடம் அதிகம் பேசாமல் மௌனம் காத்தார். தனது புதிர் பொதிந்த நடவடிக்கைகளைப் பாபா தொடர்ந்தார்.

❀❀❀

பாபாவின் தோற்றமும், செயல்பாடுகளும்

பாபாவின் புகைப்படங்களைப் பார்த்திருக்கிறோம். அவரது ஓவியத்தைக் கண்டு இன்புற்றிருக்கிறோம். ஆனாலும், அவரை நேரில் கண்டவர்களிடம் கேட்டு விசாரித்த விபரங்களை விரிவாக எழுதுவது தானே முறை?

நல்ல பொன்னிற மேனி கொண்ட பாபா, சுமார் ஐந்தரை அடி உயரம். நீலநிறம் உடைய கண்கள். அவர் தனது பற்களைத் துலக்கிப் பார்த்தவர்கள் எவருமே இல்லை. எனவே, மஞ்சள் கறை படிந்து காணப்பட்டன. தேநீர் அருந்துவது இல்லை. ஆனால் ஹுக்கா பிடிக்கும் பழக்கம் மட்டும் அவருக்கு இருந்தது. அந்தப் பழக்கத்தை எப்போது, எங்கே கற்றுக் கொண்டார் என்பது அவருக்கே வெளிச்சம். ஹுக்கா பிடிப்பதற்கான குழாயும் களிமண்ணால் செய்யப்பட்டதுதான். அவரது பக்தர்கள் விதவிதமான குழாய்களை அன்புடன் வாங்கிக்கொடுத்தும், அவற்றையெல்லாம்

குழி ஒன்றினுள் போட்டு மூடிவைத்துவிடுவார். அவர் பயன்படுத்திவரும் இந்த மண் குழாயும் அவ்வப்போது உடைந்து விடும். என்றாலும் அதனை வீணடிக்க விரும்பாமல் பழுதுபார்த்துவிட்டு, மீண்டும் உபயோகிப்பார்.

கர்சீப்பைவிடவும் சற்றே பெரியதான துணியொன்றை தலையைச் சுற்றிக் கட்டும் பழக்கம் பாபாவிற்கு இருந்தது. அந்தத் துணியை சலவை செய்ததோ, துவைத்ததோ கிடையாது. ஆனால், அவருக்கே திடீர் திடீரென்று அதனை மாற்றவேண்டும் என்று தோன்றும் போலும். அப்போதெல்லாம் தையற்காரரை வரவழைத்து, வேறொரு துணி தைத்துத் தருமாறு கேட்டுக்கொள்வார். தைத்துக் கொடுத்ததும் அவருக்குத் தன் சட்டைப் பையிலிருந்து நாணயங்களை அள்ளிக் கொடுப்பார். அது தையற்காரரின் நியாயமான கூலியைவிடவும் அதிகமாகவே இருக்கும் என்பதுதான் வியப்பின் உச்சம்.

பெரும்பாலான வேளைகளில் கண்களை மூடி தியானத்தில் இருப்பதே அவரின் வழக்கம். பக்தர்கள் திரண்டிருப்பதைப் பற்றிக்கூட அவர் அதிகம் அலட்டிக்கொள்வதில்லை. தன் கடமையே கண்ணாக தியானம் செய்வதிலேயே மூழ்கிவிடுவார்.

குழந்தைகள் மீது அதிக அளவு பாசமும், பற்றும் வைத்திருந்தார் பாபா. அவர்களோடு ஓடியாடி விளையாடுவதில் மிகுந்த ஆர்வம் உண்டு.

இரவு வேளையைத் தவிர்த்து, பகல் நேரங்களில் படுத்து உறங்கும் பழக்கம் பாபாவிற்குக் கிடையாது. கால் நீட்டி உட்கார்ந்திருந்தாலும், சுவரில் சாய்ந்தோ, நாற்காலியில் சாய்ந்தோ இருப்பதே இல்லை.

குறுந்தாடி வைத்துக்கொள்வதில் ஆர்வம் அதிகம். திடீரென்று மொட்டையடித்துக் கொள்ளத் தோன்றும். முடிதிருத்துபவரை வரவழைத்து அப்படியே மொட்டையடித்துக் கொள்வார். அடிக்கடி இவ்வாறு செய்துகொள்ளும் பழக்கம் பாபாவிற்கு உண்டு.

கஃப்னி என்றழைக்கப்படும் நீண்ட கைகளை உடைய சட்டையைத்தான் பாபா அணிந்து வந்தார். உடைகள் மீது அத்தனை ஆர்வம் இல்லாத காரணத்தால், நைந்து, கிழிந்து போன ஒரே சட்டையைப் பல நாட்கள் அணிந்திருப்பார். எப்போதாவது அதனைத் துவைக்கும் பழக்கம் உண்டு. அதன் ஈரம் வேகமாகக் காய்வதற்காக, நெருப்பு குண்டத்தின் மேல் தூக்கிப்பிடிப்பார். சிலசமயங்களில் தனது கிழிந்த கஃப்னியை பக்தர்கள் யாருக்காவது அளிப்பார். அதனைப் புண்ணிய பொருளாய், பெரும் பாக்யமாகக் கருதி, பக்தர்கள் மெய்சிலிர்த்து வாங்கிச் செல்லும் காட்சிகளும் உண்டு.

தினமும் மூன்றுமுறை பொதுமக்கள் முன் தோன்றி அளவளாவுவது வழக்கம். காலை, மதியம், மாலை ஆகிய இந்த மூன்று வேளையும் பக்தர்கள் முன் வந்து அமர்ந்து கொள்வார். அவர்களின் வாழ்க்கையைப் பற்றியும், அதனை மேம்படுத்துவது குறித்தும் பல்வேறு அறிவுரைகளை வழங்குவார்.

பள்ளிக்குச் சென்று படித்தவரில்லை என்பதால், படிக்கும் பழக்கமோ, எழுதும் பழக்கமோ அவருக்கு இருந்ததில்லை. ஆனாலும், அத்தனை விஷயங்களையும் தனது ஞான அறிவால் அறிந்து வைத்திருந்த பெரும் ஞானி அவர்.

அப்பாஜி பட்டேல் என்பவன் பாபாவிற்கு மசாஜ் செய்து வந்தவன். அவன் கூறுவான், "பாபாவிற்கு மசாஜ் செய்கிறபோது அவரின் உடல் பலம் கண்டு வியந்து போயிருக்கிறேன். பீமனைப் போன்ற வலுவுடன் காணப்படும் அவரது உடல்".

நெருப்புக் குண்டத்தின் எதிரே அமர்ந்து பாபாவிற்கு மசாஜ் செய்வது இவனது வாடிக்கை. ஒருமுறை அங்கே பாபாவை சற்றே தூக்க முயற்சி செய்திருக்கிறான். தன் முழு பலத்தையும் பிரயோகித்தும் அது முடியாமற் போகவே, முயற்சியைத் தோல்வியுடன் கைவிட்டுவிட்டான். இதனைப் பார்த்த சாய், மெலிதாக அர்த்தம் பொதிந்த புன்னகையை அவனைப் பார்த்து சிதற விட்டுள்ளார்.

தினமும் குடிமக்களிடம் பிச்சை எடுத்தே தனது பசியை ஆற்றுவதை வழக்கமாகக் கொண்டிருந்தார். ஏதாவது ஐந்து வீடுகளைத் தேர்ந்தெடுத்து, அங்கு சென்று பிச்சை பெற்று வருவார். அவருக்குப் பிச்சை போடுவதை அக்கிராம மக்கள் பெரும் பேறாகவே பிற்காலத்தில் நினைத்து மகிழ்ந்தனர்.

குறிப்பிட்ட வீட்டின் முன் நின்று, "ஓ லாசி, ஒரு ரொட்டித்துண்டு கொடு" என்று உரக்கக் கூறுவார்.

பிச்சையிடுவதற்காக வருபவர்களை ஆசிர்வதிப்பது போல, தனது திருக்கரங்களை நீட்டி அருளுவார். அப்படியானால், அவர்கள் ஆசிர்வதிக்கப்பட்டவர்கள் என்று பொருள். அது அவர்கள் செய்த பேறு, பாக்கியமாகவே கருதி சந்தோஷித்துப் போவார்கள்.

பிச்சை எடுப்பதற்குத் தகரக்குவளை ஒன்றும், ஜோலி என்று கூறப்படும் சதுரத்துண்டு ஒன்றும் அவரிடம் உண்டு. குவளையில் பால், மோர், சூப் உள்ளிட்ட திரவ சமாச்சாரங்களைப் பெற்றுக்கொள்வார். ஜோலியில் திடப் பொருட்கள். அதாவது, ரொட்டி, சோறு போன்றவைகள்.

இவை அனைத்தையும் ஒன்றாகக் கலக்கி ஒரு பானையில் வைத்து விடுவார். அதனை அங்குள்ள வேலைக்காரி

மட்டுமல்லாமல் தெரு நாய்கள், காக்கைகள் உள்ளிட்டவைகள் உண்டு செல்வது வழக்கம். யார் வேண்டுமானாலும் அந்த உணவை உண்டு செல்லலாம் என்ற உயரிய நோக்கில்தான் இப்படி பாபா நடந்து கொள்வார்.

இதுபோன்று பிச்சை எடுத்து வாழும் ஆண்டியாகவே தன்னை முன்னிறுத்திக் கொண்டார். அடுத்தவேளை சாப்பாட்டுக்கு என்ன செய்வது என்று அவர் கருதியதே இல்லை. அதனால் சேமித்து வைக்கும் பழக்கத்தை அவர் ஏற்படுத்திக் கொண்டதுமில்லை. அவரது பக்தர்கள் பொன்னும், பொருளும், உணவுகளும் கொண்டுவந்து அவர் காலடியில் கொட்டினாலும், அவற்றில் ஒரு சிறிய தம் பிடியைக் கூடத் தனக்காக பாபா எடுத்துக் கொள்வதில்லை. அத்தனையையும் பக்தர்களுக்கே பகிர்ந்தளித்தார் சாய்பாபா.

இப்படிப் பிச்சை எடுப்பதற்கு இரண்டு காரணங்கள் சொல்லப்படுவதுண்டு.

ஒன்று, வம்சவிருத்தி, செல்வம், புகழ் போன்றவைகளைத் துறந்தவர்கள் பிச்சை எடுக்கலாம். ஆசையைத் துறந்த இவர்கள், தங்களுக்கென்று வீடு எதுவும் கொண்டிருப்பதில்லை. எனவே சமைத்துச் சாப்பிட முடியாது. சிறுவயது முதலே துறவு நிலை அடைந்தவர்களும் பிச்சை எடுக்கலாம். ஆனால், இல்லறத்தில் ஈடுபடும் சுகவாசிகள் இதற்குத் தகுதியானவர்கள் அல்லர்.

இரண்டாவது, ஐந்து பாவங்களைச் செய்தவர்கள் பிச்சை எடுக்கத் தகுதிபடைத்தவர்கள். அதாவது,

(அ) கண்டனீ - பொடியாக்குதல்

(ஆ) பேஷணீ - அமைத்தல்

(இ) உதக்கும்பி - பானைகளைக் கழுவுதல்

(ஈ) மார்ஜனீ - பெருக்கிச் சுத்தப்படுத்துதல்

(உ) சுள்ளிஅடுப்பு - பற்றவைத்தல்

சமையல் செய்வதற்கு இந்த முறைகளைப் பின்பற்ற வேண்டியது அவசியம். இதுபோன்ற முறையினால் சமையல்

செய்கிறபோது, கண்ணுக்குத் தெரியாத ஏராளமான கிருமிகள், உயிரினங்கள் கொல்லப்படுகின்றன. இதனை அறியாமலேயே நாம் பாவம் செய்து விடுகிறோம். இப்படிப்பட்ட பாவத்தை இல்லறத்தார் தினமும் செய்துகொண்டே இருக்கின்றனர்.

என்னே கொடுமை! நம் பசியாற்ற பிற உயிர்களைப் பலிகொடுப்பது என்ன நியாயம்?

இந்தப் பாவங்களுக்கு விமோசனம் வேண்டாமா? பரிகாரம் தேவை இல்லையா?

அதற்குத்தான் ஐந்து வகை தியாகங்கள் செய்ய வேண்டும் என்பர். அவை என்ன? (அ) பிரம்ம யக்ஞம் பிரம்மத்துக்குச் சமர்ப்பித்தல்.

(ஆ) பிரம்ம யக்ஞம்	–	பிரம்மத்துக்குச் சமர்ப்பித்தல். அதாவது வேத பாராயணம் செய்வது.
(ஆ) பித்ரு யக்ஞம்	–	மூதாதையர்களுக்குச் சமர்ப்பணம் செய்தல்.
(இ) தேவ யக்ஞம்	–	தேவதைகளுக்குச் சமர்ப்பித்தல்
(ஈ) பூத யக்ஞம்	–	ஜந்துகளுக்குச் சமர்ப்பணம் செய்தல்.
(உ) மனுஷ்ய அதிதி யக்ஞம்	–	மனிதர்களுக்கும், அழைக்கப்படாத விருந்தினர்களுக்கும் சமர்ப்பித்தல்.

இதன் மூலம் ஒவ்வொரு மனிதனும் மனத்தூய்மை அடைகிறான். ஞானம் பெறுகிறான். இதனை பக்தர்களுக்கு பாபா கற்பித்தார்.

யோகக்கலை

சாய் பாபா வசித்த மசூதி, பாழடைந்த பழைய கட்டிடமாகத்தான் இருந்தது. ஆயினும், அந்த மசூதியில் இருப்பதையே பாபா அதிகம் விரும்பினார். அங்குள்ள ஒரு மிகப்பழைய அறையில் தான் பாபா அமர்ந்திருப்பார். அவருக்கு எதிரே துனி என்னும் ஹோம் குண்டம் இருக்கும். அங்கு ஒரு மூலையில் கோதுமை, புகையிலை ஆகிய சாக்கு மூட்டைகள் வைக்கப்பட்டிருக்கும்.

மதிய உணவிற்குப் பிறகு சிறிது நேரம் ஆக்ரா நெடுஞ்சாலையில் அமைந்துள்ள லெண்டி என்று அழைக்கப்படும் நந்தவனத் திற்குச் செல்வார்.

சில நாட்களில் ரொட்டியை அவரே சுட்டு எடுப்பதும் உண்டு. அவை அத்தனை ருசியாக இருக்குமாம். மசூதிக்கு வெளியே இப்படி ஏராளமான ரொட்டிகளை சுட்டு, பக்தர்களுக்கு வழங்கிக் கொண்டே இருப்பார்.

இரவில் பக்தர்களுக்குப் பணத்தை அள்ளி வழங்கும் கொடைவள்ளலாகவும் பாபா இருந்துள்ளார். தனது சட்டைப் பைக்குள் கையை நுழைத்து, பணத்தை அள்ளி வழங்குவார். தனக்கு எவ்வளவு தேவை என்று பக்தன் ஒருவன் விரும்புகிறானோ, அந்த அளவு காசு அவனுக்குக் கிடைக்கும். இது பக்தர்களைப் பெரிதும் மெய்சிலிர்க்கச் செய்யும்.

அந்த பக்தனுக்கு இவ்வளவுதான் தேவை என்பதை பாபா எப்படி அறிந்து கொள்கிறார்? ஆச்சர்யம்... ஆச்சர்யம்!

தினமும் காலையில் எழுந்ததும் மசூதியில் உள்ள துனி அருகே போய் அமர்வார். அப்போது பக்தர்களிடம் இரவில் தான் வெகு தொலைவில் உள்ள பல்வேறு பிரதேசங்களுக்குச் சென்று வந்ததாகக் கூறி அதை விரிவாக விவரிப்பார். இது கேட்டு அங்கு கூடியிருக்கும் பக்தர்கள் குழப்பத்தில் ஆழ்ந்து போய்விடுவர். காரணம், பாபா இரவு அங்கு, அந்த மசூதியில் உறங்கிக் கொண்டிருந்தது அவர்களுக்குத் தெரியும். அப்படி இருக்கும்போது, பாபா எவ்வாறு வேறு இடங்களுக்குச் சென்றிருக்க முடியும்?

ஆனாலும், பாபாவிடம் இதுகுறித்து எதிர்க்கேள்வி கேட்க முடியாமல் அவர்கள் மௌனித்துப் போவார்கள்.

எனினும், பாபாவின் செயல்கள் வியப்பைத் தருகிற விதத்தில் இருப்பதாக மசூதி அருகே உள்ள ஆசிரியர் ஒருவர் கூறியுள்ளார். இரவில் பாபாவின் அறையில் பல்வேறு மொழிகளில் பாபா யாருடனோ பேசிக் கொள்வதைப் பலமுறை கேட்டுள்ளதாக அவர் சொல்வார். பாபா சற்றும் அறிந்திராத ஆங்கில மொழியில் மிகச் சரளமாகப் பேசியதைத் தான் கேட்டதாக அவர் கூறுவது அனைவரையும் திகைப்படையச் செய்யும்.

அப்படியானால், இரவு நேரத்தில் வெகு தொலைவு பயணம் மேற்கொண்டு, பலதரப்பட்ட மக்களைச் சந்தித்ததாக பாபா கூறுவது நிச்சயம் உண்மையாகத்தான் இருக்கவேண்டும் என்பதை பக்தர்கள் உணரத்தொடங்கினர். அதுவே,

அவர்களை பாபாவின் அருகில் இன்னும் நெருக்கமடையச் செய்தது.

தொடர்ந்து எரிந்து கொண்டிருக்கும் ஹோமக் குண்டத்தின் அருகில் அமர்ந்து கொள்ளும் பாபா, அடிக்கடி கைகளை அசைத்தும், விரல்களை விரித்து மூடியும் 'ஹக்' என்று கூறுவார். ஹக் என்றால் கடவுள் என்று பொருள். இப்படி அவர் செய்வதற்கு என்ன அர்த்தம் என்பது எவருக்குமே புரியாது.

பாபா ஒவ்வொரு வாரத்திலும் மூன்றாவது நாள் மட்டுமே தனது உடலைக் கழுவி சுத்தம் செய்வார். அதற்காக ஊர் எல்லையில் இருந்த ஆலமரத்துக் கிணற்றுக்குச் செல்வார். வாய்க்குள் நீரை ஊற்றி அலம்பிக் கொப்பளித்துத் துப்புவார். அந்த நீரை வாங்கித் தங்கள் தலையில் தெளித்துக் கொள்ள பக்தர்கள் அங்கு கூட்டமாகத் திரள்வதும் உண்டு. அப்படிச் செய்தால் தங்கள் நோய் நொடிகள் குணமடைவதைப் பலரும் அறிந்திருக்கின்றனர். ஒருசமயம் இவ்வாறு பாபாவின் எச்சில் நீரை வாங்கி தன் உடம்பில் தெளித்துக் கொண்ட ஒருவருக்கு, அவரைக் கடுமையாகப் பீடித்திருந்த தொழு நோய் குணமடைந்த அதிசயமும் நடந்ததுண்டு.

ஆனாலும், தான் குளிப்பதைப் பக்தர்கள் வந்து காண்பது பாபாவிற்கு எரிச்சலையே தந்தது.

பாபா அமர்ந்து வசதியாகக் குளிப்பதற்காக கல் நாற்காலி ஒன்றை பக்தர் ஒருவர் வழங்கினார். ஆனால் அதனை பாபா பயன்படுத்தவே இல்லை. வழக்கம்போல தரையில் அமர்ந்து குளிப்பதையே அவர் விரும்பினார். அக்கல் இன்றளவும் மசூதியில் பாதுகாக்கப்பட்டு வருகிறது.

ஒருமுறை பாபா குளிக்கச் செல்லும்போது அவ்வூர் வாசி ஒருவர் மறைந்திருந்து பார்த்தார். அப்போது இருபத்தி இரண்டரை அடி நீளமும், 3 அங்குல அகலமும் உடைய லினன் துணியினால் அவர் தவ்தி செய்தார். பின்னர் அந்தத் துணியை வாய்க்குள் திணித்து விழுங்கினார். அரைமணி நேரத்திற்குப் பிறகு அந்தத் துணியை வெளியே எடுத்தார்.

அதன்பிறகு பாபா வாந்தி எடுத்தார். அதில் அவரது குடல், கும்பி அனைத்தும் வெளியே வந்திருக்கிறது. அதனை நன்கு சுத்தம் செய்து நாவல் மரக்கிளையில் உலர வைத்திருக்கிறார். அது நன்றாக உலர்ந்த பின்னர், மீண்டும் குடலைத் தன் வாய் வழியாக உள்ளே செலுத்தி இருக்கிறார்.

இதனைக் கண்ட பக்தருக்கு ஏற்பட்ட வியப்பு சொல்லி மாளாது.

யோகக்கலையில், இதனை தந்தி யோகம் என்று கூறுவர். இதுபற்றி அங்குள்ளவர்கள் யாருக்கும் அப்போது தெரியாது.

இது போலவே இன்னுமொரு நம்பவே முடியாத நிகழ்ச்சி ஒன்றையும் கூறுவர்.

பக்தர் ஒருவர் ஒருநாள் மசூதிக்குச் சென்றபோது, அங்கு கண்ட காட்சி அவரை அதிர்ச்சியில் ஆழ்த்தியது. அங்கு, கை, கால், விரல்கள், கழுத்து என்று பாபாவின் உடல் உறுப்புகள் அனைத்தும் தனித்தனியே ஆங்காங்கே சிதறிக் கிடந்திருக்கின்றன. இதனைப் பார்த்து பீதியடைந்த அந்தப் பக்தர் உடனடியாகக் கிராம அதிகாரியிடம் ஓடிப்போய், பாபாவை யாரோ கண்டம் துண்டமாக வெட்டிக் கொலை செய்துவிட்டதாகப் புகார் தெரிவித்தார். அதிர்ந்துபோன அதிகாரி அது உண்மைதானா என்று கண்டறிவதற்காக வேகமாக மசூதிக்கு வந்தார். ஆனால் அங்கே அவர் கண்ட காட்சி–

திடகாத்திரமான உடம்புடன் அமைதியே உருவாக துனியின் முன் அமர்ந்திருந்தார் சாயி மகான்!

மகான்கள் தங்கள் உடல் உறுப்புகளைத் தனித்தனியே கழற்றி மாட்டும் சக்தி படைத்தவர்கள். இதனைக் கண்ட யோகம் என்று கூறுவர். இந்த உண்மை அவர்களுக்குத் தாமதமாகவே புரிந்தது.

❀❀❀

பாபாவின் இராக்கால படுக்கை

ஷீரடியில் இருந்த கோயிலில் சனி, கணபதி, சங்கரர், சரஸ்வதி, மாருதி, கிராம தேவதைகள் அனைத்தும் இருந்தன. இவற்றையெல்லாம் தாத்யா பாட்டீல் என்னும் பக்தர் மூலமாகச் சுத்தம் செய்து ஒழுங்குபடுத்தினார் பாபா.

இரவுப் பொழுதில் தன்னுடன் படுத்து உறங்குவதற்கு மகல் சபதி மற்றும் தாத்யா பாட்டீல் ஆகிய இருவரை மட்டுமே பாபா அனுமதிப்பார். அவர்கள் தங்கள் தலைகளை தெற்குப் புறமாக வைத்துப் படுக்கக்கூடாது என்பார்.

ஹோமத்தைத் தனக்குத் தானே சுற்றி பிரதட்சணம் செய்வார் பாபா. அப்போது அவர் மந்திரங்களை உச்சரிப்பார். அவை அரேபி மற்றும் பெர்சிய மொழியில் மட்டுமே இருந்தது. சமஸ்கிருத மந்திரத்தை பாபா உச்சரித்ததே இல்லை என்றும் கூறுவர். சில சமயங்களில் சங்கு ஊதுவார். அப்போது 'ஓம்' என்னும் ஒலி மிகத் தெளிவாகவும்,

துல்லியமாகவும், அழுத்தமாகவும் வெளிக் கிளம்பும்.

பிரார்த்தனையின் போது, காதுகளிலும், மூக்கிலும் மலர்களைச் செருகிக் காட்சியளிப்பார். தன் தலையிலும் மலரை அணிந்துகொள்வார்.

அவர் அமர்ந்துகொள்வதற்கென வெள்ளியாலான சிம்மாசனம் ஒன்று வைக்கப்பட்டிருந்தது. ஆனால் அதைப் பயன்படுத்துவதில் அவர் ஆர்வம் காட்டியதே இல்லை. தனது பிரத்யேகமான சாக்குத் துணியிலேயே பாபா அமர்வார்.

மசூதியின் வெளிப்புறச் சுவர்களில் சாய்ந்து நின்று கொண்டு, அங்கு செல்வோரிடம் பேசுவார். அவரது பேச்சுக்கள் அனைத்துமே எளிதில் புரிந்து கொள்ள முடியாத, ஆனால் ஏராளமான அர்த்தங்கள் உள் பொதிந்த தாக இருக்கும்.

பாபா இரவில் படுத்து உறங்குவது ஒரு சாக்குத் துண்டை விரித்துதான். சாய்ந்து கொள்ள முதுகிற்கு ஒரு திண்டு மட்டும் உண்டு. பக்தர்கள் ஆசையுடன் அவர் படுத்து உறங்க மெத்தை வாங்கிக் கொடுத்தனர். ஆனால் அதனைப் புறக்கணித்துவிட்டார்.

நானா சாகேப் டாங்ளே என்ற பக்தர் பாபா படுத்துக்கொள்ள நான்கு முழ நீளமும், ஒரு முழம் அகலமும் கொண்ட ஒரு மரப்பலகையை அன்பளிப்பாகக் கொடுத்தார். அதனைத் தரையில் அமர்த்தி அதன்மீது படுத்து உறங்குவார் என்று பார்த்தால், பாபா அவ்வாறு செய்யாமல் ஏமாற்றினார். மசூதியின் உத்தரத்தில் இற்றுப்போன கந்தல் துணியைக் கயிறாக்கி, அதனை ஊஞ்சல் போல் அமைத்துக்கொண்டார். ஊஞ்சலைத் தாங்க வேண்டுமென்றால் இரும்புக் கம்பிகளைத்தான் பயன்படுத்துவார்கள். அதுதான் பலமானதாகவும், மனித உடலைத் தாங்கும் சக்தி வாய்ந்ததாகவும் இருக்கும். ஆனால் பாபாவோ துணியைக் கயிறாக்கி, அதிக பலமற்ற உத்தரத்தில் தொங்கவிட்டு....

இது பக்தர்கள் அனைவரின் அடிவயிற்றையும் கலக்கியது.

பாபாவின் எடையை அந்த ஊஞ்சல் எப்படித் தாங்கப் போகிறது?

மேலும், அந்த ஊஞ்சலின் நான்கு மூலைகளிலும் அகல் விளக்கு ஏற்றி வைப்பார். அது இரவு முழுவதும் எரிந்து கொண்டே இருக்கும். அந்தக் காட்சி கண் கொள்ளாததாக இருக்கும்.

எனினும், பாபா அந்த ஊஞ்சலில்தான் படுத்து உறங்குவார். அவர் எப்படி உயரத்தில் அமைக்கப்பட்டிருக்கும் அந்த ஊஞ்சலில் ஏறுகிறார், இறங்குகிறார் என்பது எல்லோருக்கும் ஆச்சர்யத்தை வரவழைக்கும். ஆனாலும் அதை எவராலும் பார்க்கவே முடியாது. ஆனால், பாபா அதில் படுத்து உறங்குவார். கீழே விழாமல் அந்த ஊஞ்சலில் அவர் உறங்குவது அந்தக் கிராம மக்களை ஆச்சரியத்தில் ஆழ்த்தியது.

அவரது எடையை எப்படி அந்தக் கயிறு தாங்குகிறது என்பதும் அந்த மக்களிடையே எழுந்த மிகப்பெரும் கேள்விக்குறி. இந்த அதிசயத்தைப் பார்க்க அனைவரும் ஆர்வம் கொண்டனர். இதற்காக பாபா படுத்து உறங்குவதைப் பார்க்க ஏராளமானோர் அங்கு திரண்டனர். இது அவரை எரிச்சலடையச் செய்தது. சில நாட்கள் பொறுத்துப்பார்த்தார். ஆனால் பக்தர்கள் கூட்டம் குறைவதாக இல்லை. பொறுமை

இழந்த பாபா, கோபத்தில் ஒருநாள் அந்தப் பலகையைத் துண்டு துண்டாக உடைத்தெறிந்து விட்டார்.

பாபாவிற்குக் கோபம் வருவதும் உண்டு. சில நேரங்களில் பூஜைத் தட்டைத் தூக்கி எறிந்துவிடுவார். பக்தர்களிடம் கோபத்தில் கத்தவும் செய்வார். கோபம் வருகிறபோது அவரது உடல் பலமாகக் குலுங்கும். கண்கள் நெருப்பு பறக்கிற மாதிரி செக்கச்செவேல் என்று மாறிவிடும். விழிகள் நாலாபுறமும் கோபத்தில் சுழலும்.

இருப்பினும் பாபா மிகவும் மென்மையான மனம் படைத்தவர் என்பதில் இருவேறு கருத்துக்கு இடமே கிடையாது.

அவர் அடிக்கடி பக்தர்களிடம் கூறுவார், "தான் ஒருபோதும் கோபமாக இருந்ததே கிடையாது. தாய், தான் பெற்றெடுத்த குழந்தைகளை என்றாவது உதைப்பாளா? கடல் என்றாவது நதிகளைப் புறக்கணிக்குமா? தாமும் தன்னை நம்பி வந்த அடியவர்களின் நலனை எப்போதுமே அலட்சியப்படுத்துவது இல்லை".

பக்தர்களின் எண்ணங்களுக்கு பாபா மிகுந்த மதிப்பளித்தார் என்பது உண்மை. அவர்கள் தம்மை வழிபட அனுமதித்தார். சில பக்தர்கள் அவருக்குச் சாமரம் வீசினார்கள். இன்னும் சிலர் இசைக்கருவிகளை வாசித்தனர். அவரின் கை, கால்களை கழுவி மகிழ்ந்த பக்தர்களும் உண்டு. வெற்றிலை, பாக்கு வைத்து நைவேத்தியம் செய்து வழிபட்டவர்களும் உண்டு. இவற்றையெல்லாம் பாபா என்றுமே தடுத்ததில்லை என்பது குறிப்பிடத்தக்கது.

❀❀❀

மல்யுத்த வீரன் பாபா

பாபாவிற்கு மல்யுத்தத்தில் ஈடுபாடு அதிகம். மல்யுத்த வீரன் போன்ற தோற்றம் தனக்கு வேண்டும் என்ற விருப்பம் அவருக்கு உண்டு. தலைமுடியை நீளமாக வளர்த்துக் கொள்வார். அதனை ஒழுங்குபடுத்துவதும் கிடையாது. உடைகள் கூட மல்யுத்தம் செய்யும் வீரனைப் போலவே' அணிந்துகொள்வார்.

இது போன்ற தருணத்தில், மொகித்தின் தாம் போலி என்றொரு மல்யுத்த வீரனை அவர் சந்திக்க நேர்ந்தது. அவரது மல்யுத்த ஆவலும் அதிகரித்தது. அந்த வீரனிடம் மல்யுத்தத்தைப் பற்றி விரிவாகப் பேசினார். மல்யுத்தத்தில் தான் மிகப்பெரும் திறமை படைத்தவன் என்று அந்த வீரனிடம் உற்சாகமாகப் பேசினார். அவனோடு மல்யுத்தம் செய்யவும் விரும்பினார்.

காரணம், அதில் கண்டிப்பாகத் தான்

வெற்றி அடைய முடியும் என்ற அசைக்க முடியாத நம்பிக்கை அவருக்கு இருந்தது. அந்த வீரனும் ஆரம்பத்தில் இந்த விபரீத விளையாட்டு தேவையில்லை என்பது போலவே ஒதுங்கினான். ஆனாலும் பாபாவின் வற்புறுத்தல் அதிகமாகவே, மல்யுத்தம் செய்வதற்கு அவனும் இணங்கினான்.

ஆயிற்று. இருவரும் தங்கள் திறமைகளை வெளிப்படுத்தும் முகமாக கடூரமாக மோதிக் கொண்டனர்.

ஆனாலும் பாபாவால் அந்த டி. மல்யுத்த வீரனை வெற்றிகொள்ள முடியவில்லை.

எப்படியும் வெற்றி நிச்சயம் என்ற உறுதியுடன்தான் இந்த மல்யுத்தத்தில் அவர் ஈடுபட்டார். அதன் காரணமாக, இந்தத் தோல்வியைப் பாபாவால் தாங்கிக்கொள்ளவே முடியவில்லை. விளையாட்டில் தோல்வி என்பது சகஜம்தான் என்றபோதிலும், இளவயதிற்கே உரிய வேகம் அவரிடமும் இருந்தது. இனிமேல் மல்யுத்தத்தை நினைத்துக் கூடப் பார்க்கப் போவதில்லை என்று சபதம் மேற்கொண்டார். தன் உடை மற்றும் வாழ்க்கை முறையையே அந்த வினாடி முதல் மாற்றிக் கொள்வது என்றும் முடிவெடுத்தார்.

மல்யுத்த வீரனைப் போன்ற தனது உடைகளைக் களைந்தெறிந்தார். நீண்ட கஃப்னி உடைக்கு மாறினார். இடுப்புப் பட்டை ஒன்றைக் கட்டிக்கொண்டார். தலையில் துண்டுத் துணியைக் கட்டினார். அழுக்கு மற்றும் கந்தலாக உள்ள துணிகளை விரும்பி அணியத் தொடங்கினார். ஏழைகளின் நிரந்த நண்பனாகவே அதுமுதல் பாபா மாறிவிட்டார் என்றால் அது மிகையே அல்ல.

இந்து, முஸ்லீம்களிடையே சிநேகத்தை வளர்த்தல்

வேப்ப மரத்தின் அருகே வாசம் கொண்டிருந்த பாபா பின்னர் அங்குள்ள மசூதியில் தங்குவது என்று முடிவெடுத்தார். அந்த மசூதி மிகவும் பழையதாகவும், சிறந்த முறையில் பராமரிக்கப்படாமலும் இருந்தது.

அங்கே தங்க ஆரம்பித்த பாபா, துனி என்று சொல்லப்படும் வேள்வித் தீயை அங்கு எழுப்பினார். நாள் முழுவதும் அதில் நெருப்பு ஜ்வாலை இருந்து கொண்டே இருக்கும். உதி என்று அழைக்கப்படும் அதன் சாம்பலை பக்தர்களுக்குப் பிரசாதமாக வழங்கத் தொடங்கினார். அதனை பயபக்தியுடன் வாங்கி நெற்றியில் பக்தர்களும் பூசிக்கொண்டனர். அதனால் தங்களுக்கு நல்ல காரியங்கள் நடந்தன என்று பல பக்தர்களும் கூற ஆரம்பித்தனர்.

ஆனால் இதுபோன்ற செயல்பாடுகள் முஸ்லீம்களின் வழிபாட்டு முறைக்கு

ஏற்புடையதாக இல்லை என்பதால், எதிர்ப்பு உருவாக ஆரம்பித்தது.

"ஆனால் சூழ்நிலைகளுக்கு ஏற்ப அனைவரும் வளைந்து கொடுக்க வேண்டும்" என்று பாபா வலியுறுத்தினார். "இந்த மசூதிக்குள் வந்து இந்துக்கள் தன்னை வழிபட்டு இன்பம் காண்கிறார்கள். அப்படி நல்லது நடப்பதை நாம் ஏன் தடுக்க வேண்டும்? மசூதிக்குள் இந்துக்கள் வேற்றுமை பாராமல் நுழைந்து வழிபடுகிறார்கள் என்றால் அது முஸ்லீம்கள் பெருமைப்படத்தக்க விஷயம் தானே! அவர்கள் இங்கு வந்து அல்லாவை வழிபடுவதாகத் தானே அதற்கு அர்த்தம் கொள்ள வேண்டும்! அது எத்தனை பெரிய சந்தோஷம்! இதில் முஸ்லீம்களுக்கு என்ன இழப்பு ஏற்பட்டுவிட்டது? பார்க்கப்போனால் இழப்பு ஏற்படுவது இந்துக்களுக்குத் தான்" என்று எதிர்ப்புக் குரல் எழுப்பியவர்களுக்கு உண்மையை உணர்த்தினார்.

அநேகமாக அனைவருமே பாபாவை ஒரு முஸ்லீமாகத் தான் கருதினர். காரணம் அவரது தோற்றம். தலையில் அவர் கட்டியிருந்த துணி . ஆனாலும், தன்னை ஒரு இந்துவாகவோ அல்லது முஸ்லீமாகவோ பாபா என்றுமே பிரித்துப் பார்க்க முயன்றதே கிடையாது. இதன் காரணமாக சிலர் பாபாவை, 'முஸ்லீம் விஷ்ணு' என்றும் அழைத்தார்கள்.

ஒரு சமயம், அந்த மசூதியைப் பூக்களால் அலங்கரிக்கும் ஆவல் ஏற்பட்டுள்ளது அங்குள்ள முஸ்லீம் அன்பர் ஒருவருக்கு. கூடை கூடையாய் பூக்களைத் தருவித்து, அதனைக் கொண்டு அந்த மசூதியின் வளைவுகள் உட்பட அனைத்துப் பகுதிகளையும் அலங்கரிக்க முயன்றிருக்கிறார்.

இதனைப் பார்த்த பாபா, அந்த முஸ்லீம் அன்பரை அருகில் அழைத்திருக்கிறார். "அந்தப் பூக்களை அருகிலுள்ள கோயிலில் இருக்கும் ஆஞ்சநேயருக்குச் சாற்றி அர்ச்சனை செய்" என்று அந்த அன்பரைப் பணித்திருக்கிறார். ஆனால் இஸ்லாம் மதத்தைத் தீவிரமாகப் பின்பற்றும் அந்த அன்பர், பாபாவின் கட்டளையை நிறைவேற்றத் தயக்கம் காண்பித்துள்ளார். பாபா வலியுறுத்தியும், அவ்வாறு செய்ய மறுத்துவிட்டார். இதனால் கோபத்தில் வெகுண்டெழுந்த பாபா, மசூதியைப்

பூக்களால் அலங்கரிக்கும் பணியை உடனே நிறுத்துமாறு உத்தரவிட்டுள்ளார். பணியும் நிறுத்தப்பட்டது.

இந்துக்களும், முஸ்லீம்களும் இணைந்து நண்பர்களாக விளங்க வேண்டும் என்ற பாபாவின் உன்னத எண்ணத்திற்கு இது போன்று இன்னும் நிறைய உதாரணங்களைச் சொல்லலாம்.

பாபாவிற்கு சந்தன அபிஷேகம் செய்து கண்குளிரக் கண்டு இன்புற வேண்டும் என்ற ஆசை தோன்றியது மகல் சபதிக்கு. உடனே, சந்தனத்தைத் தயார் செய்து, அபிஷேகத்தில் ஈடுபட முயன்றார் சபதி. ஆனால், முஸ்லீம் மக்களிடையே இதற்கு எதிர்ப்பு கிளம்பியது. மசூதியில் சந்தன அபிஷேகம் செய்யப்படுவது, இஸ்லாம் மதத்திற்குச் செய்யும் துரோகம் என்று அவர்கள் கருதினர். சந்தன அபிஷேகம் செய்வதை அனுமதிக்க முடியாது என்பதில் முஸ்லீம்கள் உறுதியாகவே இருந்தனர். இதனை மீறினால், தகாத குழப்பங்கள் ஏற்படும் என்ற பதற்றமான சூழல் ஏற்பட்டது.

மகல் சபதி பயந்து போனார். பாபாவிடம் முறையிட்டார்.

"சந்தன அபிஷேகம் செய்யும் உன்னுடைய ஆசையை நிறைவேற்று. அதற்கு எத்தனை எதிர்ப்பு கிளம்பினாலும் அஞ் சாதே. நான் இருக்கிறேன். ம். உடனடியாகச் செய்" என்று சபதிக்கு ஆணையிட்டார் பாபா.

இது சபதிக்கு பெரும் தைரியத்தை அளித்தது. தான் ஆசைப்பட்ட மாதிரியே சந்தனத்தால் பாபாவை மூழ்கடித்தார்.

இதைப்பார்த்த முஸ்லீம்கள் கோபத்தால் முணுமுணுத்தார்களே தவிர, பாபாவை மீறி அவர்களால் எதுவும் செய்ய இயலவில்லை .

பாபா, இந்துவா அல்லது முஸ்லீமா என்பதில் கடும் சர்ச்சை நிகழ்ந்து வந்தது. பாபாவின் தோற்றத்தைப் பார்த்து அவர் முஸ்லீம்தான் என்று அடித்து சத்தியம் செய்தனர் சிலர். ஆனால், அவரின் செயல்கள் அனைத்தும் இந்துக் களின் கலாச்சாரத்தைப் பிரதிபலிப்பதாக இருப்பதால்

அவரை இந்து என்று உறுதியாக நம்பியவர்களும் உண்டு.

இப்படி இருவேறு கருத்துகள் பக்தர்களிடையே தோன்றி ஒரு குழப்ப நிலை ஏற்பட்டது.

ஆனால் பாபாவிற்கு இவையனைத்துமே வேடிக்கையாகவே இருந்தது. தனக்குள் இந்த சர்ச்சையைக் கண்டு ரசித்து சிரித்தார். எனினும், பக்தர்கள் தங்களுக்குள் இந்த வாக்குவாதத்தை வளர்த்துக் கொண்டே போனது, பாபாவிற்கு எரிச்சலையும், கோபத்தையும் ஏற்படுத்தியது. ஒருகட்டத்தில் பாபா ஆத்திரத்தின் உச்சத்திற்கே சென்று விட்டார். தனது உடைகள் அனைத்தையும் களைந்தெறிந்தார்.

"அற்ப மானிடர்களே! என்னை முழுமையாகப் பாருங்கள்... இப்போது சொல்லுங்கள் நான் இந்துவா? அல்லது முஸ்லீமா?" என்று கத்தினார்.

பாபாவின் இந்தச் செயலைப் பார்த்து பக்தர்கள் அனைவரும் வெலவெலத்துப் போயினர்.

அவரின் நெருங்கிய பக்தரான சந்தோர்க்கர் சொன்னார், "பாபா உயிருறுப்பின் சதை வெட்டப்பட வில்லை. எனவே, பாபா இந்துதான்" என்றார்.

ஆனால் வேறு சிலரோ, சதை நீக்கப்பட்டிருந்ததாகத் தெரிவித்தனர். ஒரு முஸ்லீம் ஃபக்கீரால் அவர் வளர்க்கப்பட்டிருந்ததால், அவ்வாறு சதை அகற்றப்படும் சாத்தியமுண்டு என்றார் பாபாவின் மற்றுமொரு நெருங்கிய பக்தர் நரசிம்ம சுவாமிஜி.

இந்த விஷயத்தைக்கூட பாபா ஒவ்வொருவருக்கும் ஒவ்வொருவிதமாகக் காட்டி இருக்கிறார்.

காரணம் அவர் ஒரு மகான். மத வேறுபாடுகளுக்கு அப்பாற்பட்டவர். அவர் கடவுளின் மறு உரு.

எனினும், இந்தச் சமாச்சாரம் குழப்பத்தை ஏற்படுத்தியதால், பக்தர்கள் மற்றொரு விஷயத்தை கையிலெடுக்கத் தொடங்கினார்கள்.

அது–

பாபா காது குத்தியிருந்தார் என்றும், எனவே அவர் ஒரு இந்துவாக இருப்பதே சாத்தியம் என்றும் அடுத்த சர்ச்சைக்கு அச்சாரமிட்டார்கள்.

இதுபோன்ற வாதங்களுக்கு அடிப்படைக் காரணம், மத வேற்றுமைகளே. எப்படியும் பாபா தங்கள் மதத்தைச் சேர்ந்தவர்தான் என்று நிரூபித்து, அதன் மூலம் அற்ப சந்தோஷம் பெறுவதும், அடுத்த மதத்தவரை ஏளனம் செய்வதும்தான் அவர்களுடைய ஒரே எண்ணமாக இருந்தது.

ஆனால் பாபா இதனைக் கொஞ்சம் கூட விரும்பவில்லை. அவர் பக்தர்களிடம், ''நானே அல்லா! நானே லட்சுமி நாராயணன். கடவுளை எந்த வடிவத்தில், தோற்றத்தில் வணங்க நினைக்கிறீர்களோ, அப்படியே செய்யுங்கள்" என்றே கூறினார்.

இதன்படி ஒருவர், தான் எந்தத் தெய்வத்தை வணங்க வேண்டும் என்று நினைத்து வந்தாரோ அந்தத் தெய்வ வடிவத்தை பாபாவிடம் கண்டார் என்பதே நிதர்சனமான உண்மை .

ஒருமுறை தென் ஆப்பிரிக்காவைச் சேர்ந்த ஒருவர் பாபாவைத் தரிசிக்க ஷீரடி வந்திருந்தார். அவர் தீவிர ராம பக்தர். பாபா கோயிலில் இல்லாமல் மசூதி ஒன்றில் இருக்கிறார் என்பதை அறிந்ததும், இந்துவான தான் எப்படி மசூதிக்குள் செல்வது என்று தயங்கினார். உள்ளே செல்ல மறுத்தார். ஆனால், சற்று நேரத்தில் அவர் மனம் மாறுகிற விதமாய் ஒரு அதிசய சம்பவம் நிகழ்ந்தது. அங்கே, அதே இடத்தில், பாபா அவருக்கு ராமராகக் காட்சியளித்தார்.

அதனைக் கண்ட அந்த பக்தர் அடுத்த கணமே வேகமாக மசூதிக்குள் சென்று பாபா முன் சென்று அவர் பாதம் தொட்டு வணங்கி வழிபட்டார்.

இதேபோல் ஆஞ்சநேயர் பக்தரான காவல்துறை அதிகாரி ஒருவர், "பாபா, ஆஞ்சநேயர் வடிவத்தில் தனக்குக் காட்சி அளித்தார்" என்று புளங்காகிதத்துடன் கூறியதும் உண்டு.

இப்படி தன்னை நாடி வரும் பக்தர்களுக்கு அவர்கள்

விரும்பும் தெய்வ வடிவில் காட்சி அளித்து அற்புதங்களை நிகழ்த்தியவர் பாபா.

இப்படிப்பட்ட அபூர்வ சக்தி நிறைந்த பாபா , "இந்துக்களும், முஸ்லீம்களும் சகோதரர்கள் ஆவர். அவர்களுக்குள் எந்தவித பேதமும் கிடையாது. அண்டங்களில் உலாவும் இறைவன், தன் உரு கொண்டு இந்தப் பூமியில் அவதரித்துள்ளான். அனைத்து உயிர்களிலும் வசிக்கும் ஆன்மா இந்த சாய்பாபா தான்" என்று அடிக்கடி பக்தர்களிடம் உரை நிகழ்த்துவார்.

விஷ்ணு சகஸ்ரநாமத்தை உச்சரித்ததன் மூலம், விஷ்ணு தன் இதயத்திற்குள் நுழைந்ததாகவும், அதன்பிறகே தனக்கு நோயிலிருந்து விடுதலை கிடைத்ததாகவும் பாபா கூறுவதுண்டு.

ஹரியைத் தான் பலமுறை உச்சரித்ததன் பயனாய், ஹரி தன் முன் தோன்றியதாகவும் பாபா கூறியிருக்கிறார்.

பாபா, பார்ப்பதற்கு ஃபக்கீர் போலத் தோன்றினாலும், இந்து சாதுக்கள் பலர் அவரை உணர்ந்து போற்றி வந்தனர்.

பாபா எப்போதும் மசூதியில் வசித்துவந்தார். அதனை பிராமண மசூதி என்றும், துவாரகா மயி என்றும் அவர் கூறினார். அந்த மசூதியில் இந்து முறைப்படி துனி என்னும் வேள்வி தீ வளர்த்துவந்தார். முஸ்லீம்களுக்கு விரோதமாகக் கூறப்படும் திருகையில் அரைப்பது, பஜனைகள் பாடுவது, சங்கு ஊதுவது, மணியடிப்பது, தீயில் ஆகுதி செய்வது போன்றவைகளை நடத்தினார். பக்தர்கள் தன் பாதத்தைக் கழுவி வழிபடுவதையும் அவர் அனுமதித்தார். ஆனால் சுன்னத் திருமணத்தை ஆதரித்தார். கோகுலாஷ்டமி விழாவை கோலாகலமாக நடத்தினார். அது முழுவதும் இந்து முறைப்படியே நடத்தவும் பாபா அனுமதித்தார்.

இந்துக்களுக்கு ஆதரவாக இருப்பதுவும், இந்துக்களின் அன்பைப் பெருமளவில் பாபா பெற்று வருவதும் முஸ்லீம் மக்களிடையே பெரும் கண்டனத்தைப் பெற்றிருந்தது. சில முஸ்லீம் இளைஞர்கள் பாபா மீது கடலளவு கோபம் கொண்டிருந்தனர். முஸ்லீம் மக்களுக்கு அவர் துரோகம்

செய்து வருவதாகவும் குற்றச்சாட்டு எழுந்தது.

இதனால் பாபா மீது கடும் ஆத்திரமடைந்த முஸ்லீம் அன்பர் ஒருவர், பாபாவின் பக்தர்களை எல்லாம் வெட்டிச் சாய்க்கப்போவதாகக் கூறியவாறு ஷீரடிக்கு வந்தார், கையில் ஆயுதத்துடன்.

கண்களில் கனல் தெறிக்க பாபா முன் வந்து நின்ற அந்த அன்பர், "உங்களை வணங்கிப் போற்றும் இந்தப் பக்தர்களின் தலைகளைக் கொய்து, இஸ்லாம் மதத்தைப் புனிதப்படுத்தப் போகிறேன்" என்றார்.

பாபாவோ அந்த அன்பரைப் பார்த்து, "நீ நினைப்பது சரியே. இஸ்லாம் மதத்தைப் புனிதப்படுத்த வேண்டும் என்ற உனது ஆர்வத்தை நான் மதிக்கிறேன். ஆனால் அதற்காக எனது பக்தர்கள் மீது கோபம் கொண்டு அவர்களை வெட்டிச் சாய்க்கப்போவதாக நீ கூறுவது தவறு. காரணம், அந்த பக்தர்களையெல்லாம் இங்கு ஈர்த்தது நான் அல்லவா! முஸ்லீம் வேடத்துடன் இந்த இந்து பக்தர்களின் அன்பைப் பெற்றிருப்பவன் நான் அல்லவா! ஆகவே என்னைத் தான் நீ முதலில் கொல்ல வேண்டும். இதோ, என் தலையை வெட்டி எடுத்துக் கொண்டு போ" என்று பொறுமையுடன் கூறினார்.

பாபாவின் இந்த உரையைக் கேட்ட அந்த முஸ்லீம் அன்பர் வெட்கித் தலைகுனிந்தார். பாபாவின் பெருந்தன்மையை உணர்ந்து தனது ஆயுதத்தை அங்கேயே விட்டெறிந்து விட்டு அவரை வணங்கினார்.

மற்றுமொரு சம்பவமும் சொல்வதுண்டு.

பாபாவின் மீது கோபம் கொண்ட முரடன் ஒருவன் அவரைக் கொன்றுவிடத் துடித்தான். பாபாவிற்குத் தெரியாமல் அவரின் பின்புறமாகச் சென்று நின்றுகொண்ட அவன், ஒரு பெரிய தடியை எடுத்து அவரது மண்டையில் போடுவதற்காகக் கையை ஓங்கினான்.

என்ன ஆச்சர்யம்!

ஓங்கிய கை அப்படியே செயலற்று நின்றது. அவன்

எவ்வளவோ முயற்சி செய்தும் கையை எதுவும் செய்யமுடியவில்லை. சில நொடிகளில் அவனுக்கு அந்த ஓங்கிய கையில் பெரும் வலி எடுத்தது. தாங்கமுடியாமல் கத்தத் தொடங்கினான்.

அங்கிருந்த பக்தர்கள் என்ன சப்தம் என்று திடுக்கிட்டு அங்கு வந்து பார்த்தனர். அதிர்ச்சியும் வியப்புமாக அப்படியே உறைந்து போய் நின்றனர்.

சற்று நேரத்திற்குப் பிறகு அந்த முரடனின் கையை பாபா தன் விரலால் லேசாகத் தொட்டார். அவன் உடனே மயக்கமடைந்து அப்படியே நிலத்தில் சாய்ந்தான். பின்னர் மயக்கத்தில் இருந்து விழித்தெழுந்து பாபாவின் திருப்பாதங்களைத் தொட்டு, தன்னை மன்னித்தருளுமாறு அவன் கதறினான். அப்படியே செய்தார் பாபா.

இதனைப் பார்த்த அனைத்துப் பக்தர்களும், பாபாவின் சக்தியை இன்னும் அதிகமாக உணர்ந்து, அவர் மீது அதிக பக்தியைச் செலுத்தத் தொடங்கினர்.

இன்னுமொரு பாபாவின் அற்புதம்!

கோபால் ராவ் குண்ட் என்ற பக்தருக்கு மூன்று மனைவியர். ஆனாலும் குழந்தைப் பேறுதான் அவருக்குக் கிடைக்கவில்லை. பாபாவிடம் வந்து கண்ணீர் மல்க தொழுது, குழந்தை வரம் வேண்டினார்.

பாபாவின் கருணையால் ஒரு ஆண் குழந்தையும் அவருக்குக் கிடைத்தது. மகிழ்ச்சி அடைந்த அவர், உருஸ் கொண்டாட ஆசைப்பட்டார். பாபாவும் அனுமதித்தார். ஸ்ரீராம நவமி அன்று உருஸ் கொண்டாடப்பட்டது. அது இந்து முஸ்லீம் ஒற்றுமைக்கு ஒரு திடமான அடித்தளமாக அமைந்தது.

அந்தப் பண்டிகையின் போது, சாதாரண கொடி ஒன்றும், எம்ப்ராய்டரி கொடி ஒன்றுமாக இரண்டு கொடிகள் ஊர்வலமாக துவாரகா மயிக்கு எடுத்து வரப்படும். மசூதியின் இரண்டு மூலைகளிலும் அக்கொடிகள் நாட்டப்படும்.

இந்த வழக்கம் இன்றளவும் ஷீரடியில் தொடர்ந்து நடைபெற்றுக் கொண்டிருக்கிறது.

அதேசமயம், முஸ்லீம்களின் ஈத் தொழுகையையும் அவர் ஆதரித்தார். சந்தனக்கூடு நிகழ்ச்சியை மனமுவந்து நடத்தி அருளினார். மசூதிக்குள் நமாஸ் செய்யவும் அவர் அனுமதி வழங்கினார். சந்தனக்கூடு நிகழ்ச்சியின்போது முஸ்லீம் பக்தர்கள் சந்தனத்தை அனைத்துப் பொருட்களிலும் தடவி வழிபடுவதையும், ஊதுவத்தியுடன் வீதிகளில் ஊர்வலம் செல்வதையும் அவர் அனுமதித்தார். அப்போது பேண்ட் வாத்தியங்கள் முழங்க அந்த ஊரே அல்லோல்படும்.

மொகரம் பண்டிகை மசூதியிலேயே கோலாகலமாக நடைபெற்றது. ஆனால் பண்டிகையின் ஐந்தாவது நாள் அன்று அது சம்பந்தப்பட்ட அனைத்துப் பொருட்களையும் மசூதியில் இருந்து வெளியேற்றி விடுவார்.

1912 ஆம் ஆண்டு, அங்கு ராமநவமி விழாவையும் நடத்த பாபாவின் அனுமதி கோரப்பட்டது. அவரும் அப்படியே வழங்கினார்.

எனவே ராமநவமி விழாவன்று பகலில் இரண்டு கொடிகளுடன் ஊர்வலம் நடைபெற்றது. இரவில் சந்தனக்கூடு ஊர்வலம் இனிதே நடைபெற்றது.

இதனைத் தொடர்ந்து 1913 ஆம் ஆண்டு தொடக்கம் முதல் இன்று வரை ஷீரடியில், உருஸ் மற்றும் ஸ்ரீராமநவமி ஆகிய இரு திருவிழாக்களும் ஒன்றாக, ஒரே நாளில் நடைபெற்று வருகிறது. சித்திரை மாதம் 8 ஆம் தேதி முதல் 12 ஆம் தேதி வரை நடைபெறும் விழாவில் இந்துக்களும், முஸ்லீம்களும் திரளாகக்கூடி கொண்டாடுவது மகிழ்ச்சியின் உச்சமாகவே இருக்கும்.

பாபா பயிற்சி பெற்ற பாதாள அறை

பாபா தனது 16வது வயதில்தான் ஷீரடியில் தோன்றினார். அப்படியானால் அதற்கு முன்?

அவரது சரித்திரத்தை ஏற்கெனவே பார்த்தோம். அவரது குருநாதர் வெங்குஸதாஸிடம் சுமார் 12 ஆண்டுகள் பயிற்சிகள் பெற்றதை அறிந்திருந்தோம்.

அந்தப் பயிற்சிகள் எங்கு நடந்தன என்பது சற்று ஆச்சரியமான, அதிர்ச்சி தரத்தக்க விதத்தில் இருந்தது.

எப்படி?

சிலர் இப்படியும் கூறுகின்றனர்.

'அதாவது,

ஷீரடியில் கிராமத்துக் கோயில் ஒன்று உண்டு. அங்கு வீற்றிருந்து அருள் பாலிப்பவர் கண்டோபா கடவுள். மிகவும் சக்தி வாய்ந்தவராகக் கருதப்படுபவர்.

அந்த ஊரைச் சேர்ந்த இளைஞர் ஒருவருக்கு திடீரென்று கண்டோபா சுவாமியின் சக்தி உள்புகுந்தது. அதனால் உந்தப்பட்ட அவர் திடீரென்று சாமியாடத் தொடங்கினார். அம்மக்கள் உடனே உணர்ச்சிவசப்பட்டு, அவருக்கு வேண்டிய சகல மரியாதைகளையும் செய்தனர்.

அப்போது சிலர், "சாய்பாபா யார் என்ற விவரம் தெரியவில்லை. பாபாவும் சரியாகச் சொல்ல மாட்டேன் என்கிறார். எனவே கண்டோபா சாமியாடியிடம் கேட்டுப் பார்க்கலாம். அவர் கண்டிப்பாக இதற்கான விடையைச் சொல்வார்' என்ற உறுதியான நம்பிக்கையுடன் அவரிடம் கேட்டனர்.

அந்தச் சாமியாடியும் இதற்குப் பதிலளித்தார்.

அந்த ஊரில் உள்ள குறிப்பிட்ட இடம் ஒன்றினைக் கூறி அங்கு சென்று தோண்டிப் பார்க்கும்படியும், அந்த இடம்தான் பாபா சுமார் 12 ஆண்டுகளாக அவரது குருநாதரிடம் பயிற்சி பெற்ற இடம் என்றும் தெரிவித்தார்.

மக்கள் ஆச்சர்யத்தின் உச்சத்தை அடைந்தனர்.

சாமியாடி கூறியது உண்மைதானா என்றறிய வேகமாக அவர் குறிப்பிட்ட இடத்தை நோக்கிச் சென்றனர். அந்த இடத்தை மண் வெட்டியால் தோண்டவும் ஆரம்பித்தனர்.

சிறிதளவு தோண்டியதும், அங்கே செங்கல்களால் செய்யப்பட்ட சமதளக் கல் தெரிந்தது. அதனை எடுத்துப் பார்த்தால், ஒரு பெரிய நிலைக்கதவு தென்பட்டது. அந்த அறைக்குள் நான்கு விளக்குகள் எரிந்தவாறே இருந்தன. அதனுள்ளே நிலவறை. பசுமுக உருவத்தில் அங்கு ஏராளமான மரப்பலகைகள், ஜபமாலைகள் இருந்தன. நிறைய பைகளும் அங்கு காணப்பட்டன.

இதனைப் பார்த்த மக்கள் வியப்பின் உச்சிக்கே சென்றுவிட்டனர். அவர்களால் இந்தக் காட்சியை நம்பவும் முடியவில்லை, நம்பாமல் இருக்கவும் முடியவில்லை.

அவை உண்மைதானா?! என்று தங்களுக்குள்ளேயே ஆச்சர்யத்துடன் கேட்டுக்கொண்டனர்.

வியப்பு தாளாமல் அப்படியே சாமியாடியிடம் ஓடிப்போய் இந்தக் காட்சியைக் கூறினார்கள்.

அவரும் அமைதியாக இதனைக் கேட்டுவிட்டு, அந்த இடம் புனிதமானது என்றும், எனவே, அதனை பயபக்தியுடன் பாதுகாத்து வரவேண்டியது அவ்வூர் மக்களின் கடமை என்றும் உணர்த்தினார். பின் முன்பிருந்த படியே அந்தக் கதவை மூடி விடுமாறும் அவர்களுக்குக் கட்டளையிட்டார்.

அந்தக் கிராமத்து மக்களும் அப்படியே செய்தனர் என்ற செய்தியும் பாபாவைப் பற்றிக் கூறப்படுகிறது.

மரணத்தை அறிந்த மகான் பாபா

1916ஆம் ஆண்டே தனக்கு மரணம் எப்போது வரப்போகிறது என்பதை அறிந்திருந்தார் சாய்பாபா.

அவர் எந்தவொரு விஷயத்தையும் நேரடியாகவோ, தெளிவாகவோ கூறுவது கிடையாது. ஏதோ மூன்றாவது நபர் சார்ந்த ஒரு விஷயமாகவே சம்பவங்களாகப் பேசுவார். அதனை மிகவும் நுணுக்கமாகக் கவனித்து உணர்ந்தால் மட்டுமே உண்மை விளங்கும்.

அப்படித்தான் அந்த ஆண்டு தசரா பண்டிகை கொண்டாடப்படும் தினம். விஜயதசமி விழாக்கள் உச்சகட்டத்தில் நடைபெற்றுக் கொண்டிருந்தன.

வழக்கம் போலவே ஊர் எல்லைக்குச் சென்று, உலாவி விட்டு, மசூதிக்குத் திரும்பினார் பாபா. அதுவரை எப்பொழுதும் போலவே அமைதியாகவும், ஆழ்ந்த சிந்தனையுடனும்

காணப்பட்டார்.

துனி எதிரே வந்து நின்றார். அதனையே, அந்த தீ ஜ்வாலையையே சற்று நேரம் கண்ணிமைக்காமல் பார்த்தவாறு இருந்தார்.

திடீரென்று ஆவேசம் வந்தவர் போல் காட்சி யளித்தார். அவர் விழிகள் இரண்டும் நெருப்புத் துண்டங்கள் போல் சிவப்பாக மாறின. தன்னுடைய தலையில் அணிந்திருந்த துணி, கஃப்னி உடை, லங்கோடு அத்தனையையும் கழற்றினார். துனியில் விட்டெறிந்தார். முழு நிர்வாண நிலையில் இருந்த பாபா, ஆத்திரமாகவும், கோபாவேசமாகவும் அங்கிருந்த பக்தர்களைப் பார்த்தார். ஏதேதோ சொல்லி உரக்கக் கத்தினார்.

அங்கு கூடியிருந்த பக்தர்கள் அனைவரையும் பாபாவின் இந்த நடவடிக்கை பயத்தில் உறைய வைத்தது. நடுநடுங்கிவிட்டார்கள்.

பாகோஜி சிந்தே என்ற பக்தர் மட்டுமே தைரியமாகப் பாபா அருகில் சென்று மற்றொரு லங்கோடை பாபாவிற்குக் கட்டினார்.

அன்றிரவு பதினோரு மணி வரை பாபாவும் ஆத்திரம் தணியாமலேயே இருந்தார். இதனால் வழக்கமாக நடைபெறும் சாவடி ஊர்வலம் நடக்காமல் போய்விடுமோ என்ற அச்சம் பக்தர்களிடையே எழுந்தது. ஆனால் பதினோரு மணிக்குப் பிறகு ஆத்திரம் அடங்கியவராக அமைதியடைந்தார் பாபா. சாதாரண நிலைக்கு வந்தார். வேறு உடைகளை அணிந்து கொண்டார். சாவடி ஊர்வலத்தைத் தொடங்குமாறு

பாபாவின் அனுமதியின்றி எடுக்கப்பட்ட புகைப்படத்தில் குடையின்கீழ்இருக்கும் பாபாவின் உருவம் மட்டும் படமாகவில்லை

கட்டளையிட்டார். அந்த ஊர்வலத்திலும் அவர் உற்சாகமாகப் பங்கேற்றார்.

இதன் பொருள் என்ன என்பது பிறகுதான் பக்தர்களுக்கு விளங்கிற்று. அதாவது, தனது வாழ்வின் எல்லையைக் கடப்பதற்கான நேரம் நெருங்கிவிட்டதைத்தான் பாபா இப்படி உணர்த்தியிருக்கிறார்.

இந்த உடல் என்பது எதுவுமே கிடையாது. மத வேறுபாடுகள் அனைத்தும் பொய்யானவை. அனைவருமே சகோதரர்கள். ஒற்றுமையுடன் வாழ்வதொன்றே நமது கடமை. இதனை உணர்த்துவதற்காக எடுத்த இந்த உடல் விரைவில் மறையப் போகிறது என்பதை பாபா இப்படி உணர்த்தியிருக்கிறார் என்பதன் உண்மை அதன்பிறகே அனைவருக்கும் புரிந்தது.

சமாதிக்கு முன்னரே சமாதி

பாபா உயிர் பிரிந்தது 1918 ஆம் ஆண்டில். ஆனால் அதற்கு முன்பாகவே சமாதி நிலை அடைந்து பக்தர்களை ஆச்சரியத்தில் ஆழ்த்தியவர் பாபா.

அது, 1886 ஆம் ஆண்டு.

மார்கழி மாதம்.

பௌர்ணமி.

பாபா ஆஸ்த்துமா நோய்த் தொல்லையால் வெகுவாகப் பாதிக்கப்பட்டு வந்தார். அதனை நிரந்தரமாக நீக்க அவர் முடிவு மேற்கொண்டார்.

அது சற்று வித்தியாசமானது. வியப்பின் உச்சத்திற்கே கொண்டு செல்லக்கூடியது.

மூச்சை அடக்கி சமாதி நிலையில் இருப்பது!

தனது பக்தர் மகல் சபதியிடம்

ஒருநாள், "தன்னுடைய ஆஸ்த்துமா தொல்லையில் இருந்து முழுமையாக விடுதலைப் பெற, தனது உயிரை மிக உயரே எடுத்துச் சென்று சமாதி நிலை அடையப் போகிறேன். இது மூன்றே மூன்று நாட்களுக்கு மட்டுமே. அதன்பிறகு மீண்டும் உயிரை எடுத்துக் கொண்டு எனது உடலை வந்தடைவேன். அந்த மூன்று நாட்கள் மட்டும் உயிரற்ற எனது உடலை பாதுகாப்பது உன் பொறுப்பு. அப்படி ஒருவேளை மூன்றாவது நாள் எனது உயிர் திரும்பி வரவில்லை என்றால், எனது உடலைத் திறந்த வெளியில் புதைத்து, அந்த இடத்தில் இரண்டு கொடிகளையும் ஊன்றி விடு" என்று கூறினார்.

இது அதிர்ச்சியும், வியப்புமாக இருந்தது சபதிக்கு. பாபா என்னதான் சொல்கிறார் என்பதைத் தெளிவாக உணர்வதற்கே அவருக்குச் சற்று நேரம் பிடித்தது.

ஆனாலும் மகானின் வாக்கை செயல்படுத்த முடியாது என்று மறுத்துச் சொல்ல முடியுமா என்ன?

சம்மதித்தார் மகல் சபதி..

ஆயிற்று. அன்றிரவு சுமார் 10 மணி இருக்கும். பாபா தரையில் அப்படியே சாய்ந்தார். ஏற்கெனவே கூறியபடி,

அவரது உயிரை எங்கோ கொண்டு சென்றுவிட்டார்.

ஒருநாள் சென்றது.

இரண்டாவது நாளும் நகர்ந்தது.

பாபா மரணமடைந்து விட்டதாகவே அவ்வூர் மக்கள் கருதினர். உடலை அடக்கம் செய்யாமல் அப்படியே போட்டு வைத்திருப்பது ஊருக்கு நல்லதல்ல என்றும் ஒருசாரார் பேசத் தொடங்கினர்.

இதனிடையே காவல்துறைக்கும் புகார் தெரிவிக்கப் பட்டுவிட்டது. வாகனத்தில் அங்கு வந்திறங்கினார் காவல்துறை அதிகாரி.

"பிணத்தை இப்படி வைத்திருப்பது சட்டப்படி தவறு. உடனடியாக அடக்கம் செய்வதற்கான ஏற்பாடுகளைக்

கவனி" என்று மிரட்டல் விடுத்தார்.

ஆனால், அதெப்படி முடியும்? மூன்று நாட்களுக்குத் தன் உடலைப் பாதுகாக்கும்படி பாபா ஆணையிட்டுள்ளாரே!

பாபா தனக்கிட்ட கட்டளையை அதிகாரியிடம் விவரித்தார் மகல் சபதி. தனக்காக மனம் இறங்குமாறு கெஞ்சவும் செய்தார்.

சரியாக மூன்று நாட்கள் மட்டுமே அவகாசம் தருவதாகவும், நான்காவது நாள் தொடங்கியதுமே, பாபா உடலை அடக்கம் செய்துவிட வேண்டும் என்றும் அதிகாரத் தொனியில் மிரட்டிவிட்டுச் சென்றார் காவல்துறை அதிகாரி.

திக் திக் என்று அடித்துக்கொண்டது சபதியின் இதயம்! அதன் துடிப்புகள் அருகிலிருந்தவர்களுக்குக்கூட கேட்டிருக்கும்.

தன்னிடம் கூறியதுபோலவே, பாபா மூன்றாவது நாள் வந்துவிட வேண்டும் என்று துடிதுடிப்புடன் காத்திருந்தார் சபதி.

பாபாவின் உயிரற்ற உடல்! அருகே பெருந்திரளாக ஜனங்கள்! அத்தனை பேர் கண்களிலும் ஒருவித ஆச்சர்ய எதிர்பார்ப்பு! நிகழுமா இந்த அதிசயம் என்பதைக் கண்டுணரும் ஆவல்!

மகல் சபதியின் மடியில் பாபாவின் உடல். மூன்று தினங்கள் முடிவடைந்தது. அங்கு திரண்டிருந்த அத்தனை பேரிடமும் ஒருவித பரபரப்பு. பாபா மீண்டும் உயிர்பெற்று எழுவது சாத்தியம்தானா?

அதிகாலை மூன்று மணி.

பாபாவின் உடலில் மெல்லிய அசைவு. உயிர் மீண்டும் அந்த உடலுக்குள் நுழைந்ததற்கான அறிகுறிகள். சுவாசம் வரத்தொடங்கியதை சபதி உணர்ந்தார். அவரது அடிவயிறு மெல்ல அசைவது தெளிவாகத் தெரிந்தது. பாபாவின் கண்கள் மெல்ல மெல்லத் திறந்தன.

மகதியின் கண்களில் தாரை தாரையாகக் கண்ணீர். கூடியிருந்த மக்களிடம் ஒரு நம்பமுடியாத வியப்பு. பரவசம்.

"சாய் பாபா.. சாய் பாபா" என்ற விண்ணதிரும் முழக்கங்கள்.

பாபா மெல்ல எழுந்தார். பக்தர்களிடம் தான் எங்கு சென்று வந்தேன் என்பது குறித்து விரிவாக விளக்கினார்.

"எனது நோயின் தாக்கம் முற்றிலும் அழிக்கப்பட வேண்டும் என்பதற்காக இந்த அபாயகரமான முயற்சியைத் துணிச்சலாக மேற்கொண்டேன். எனது உயிரை, எனது உடலில் இருந்து தனியாக எடுத்துக்கொண்டு அல்லாவைப் பார்க்கச் சென்றேன். அவரைத் தரிசனம் செய்த பின்னர் வைகுண்டத்தில் வீற்றிருக்கும் ஸ்ரீஹரியைத் தரிசனம் செய்யும் ஆவல் ஏற்பட்டது. அங்கும் சென்றேன். அங்கேயே தங்கிவிட மனம் விரும்பியது. ஆனால், இந்தப் பூவுலகில் இன்னும் நீ செய்ய வேண்டிய கடமைகள் நிறைய இருக்கின்றன. எனவே, அங்கேயே திரும்பிப் போ' என்று ஸ்ரீஹரி தனக்குக் கட்டளையிட்டார். அவருடைய வரத்தை ஏற்று மீண்டும் உங்கள் முன் வந்துவிட்டேன்" என்று பாபா கூறியதைக் கேட்டதும் பக்தர்கள் அனைவரும் பரவசத்தில் நெகிழ்ந்து போயினர்.

❀❀❀

மரண வாயிலில் பாபா

1918ஆம் ஆண்டு.

தன் மரணம் விரைவில் நிகழ இருப்பதை அவர் தீர்க்கமாகப் புரிந்து கொண்டார். அதற்கேற்ப தனது வாழ்க்கை முறையையும் அமைத்துக் கொண்டார்.

தனது நெருங்கிய பக்தர்களில் ஒருவரான வஜே என்பவரை அழைத்தார். தன் அருகே அமர்ந்து ராமவிஜயம் நூலை முழுவதுமாக உரக்கப் படிக்குமாறு ஆணையிட்டார்.

வஜேயும் அந்நூலைப் படிக்க ஆரம்பித்தார். இரவும் பகலும் விடாமல் படித்துக்கொண்டே இருந்தார். பாபாவும் எந்தவொரு சலனமும் இல்லாமல் அதனை மெய்மறந்து கேட்டு ரசித்து இன்புற்றார்.

மூன்றே நாட்களில் இரண்டாவது பாராயணத்தைப் படித்து முடித்தார்.

எனினும் பாபாவிற்கு அலுப்புத்

தட்டவில்லை. தொடர்ந்து படிக்குமாறு பக்தருக்குக் கட்டளையிட்டார்.

வஜேயும் தொடர்ந்து ராமவிஜயத்தைப் படித்துக் கொண்டே இருந்தார்.

இப்படி பதினோரு நாட்கள் தொடர்ந்து படித்துக் கொண்டே இருந்தார். போதும் என்று பாபா சொல்லாமல் அதனைக் கேட்டு இன்புற்றுக் கொண்டே இருந்தார்.

இருப்பினும் வஜேயால் அதற்கு மேல் அந்நூலைப் படிக்க முடியவில்லை.

தயக்கத்துடன் பாபாவிடம், "என்னால் இதற்கு மேல் படிக்க முடியவில்லை பாபா. ரொம்பவும் களைப்பாக இருக்கிறது" என்று கூறினார்.

அதனைப் புரிந்து கொண்ட பாபாவும், அத்துடன் படிப்பதை நிறுத்திக்கொள்ள அனுமதித்தார்.

அவரும் படிப்பதை நிறுத்திக் கொண்டார்.

அப்புறம் நீண்ட அமைதி காத்தார் பாபா. பக்தர்களும் வெகு அமைதியுடன் அமர்ந்திருந்தனர்.

அநேகமாக கடந்த செப்டம்பர் மாதம் முதல் பாபா உணவு உட்கொள்வது குறைந்து போயிருந்தது. சொல்லப்போனால் முற்றிலும் இல்லாதிருந்தது என்பதே உண்மை. இதனால், பாபா எழுந்து நடமாட முடியாத நிலையில் இருந்தார். இப்படிப்பட்ட நிலையிலும் தான் சமாதி அடைவதற்கு மூன்று நாட்கள் முன்பு வரை பாபா பக்தர்களின் வீடுகளுக்குச் சென்று பிச்சை எடுத்து வந்திருக்கிறார். அவரைப் பக்தர்கள் சிலர் கைத்தாங்கலாக அழைத்துப் போயிருக்கின்றனர்.

இந்நிலையில், பக்தர்களிடம் திடீரென்று அவர் பேசினார். "நீங்கள் யாரும் மனமுடைய வேண்டாம். கவலைப்படாமல் இருங்கள்" என்றார்.

அப்புறம் அடியவர்களிடம், 'எனக்கு இந்த மசூதியில் இருப்பது அசௌகர்யமாக உள்ளது. புட்டியினுடைய

தகடிவாடாவுக்கு என்னை எடுத்துச் செல்லுங்கள்" என்று கேட்டுக்கொண்டார்.

பின்னர் தனது பக்தர் பூடியைப் பார்த்து, "ராதாகிருஷ்ணன் கோயிலுக்காக இடம் விடச் சொல்லியிருந்தேனே! அந்த இடத்தில் ஆறடி நீளம் இரண்டடி அகலத்தில் குழி ஒன்றை வெட்டி வையுங்கள்" என்று உத்தரவிட்டார்.

தகடிவாடா என்று பாபா கூறியது ஒரு கல் கட்டிடம். பாபாவைத் தரிசிக்க வரும் பக்தர்களுக்காக அவரது பக்தர் பூடி என்பவரால் எழுப்பப்பட்ட கல் கட்டிடம் அது.

அதனைக் கட்டும்போதே பூடியிடம் பாபா கூறினார், "அக்கட்டிடத்தின் மத்தியில் சிறிதளவு இடம் வைக்கவும். அதில் ராதாகிருஷ்ணன் ஆலயம் அமைய இருக்கிறது'' என்றார்.

பாபா இப்படிக் கூறியதன் பொருள் அந்த பக்தருக்கு அப்போது விளங்கவில்லை. இப்போது தெளிவாகியது.

பாபா மேலும், "அங்கு நான் நலமடையப் போகிறேன்" என்று பக்தர்களிடம் கூறினார். இது அர்த்தம் பொதிந்த சூட்சுமமான வார்த்தைகள்.

இதுதான் பாபா கூறிய கடைசி வார்த்தையும் கூட.

'நலமடையப் போகிறேன்' என்றால்... அதற்கு அர்த்தம் என்ன? ஆனால், அதற்கான பொருள் சில பக்தர்களால் மட்டும் புரிந்துகொள்ள முடிந்தது.

பாபா தன் கடைசி நிமிடத்தைத்தான் இப்படிக் கூறுகிறார் என்பதை உணர்ந்த அடியவர்கள் திகைத்துப்போய் செய்வதறியாது நின்றனர்.

அது 1918 ஆம் ஆண்டு அக்டோபர் மாதம் 15 ஆம் நாள் பிற்பகல். ஒரு மிக முக்கிய கட்டத்தை நோக்கி மகான் பாபா நெருங்கிக் கொண்டிருந்த வேளை.

பயாஜி கோதையின் மேனியில் பாபா சாய்ந்திருந்தார்.

பக்தர்கள் பெரும் திரளாக அங்கே கூடியிருந்தனர்.

அத்தனை பேர் முகங்களிலும் சோகம்..சோகம்.. பாபாவின் அந்திமக் காலம் நெருங்கி விட்டதை ஏற்றுக்கொள்ள முடியாத பதற்றம்.

பாபா. பாபா.. என்று அத்தனை பேரும் மனதிற்குள் உருகினர்.

தனது மேனியில் சாய்ந்திருந்த பாபாவிடம் சலனம் ஏதுமில்லாமல் இருப்பதை உணர்ந்தார் பயாஜி.

பாபாவிற்கு என்ன ஆயிற்று?

பாபாவின் மூச்சு நின்று போய்விட்டதை அவர் பூரணமாக உணர்ந்து கொண்டார். உள்ளம் பதறியது. இதயம் அவருக்குப் பலமாக அடித்துக் கொண்டது.

சிறிது தண்ணீர் கொண்டுவரும்படிக் கூறினார் பயாஜி.

நானாசாகேப் பதற்றத்துடன் தண்ணீர் கொண்டுவந்து பாபாவின் வாயில் மெல்ல ஊற்றினார்.

அது வெளியே வடிந்து விழுந்தது.

''ஓ... தேவா!'' என்று கூக்குரலுடன் கதறினார் நானாசாகேப்.

உடனே சட்டென்று கண்களைத் திறந்த பாபா, "ஆ!" என்றார். அல்லது அப்படி கூறியது போலத் தோன்றியது.

அனைத்தும் நொடிப்பொழுது நேரமே.

பாபா மரணத்தைத் தழுவிக்கொண்டார்.

இந்தச் செய்தி காட்டுத் தீ போலப் பரவியது.

பக்தர்கள் அங்கு திரளத் தொடங்கினர். "பாபா.. பாபா" என்ற கதறல் ஒலி அந்தக் கிராமத்தை உலுக்கியது. துக்கத்தை அடக்க முடியாத பக்தர்கள் சிலர் தெருவில் உருண்டு புரண்டு அழுதனர். சில பேர் உணர்ச்சிப் பெருக்கில் மயக்கமடையவும் செய்தனர். திடமனதை உடைய பக்தர்கள் சிலரோ, பாபாவின் பொன் மொழிகளையும், அவரது பஜனைப் பாடல்களையும் மனமுருகிப் பாடினார்கள்.

மனித உடலுக்கு மரணம் உண்டு. ஆனால் ஆன்மாவிற்கு?

அழிவே கிடையாது. அதிலும் கடவுளாக, மகானாக இருந்த பாபாவிற்கு அழிவே கிடையாது.

மரணம் கூறிய சகுனம்

பாபாவின் மரணத்தை முன் கூட்டியே தெரிவிக்கும் முகமாக ஒரு சகுனத்தடை நிகழ்ந்த சம்பவமும் உண்டு.

பாபா தன்வசம் செங்கல் ஒன்றை வைத்திருந்தார். இரவு நேரங்களில் அதில் சாய்ந்து படுத்திருப்பது அவரது வழக்கம்.

இந்தச் செங்கல் ஏதோ தெருவிலோ, அல்லது சூளையிலோ கிடைக்கப் பெற்றதல்ல. பாபாவின் குருநாதர் வெங்குஸதாஸ் அளித்தது. அதனுடன் ஒரு வஸ்திரத்தையும் அவர் அளித்திருந்தார். அதிலும், அந்த செங்கலில் தன் பாதத்தைப் பதித்து பாபாவிற்கு அவரின் குருநாதர் அளித்திருந்தார். இவ்விரண்டையும் கண்களைவிடவும் கவனமாகப் பாதுகாத்து வந்தார் பாபா. இன்னும் ஒருபடி மேலே சொல்வதானால், தனது குருநாதராகவே பாவித்து வந்தார்.

பாபா உறங்குவதற்கான படுக்கையை உதறி விரித்து, தக்க ஏற்பாடுகளைச் செய்வது

மகல் சபதி. பாபாவின் பணியாளர் மாதவபதஸே தான் அந்தச் செங்கலையும், வஸ்திரத்தையும் கவனமாக எடுத்து வந்து படுக்கையில் வைப்பது வழக்கம். அதில் தலைவைத்து நிம்மதியாக பாபா உறங்குவது, ஒரு அற்புதமான குழந்தை கண்மூடி துயில் கொள்வது போல் அத்தனை அழகாக இருக்கும்!

பாபா முக்தி அடைவதற்குச் சொற்ப தினங்களுக்கு முன்புதான் அந்த அசம்பாவித சம்பவம் நிகழ்ந்தது.

வழக்கம்போல அன்று இரவும் அந்தச் செங்கலை பணியாளர் எடுத்து வந்தார் பாபாவின் படுக்கையில் வைப்பதற்காக.

ஆனால்–

அப்போது சற்றும் எதிர்பாராத அந்தச் சம்பவம் நடந்தது.

அதுநாள்வரை எந்தத் தடங்கலும் இல்லாமல் ஒருவித நேர்த்தியுடன் நடந்துவந்த செயல், அன்று தடுமாறியது.

பணியாளர் கையிலிருந்த அந்தச் செங்கல், படுக்கையில் வைக்கப்படுவதற்கு முன்னரே முந்திக் கொண்டது. தவறுதலாக அவர் கைகளிலிருந்து கீழே விழுந்தது. செங்கல் உடைந்தும் போனது.

பணியாளர் பதறிப் போனார். இதனைப் பார்த்த மகல் சபதி, 'என்ன நடக்கப் போகிறதோ' என்று அஞ்சி நடுங்கினார்.

காரணம் அந்தச் செங்கலின் மகிமையும், பாபா அதனைப் போற்றிப் பாதுகாத்து வருவதும் அவருக்கு மிக நன்றாகவே தெரியும்.

ஆனால் பாபாவிற்கோ கிஞ்சித்தும் கோபம் வரவில்லை. ஆத்திரமும் அவர் அடையவில்லை.

"உடைந்து போனது வெறும் செங்கல் அல்ல. என் ஆயுட்கால சிநேகிதன். என் உயிர் அது உடைந்தது என்னுடைய விதி!" என்று மிகுந்த வருத்தத்துடன் கூறிய பாபா, அப்படியே தரையில் வேதனையுடன் அமர்ந்து விட்டார்.

பாபாவிற்குப் புரிந்து விட்டது! இந்தச் செங்கல் தவறுதலாகக் கீழே விழவில்லை. அது விரைவில் நிகழப்போகும் ஏதோ ஒரு துர் சம்பவத்தை இப்போதே அறிவிக்கும் முன்செயல்!

செங்கல் உடைந்ததை அறிந்த பக்தர்கள் பலர் கடலின் ஆழத்தைக் காட்டிலும் அதிகள வான வேதனையை அடைந்தனர். பாபாவிடம் ஓடோடிச் சென்று அதற்கு ஏதாவது பரிகாரம் செய்யத் தயாராக இருப்பதாகக் கூறினர். அந்தச் செங்கலை வெள்ளிக் கம்பிகளால் இணைத்துத் தருவதாகவும் உணர்ச்சிவசப்பட்டுக் கூறினர்.

ஆனால் அதனை ஏற்றுக்கொள்ளும் மனோநிலையில் பாபா இல்லை. "எதுவும் தேவையில்லை. இந்த உலகத்தை விட்டு நான் போகும் காலம் நெருங்கிவிட்டது என்பதையே இந்தச் சம்பவம் உணர்த்துகிறது. ஆகவே இதைப்பற்றிய கவலையை விட்டுவிடுங்கள்" என்றார் தீர்க்கமாக.

இதைக் கேட்ட பாபாவின் பக்தர்கள் அப்படியே கற்சிலை போல் சமைந்து போய் நின்றனர். அனைவரின் மனதிலும் லட்சம் தடவை சுனாமி வந்தது போன்ற மிகப்பெரும் தாக்கம்! அதிர்ச்சி!

வெடித்து அழுதனர். துக்கம் தாங்காமல் கண்ணீர் விட்டுக் கதறினர். நெஞ்சில் அடித்து தங்கள் சோகத்தை வெளிப்படுத்தினர்.

ஆயினும், விதி வலியது!

பாபாவின் உடல் நல்லடக்கம்

பாபாவின் மரணம் பக்தர்களை சோகத்தில் ஆழ்த்தியதைவிட மற்றொரு துன்பகரமான நிகழ்ச்சி நடந்ததுதான் சோதனை.

பாபாவின் உடலை எங்கு நல்லடக்கம் செய்வது?

மரணத்தைத் தழுவும் தறுவாயில் தகடிவாடாவில் எழுப்பப்பட்ட கல் கட்டிடத்தின் நடுவே குழி தோண்டுமாறு பாபா உத்தரவிட்டது ராமச்சந்திர பாட்டீல் என்ற பக்தரின் மனதில் ஓடியது. அது, அவரின் பூத உடலை நல்லடக்கம் செய்வதற்கான பாபாவின் உத்தரவு என்பதில் அசைக்கமுடியாத உறுதி அவருக்கு இருந்தது.

ஆகவே, அனைவரிடமும், பாபாவின் உடலை தகடிவாடாவில் தான் அடக்கம் செய்ய வேண்டும் என்பதை அழுத்தமாகத் தெரிவித்தார். அதனை அவரது பக்தர்கள்

பலரும் ஆமோதித்தனர்.

ஆனால் அவ்வூர் முஸ்லீம் அன்பர்கள் அதனை ஏற்றுக்கொள்ள மறுப்பு தெரிவித்தனர். தகடிவாடாவில் அடக்கம் செய்வதற்குத் தங்களின் கடும் எதிர்ப்பையும் வெளியிட்டனர். மாறாக, தங்கள் இன வழக்கப்படி ஊரின் திறந்தவெளியில் பாபாவின் உடலை நல்லடக்கம் செய்வதே சரி என்ற வாதத்தை அவர்கள் எழுப்பினர். இதனை ஏற்காமல் வேறு எங்காவது அவரது உடலை நல்லடக்கம் செய்வதைத் தங்களால் ஏற்க முடியாது என்பதிலும் அவர்கள் பிடிவாதமாக இருந்தனர்.

இது ஏனைய பக்தர்களைக் குழப்பத்தில் ஆழ்த்தியது.

பாபாவின் உடலை நல்லடக்கம் செய்வதில் இரு கோஷ்டிகளாக அம்மக்கள் பிரிந்து தர்க்கத்தில் ஈடுபட்டதால், நல்லடக்கம் செய்வதில் கடும் சிக்கல் ஏற்பட்டது.

இந்த விவாதம் முடிவில்லாமல் நீண்டது. மணித்துளிகள் போய்க்கொண்டே இருந்தன. பாபாவின் பூத உடல் அசைவின்றி அங்கேயே கிடத்தப்பட்டிருந்தது. இதனால் அங்கு வழக்கமாக நடைபெறும் பூஜைகள் கூட நடத்தப்படாமல் ஸ்தம்பித்தது. பக்தர்கள் அனைவரும் மனத்தாங்கலுடன் வருத்தம் தோய்ந்தவர்களாக இரவும் பகலுமாய் மாறி மாறி கண்விழித்துக் காத்திருந்தனர்.

முடிவு காணப்படுவதில் காலதாமதம் ஏற்பட்டுக் கொண்டே இருந்தது.

அப்போது லட்சுமணன் மாமாவின் கனவில் பாபா தோன்றினார். அவருக்கு கட்டளையும் இட்டார். "பாபா சாகேப் ஆகிய நான் இறந்துவிட்டதாக அனைவரும் நினைக்கின்றனர். அது உண்மையே. இனி அவர் வரமாட்டார். அதற்காக நீ ஏன் பூஜைகள் செய்வதை நிறுத்த வேண்டும்? உன் வழிபாட்டைத் தொடர்ந்து நடத்து. அதற்கு எந்தத் தடையும் வராமல் நான் பார்த்துக் கொள்கிறேன். அதனால் யாருக்கும் தீங்கு ஏற்படாமலும் நான் கவனித்துக் கொள்கிறேன். போ, உன் கடமையைச் செய்" என்றார்.

லட்சுமணன் மாமா என்பவர் பாபாவின் விசுவாசி. அவர் மீது தீவிரப் பற்று கொண்டவர். வைதிகப் பிராமணர். அந்தக் கிராமத்தின் ஜோசியரும் கூட.

உடனடியாக அங்கு பூஜைக்கான ஏற்பாடுகளைச் செய்யத் தொடங்கினார் அவர். அங்கு கூடியிருந்த பக்தர்கள் சிலர் இதற்கு எதிர்ப்பு தெரிவித்தனர். பாபாவின் பூதஉடலை நல்லடக்கம் செய்யாமல் பூஜை செய்வது சரியல்ல என்பது அவர்களின் வாதம்.

ஆனால், லட்சுமணன் மாமா, தன் கனவில் பாபா தோன்றி இவ்வாறு செய்யுமாறு தனக்கு கட்டளையிட்டதை விவரித்ததும், அனைவரும் அடங்கிப் போயினர். தங்கள் பிடிவாதத்தைத் தளர்த்திக் கொண்டனர்.

ஆகவே, பூஜைகள் வழக்கம்போல் நடைபெற்றன.

ஆனால் நல்லடக்கம் செய்வதில் ஏற்பட்ட கருத்து மோதல்கள் மட்டும் முடிவின்றி அனுமார் வால் போலத் தொடர்ந்து கொண்டே போனது. அப்புறம் இறுதியாக அனைவரும் ஒரு சுமுகமான முடிவிற்கு வந்தனர்.

பாபா உடலை எங்கு அடக்கம் செய்வது என்று அவ்வூர் மக்களிடையே ஒரு பொது வாக்கெடுப்பு நடத்தி, முடிவெடுப்பது என்று தீர்மானித்தார்கள்.

அதுபோலவே பொது வாக்கெடுப்பும் நடத்தப்பட்டது.

அதன் முடிவு?

மூன்றில் இரண்டு பங்கு பேர், பாபாவின் விருப்பப்படி தகடிவாடாவில் அவரது உடல் நல்லடக்கம் செய்யப்பட வேண்டும் என்று வாக்களித்தனர்.

அங்கே ஜனநாயகம் வென்றது.

இதற்குள் பாபா உயிர் பிரிந்து 36 மணி நேரங்கள் ஆகிவிட்டிருந்தது. இதனால் அவரது உடல் என்ன நிலைமையில் இருக்குமோ என்ற அச்சம் + கவலை அனைவரையும் சங்கடத்தில் ஆழ்த்தியது.

இப்படிப்பட்ட பயத்துடனேயே அவரது உடலைக் கொண்டு செல்வதற்காக பக்தர்கள் தூக்க முற்பட்டனர். என்ன ஆச்சர்யம்! பாபா உடல் உறக்கத்தில் இருப்பவரின் உடல் போல அப்படியே இருந்தது. சிறிதளவு கூட விறைக்கவில்லை. அவரது கைகள், கால்கள், தலை எல்லாமே உயிருள்ளவரின் உடல் உறுப்புகள் போல வளைந்து கொடுத்தன. அவரின் கஃப்னி உடை கூட, மயக்கத்தில் இருப்பவரிடம் துணியைக் கழற்றி எடுக்கிறவிதமாகவே எடுக்க முடிந்தது. வெட்டி எடுக்க வேண்டிய நிலை ஏற்படவில்லை.

இது அங்கிருந்த அனைவரையுமே வியப்படையச் செய்தது.

இது எப்படி சாத்தியம்? இதென்ன லீலை?

மெய்சிலிர்த்துப் போனார்கள் அனைவரும்.

புதன் கிழமை மாலை சாய்பாபாவின் திருமேனி ஷீரடி வீதிகளில் ஊர்வலமாக அழைத்துச் செல்லப்பட்டது. அவரது உடலுக்குச் செய்ய வேண்டிய அனைத்து சடங்குகளும் சம்பிரதாய முறைப்படி செய்யப்பட்டது.

தகடிவாடாவில் ராதாகிருஷ்ண சுவாமியின் கோயில் கட்டுவதற்காக ஒதுக்கப்பட்ட அதே இடத்தில் பாபாவின் உடல் வைக்கப்பட்டது. பக்தர்கள் அனைவரும் பாபாவை நினைத்து உருகி பஜனைகள் பாட, மொத்த பக்தர்களும்

கண்களில் வழிந்தோடும் கண்ணீரை அடக்க முடியாமல் வழியவிட, 'பாபா... பாபா' என்ற கூக்குரல் அந்தப் பகுதி முழுவதும் நிறைந்திருக்க...

மகான் சாய்பாபாவின் பூத உடல் அங்கு நல்லடக்கம் செய்யப்பட்டது.

முரளிதர் என்ற ராதாகிருஷ்ணரின் மூலஸ்தானம் அமைக்கப்பட வேண்டிய இடத்தில் பாபாவின் பூத உடல்.

ஆக–

பாபா, முரளிதர் ஆனார்!

அந்த இடம் பாபாவின் கோவிலாக இன்றளவும் இருந்து வருகிறது. பக்தர்கள் மெய்மறந்து பாபாவைத் தரிசித்து சகல சௌபாக்கியங்களையும் அடையப் பெறுகின்றனர்.

ஷீரடியில் பாபா மூட்டிய யாகக் குண்டம் இன்றளவும் அணையாமல் யாகம் வளர்க்கப்பட்டுக் கொண்டே இருக்கிறது. அந்தக் குண்டத்தில் உள்ள சாம்பலே இன்றும் பாபாவின் பிரசாதமாகப் பக்தர்களுக்கு வழங்கப்பட்டு வருகிறது. அதனை ஏற்று அணிந்து கொள்ளும் பக்தர்களின் வாழ்வும் சிறப்புற்று விளங்குகிறது.

பாகம்

இரண்டு

பாபாவின் நெருங்கிய பக்தர்களும், அதிசய நிகழ்வுகளும்

பாபாவின் முக்கிய பக்தர்கள்

பக்தர்களின் கூட்டம் பாபாவின் முன்பு எப்பொழுதும் அலையடிக்கும். முண்டியடிக்கும். அவரின் அற்புதங்களைக் கண்டு ஆச்சர்யம் பொங்கும். தங்கள் வாழ்வின் துயர்தீர அவரை வணங்கித் தொழும். அனைத்து வளங்களும் கிடைக்க அவரைப் போற்றிப் புகழும். பக்திப் பாடல்களைப் பாடி மகிழ்விக்கும்.

'பாபா... பாபா...' என்று பித்துப் பிடித்தது போல் அந்தச் சித்தரின் பெயரையே உச்சரித்து மகிழும் பக்தர்கள்.

அவர்களுக்கு எல்லாமே பாபா தான்!

சிவ பக்தர்கள், பாபாவைப் பார்க்கும் போது சிவனைக் கண்டார்கள். கண்கள் பனிக்க ஆச்சர்ய வியப்பில் அப்படியே அடிதொழுது வணங்கினார்கள்.

ஹரியைப் பூஜிப்பவர்கள் ஷீரடியில் பாபாவைப் பார்க்க வந்தும், ஹரியையே கண்டு உணர்ந்தார்கள். உடல் புல்லரிக்க லயித்து மகிழ்ந்தார்கள்.

அல்லாவைத் தொழும் பக்தர்கள் அங்கே அல்லாவையே வணங்கிச் சென்றனர்.

இப்படி அத்தனை பக்தர்களுக்கும் அவர்கள் வணங்கும் ஆண்டவனின் ரூபத்திலேயே காட்சியளித்தார் மகான் பாபா.

காரணம் அவர்தான் இறைவன்!

உலகை ரட்சிப்பவன்!

எங்கும் நிறைந்தவன்!

தன் பாதம் தொழுதவர்களின் பாதம் வலிக்காது தாங்கும் சக்தி கொண்ட நல்லான் அவர்!

'எல்லாம் பாபா தான்' என்று தன் மீது முழு நம்பிக்கையோடு வரும் பக்தர்களுக்குச் சற்றும் ஏமாற்றத்தை அளிக்காத உயர்ந்தவர் பாபா!

பிச்சை எடுத்துவந்த உணவைத் தான் உண்ணாமல் தன் பக்தர்களுக்கும், பறவைகளுக்கும். நாய்களுக்கும், பூனைகளுக்கும் அளித்து இன்புற்றவன் அந்த மகான்!

உயர்ந்தவன்!

மனித உருவில் வந்த மகான்!

சட்டைப் பையில் இருக்கும் பக்தர்கள் அருளிய காசு, பணத்தை எல்லாம் பக்தர்களுக்கே அள்ளி வீசிய பெருந்தகையாளன்!

நோயுற்ற பக்தர்களுக்கு அதனைத் தீர்த்தருளியவன் அவன்!

பாபாவைப் பற்றி இவ்வாறு எவ்வளவோ சொல்லிக் கொண்டே போகலாம்.

அந்த அளவிற்குக் கருணை உள்ளம் கொண்டவர்

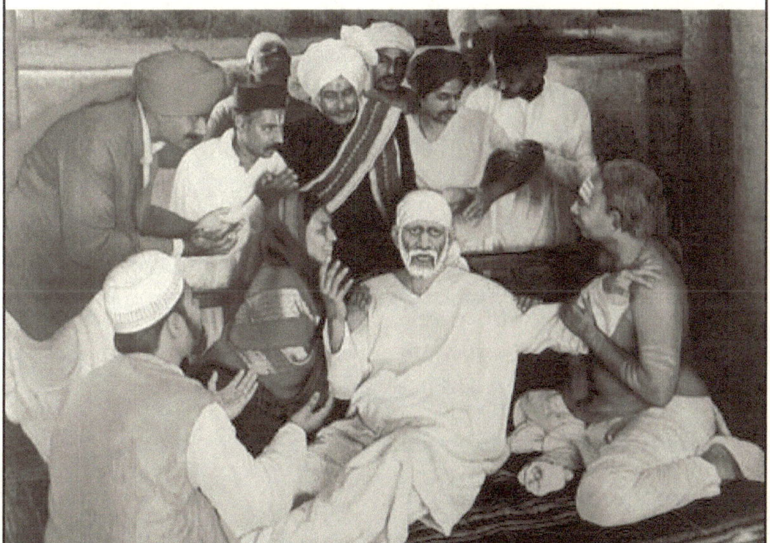

அவர்.

இரக்கமும் அன்பும் கொண்டவர்.

அதன் காரணமாகவே அவரைத் தேடி பக்தர்கள் வெள்ளமெனத் திரண்டனர். அவர் கூறுவதை வேத வாக்காகவே எடுத்து, தமது வாழ்க்கையை அமைத்துக் கொண்டனர். எத்தனை துயரங்கள் வந்த போதிலும் அதனை பாபாவால் மட்டுமே தீர்க்க முடியும் என்று மனதார நம்பினர்.

இப்படிப்பட்ட நம்பிக்கை கொண்ட பக்தர்களில் பாபாவுடனே இருந்து, பாபாவிற்கு அனைத்துப் பணிவிடைகளும் செய்து தங்கள் பாவம் போக்கிக் கொண்ட பக்தர்கள் சிலரும் உண்டு. அவர்கள் வாழ்வில் பாபா நிகழ்த்திய அற்புதங்கள் ஏராளம்.

அப்பேர்ப்பட்ட பக்தர்களைப் பற்றி நாம் தெரிந்து கொள்வது நம்மை பாபாவின் பக்கம் மேலும் கொண்டு செல்லும் நல்வழியாக அமையும் என்பது உறுதி.

மகல் சபதி, பையாஜி, ஷாமா, தத்யா என்று அவரின் நெருங்கிய தீவிர பக்தர்களின் பெயர்களை வரிசைப்படுத்திக் கொண்டே போகலாம்.

அந்த மகானின் அருகில் இருந்து அவருக்கு வேண்டிய அனைத்துப் பணிகளையும் செய்து, அவரது துக்கத்திலும், துயரத்திலும், இன்பத்திலும், மகிழ்ச்சியிலும் பங்கு கொள்ளும் பாக்கியம் பெற்ற இவர்களும் நம்மைப் பொறுத்த மட்டில் புனிதமானவர்களே. புண்ணியம் செய்தவர்களே.

பாபாவிற்குப் பணிவிடை செய்யும் பேறு கிடைக்கப் பெற்றது அவர்களுக்குக் கிடைத்த வரம்.

அவர்கள் செய்த யோகம்.

பூர்வ புண்ணியம்.

அவர்களைப் பற்றிப் படிப்பது, தெரிந்து கொள்வது என் பது நமக்குக் கிடைத்த ஒரு நல்வாய்ப்பு. அரிய சந்தர்ப்பம்.

நாம் செய்த பாக்யம்.

கருணைக் கடல் ஸ்ரீஷீரடி சாய்பாபா

இதனைப் புரிந்து, உணர்ந்து மேலே தொடர்ந்தால் உங்கள் பாவங்கள் மறைந்து புண்ணியங்கள் பெருக வாய்ப்புகள் அதிகம்.

காரணம் சாய்பாபாவின் அருள் பார்வை இங்கே கிடைக்கும் சந்தர்ப்பம் அதிகம்.

இனி

பக்தர்களைப் பற்றி...

மகல் சபதி

மகல் சபதி பாபாவின் முக்கிய பக்தர்களில் ஒருவர். ஷீரடி கோயில் பூசாரியாக இருந்தவர் இவர்.

இரண்டாவது முறையாக பாபா திருமண கோஷ்டியுடன் ஷீரடி திரும்பியதும், அவர் தங்குவதற்கு ஒரு இடம் தேவைப்பட்டது. அந்த ஊரிலிருந்த ஒரே கோயிலைப் பார்த்தார் பாபா. அந்தக் கோயில் அவருக்கு மிகவும் பிடித்துப் போயிற்று. அங்கேயே, தான் தங்க விரும்புவதாகத் தெரிவித்தார்.

இதனை மகல் சபதியால் ஏற்றுக்கொள்ள முடியவில்லை. காரணம் பாபா ஒரு முஸ்லீம் என்றே அவர் நம்பினார். ஒரு முஸ்லீமை எப்படி இந்துக் கோயிலுக்குள் அனுமதிப்பது என்பதில் சபதிக்கு ரொம்பவும் தயக்கம் இருந்தது. எனவே அதற்குக் கண்டிப்பாக மறுத்துவிட்டார்.

பாபா மீது அபரிமிதமான பாசமும், அன்பும்

கொண்டவர்தான் மகல் சபதி. ஆயினும் மத வேற்றுமை அவரை இப்படி மாற்றியிருந்தது.

ஆனாலும் பாபா தங்குவதற்கு ஏதாவது மாற்று ஏற்பாடு செய்ய வேண்டுமென்று சபதி விரும்பினார். ஊரின் ஓரமாக யாராலும் பயன்படுத்தாமல் பாழடைந்த நிலையில் இருக்கும் மசூதியில் பாபா தங்க அனுமதிக்கலாம் என்று அவர் யோசனை தெரிவித்தார்.

இப்படித்தான் பாபா மசூதியில் தங்க ஆரம்பித்தார்.

இந்தச் சம்பவம் நடந்த சொற்ப நாட்களுக்குள்ளேயே சபதியின் மனம் மிகவும் மாறிப் போயிற்று. பாபா மீதான அவரது அன்பு அதிகரித்தது. பாபாவைத் தாம் பூஜை செய்யும் அந்தக் கோயிலுக்கு வருமாறு வற்புறுத்தி அழைத்தார். பாபாவும் இன்முகத்துடன் அங்கு வருகை தந்தார்.

பாபா வந்த பிறகு அந்தக் கோயில் வளாகம் முழுவதும் மிகவும் பரிசுத்தமானதாக சபதி பெருமையுடன் கூறியுள்ளார்.

இது பாபாவின் ஆத்மார்த்த சக்திக்குக் கிடைத்த மாபெரும் வெற்றி என்பதே உண்மை.

ஒருநாள் சபதிக்கு ஒரு ஆசை. பாபாவிற்குச் சந்தனக் காப்பு அபிஷேகம் செய்ய வேண்டும்.

இதனை பாபாவிடம் தயங்கித் தயங்கிக் கூறினார். பாபாவும் அதற்குச் சம்மதம் தெரிவித்தார். இதனையடுத்து, சந்தனக் காப்பு போடுவதற்கான தீவிர முயற்சியில் சபதி ஈடுபடத் தொடங்கினார்.

ஆனால் இதற்கு முஸ்லீம் தரப்பில் கடும் எதிர்ப்பு உருவாகியது. மசூதிக்குள் சந்தனம் பயன்படுத்துவது தங்களது மதத்திற்கு எதிரானது என்பது அவர்களின் வாதம். இதனை மீறி சந்தன காப்பு செய்தால், அவர்களை அடித்துத் துரத்துவோம் என்று முஸ்லீம்கள் கடுமையாக எச்சரித்தார்கள்.

இது சபதியை அதிர்ச்சி அடையச் செய்தது. அச்சத்தை

அளித்தது. மசூதிக்குள் வருவதற்கே அவர் அஞ்சி நடுங்கினார். இது பாபாவிற்குத் தெரியவந்தது. சபதியை மசூதிக்கு வருமாறும், அவர் விரும்பிய மாதிரி தன்னை சந்தனத்தால் மூழ்கடிக்கலாம் என்றும் உத்தரவிட்டுள்ளார். இதற்கு யார் எதிர்ப்புத் தெரிவித்தாலும் பயப்படத் தேவையில்லை என்றும், தான் அவர்களிடமிருந்து சபதியை உறுதியாகப் பாதுகாப்பதாகவும் தைரியம் கூறியிருக்கிறார். அதன் பிறகே தைரியம் கொண்டு சபதி, மசூதிக்கு வந்திருக்கிறார். பாபாவிற்குச் சந்தனக் காப்பு சாத்தி மகிழ்ந்திருக்கிறார்.

எதிர்ப்பு தெரிவித்தவர்கள் யாரும் அதன்பின்னர், அதனைத் தடுக்கவில்லை. முணுமுணுத்தவாறு தங்கள் வேலையைப் பார்க்கப் போய்விட்டனர்.

சபதியின் வாழ்க்கையில் பாபா புரிந்த அற்புதங்கள் ஏராளம்.

பரம ஏழையாக இருந்த சபதி, பாபாவுடனேயே தனது பெரும் பொழுதுகளைக் கழித்து வந்தார். இரவில் பாபாவுடனேயே தங்குவார்.

ஒருநாள் இரவு. மகதியிடம் பாபா, "எனது நைகாய் பட்டேல் என்பவனின் உயிரைக் குடிப்பதற்காக வெறி கொண்டு அவனைத் தாக்கி வருகிறது ப்ளேக் எனும் கொடிய நோய். அவனை அதன் பிடியில் இருந்து நான் காப்பாற்றியே ஆக வேண்டும். அல்லாவின் நாமஸ்ரணத்தின் மூலமாக இதனை நான் நிகழ்த்தப் போகிறேன். ஆகவே இரவு முழுவதும் நான் தீவிர பிரார்த்தனையில் ஈடுபட இருக்கிறேன். யாராவது என்னைத் தொந்தரவு செய்துவிடாமல் நீ மிகுந்த விழிப்புடன் இருக்க வேண்டும். தூங்கிவிடக்கூடாது" என்றார்.

சபதியும் பாபாவின் கட்டளையை அப்படியே நிறைவேற்றுவதாய் வாக்களித்தார். கண் மூடாமல் விழித்திருந்தார். நன்றாகவே காவல் காத்துவந்தார்.

நள்ளிரவிற்குச் சற்று முன்பாக, அவ்வூர் கிராம அதிகாரி திடீரென்று அங்கு வந்தார். தான் பாபாவைத் தரிசிக்க வேண்டும் என்று கூறினார். ஆனால் சபதி அதற்கு

மறுப்புத் தெரிவித்தார். காலையில் வருமாறு மன்றாடிக் கேட்டுக்கொண்டார்.

எனினும் கிராம அதிகாரி விடாப்பிடியாக இருந்ததால், வேறு வழியின்றி அனுமதிக்க வேண்டியதாயிற்று.

இதனால் பாபாவின் ஆழ் நிலைத் தியானம் பாதிக்கப்பட்டது. பாதியிலேயே தனது முயற்சி தடைப்பட்டு நின்று போனது பாபாவை மிகவும் கோபமடையச் செய்தது.

"ஏன் இப்படிச் செய்தாய்? மனசாட்சியே கிடையாதா உனக்கு? நைகோய் பட்டேலின் மனைவியைக் காப்பாற்ற வேண்டாமா? இப்படி இடையூறு செய்துவிட்டாயே! என் முயற்சிகள் அனைத்தும் பலனற்றுப் போய்விட்டதே! பட்டேலின் மனைவி இறந்து விட்டாள்!'' என்று வருத்தத்துடனும், கவலையுடனும் கூறினார் பாபா.

ஆனால் இந்தச் சம்பவம் உண்மை என்பது சிலதினங் களிலேயே மகதிக்குத் தெரியவந்தது. எப்பேர்ப்பட்ட துன்பச்செயலுக்குக் காரணமாக இருந்துவிட்டோம் என்று வேதனைப்பட்டார்.

அதற்காக மகல் சபதி சங்கடத்துடன் பாபாவிடம் கண்ணீர் சிந்தி மன்னிப்புக் கேட்டார்.

ஷீரடி, கிராமம் என்பதால் அங்கு பாம்புகள் அதிகம். ஒருநாள் இரவு மசூதியை விட்டு தனது வீட்டிற்குக் கிளம்பிய சபதியிடம், "பார்த்துப்போ , வழியில் இரண்டு திருடர்கள் இருப்பார்கள்'' என்று கூறி எச்சரிக்கை செய்திருக்கிறார் பாபா.

அதேபோல வழியில் இரண்டு பாம்புகளை எதிர்கொண்டிருக்கிறார் சபதி.

இன்னொரு நாள், "வீட்டிலிருந்து மசூதிக்குத் திரும்பி வரும்போது கையில் விளக்குடன் வா. வாசலில் திருடன் இருப்பான்" என்று எச்சரித்துள்ளார். அதுபோல, மசூதி வாசலில் பாம்பு ஒன்று இருந்திருக்கிறது.

இவையெல்லாம் பாபாவின் அதீத சக்திகளை உணர்த்தும் சம்பவங்களாகும்.

ஒருமுறை திடீரென்று சபதியிடம், "உன் முதுகு பூமியில் படுகிற மாதிரி நடந்துகொள்ளாதே" என்று எச்சரித்துள்ளார். சம்பந்தமே இல்லாமல் திடீரென்று தான் பாபா இவ்வாறு கூறியுள்ளார்.

ஆனால், அன்று மகல் சபதி நன்றாக மது அருந்தி இருக்கிறார். போதையில் தனது சுய நினைவை இழந்தவராய், பாபாவின் எச்சரிக்கையை மறந்துபோய் விட்டார். முதுகு தரையில் படுகிறவிதமாக மல்லாக்கப் படுத்திருக்கிறார்.

வந்தது வினை!

மறுநாள் நினைவு வந்தபோது, அவரது கால்களை அசைக்கவோ, மடக்கி, நிமிர்க்கவோ முடியாது போயிற்று. மிகவும் சங்கடப்பட்டார். அவரது மகள் ஏதேதோ எண்ணெய் தடவி, கால்களில் அழுந்தத் தேய்த்த பின்னரே சிறிதளவு குணம் கிடைத்தது. சில நாட்களுக்குப் பின்னரே அவரால் பழையபடி நடக்க முடிந்தது.

பாபாவைப் பார்க்க வந்தபோது, "நான் தான் தரையில் உன் முதுகு படுமாறு படுக்காதே என்று எச்சரித்திருந்தேன் அல்லவா?" என்று கேட்டார்.

வெட்கித் தலைகுனிந்தார் சபதி.

ஒரு சமயம், சபதியின் மனைவி, குழந்தைகள், அவரின் உறவினர்கள் என்று பலரும் நோய்வாய்ப்பட்டு படுத்த படுக்கையானார்கள்.

சபதி சங்கடத்துடன் பாபாவிடம் இதனைக் கூறி, அவர்களின் நோயைத் தீர்த்து வைக்குமாறு வேண்டினார்.

பாபாவும் உடனே மசூதியைச் சுற்றத் தொடங்கினார். அப்போது தன் கையிலிருந்த சிறிய தடியை எடுத்து காற்றில் சுழற்றினார். "நீ என்ன அத்தனை பலசாலியா? வா, வந்து என் எதிரே நில். அப்படி நின்றுவிட்டால் இந்தக் கம்பால் உன்னை என்ன செய்கிறேன் பார்" என்று ஏதேதோ கடும்

வார்த்தைகளுடன் கோபமாகப் பேசினார் பாபா.

பக்தர்களின் நோயைத் தீர்ப்பதற்கு பாபா இத்தகைய நிலையைக் கையாள்வதுதான் வழக்கம். சபதியின் உறவினர் களைக் காப்பாற்றுவதற்காக இதுபோன்று செய்திருக்கிறார் பாபா. அப்புறம் தைரியமாக வீட்டிற்குப் போகுமாறு சபதியிடம் கூறியிருக்கிறார்.

இதனிடையே மருத்துவர் வந்து சோதனைகள் செய்துவிட்டு உடல் முடியாமல் இருந்த அனைவருக்கும் மாத்திரை, மருந்துகளைக் கொடுத்திருக்கிறார். ஆனால் அதனை யெல்லாம் சாப்பிட வேண்டாம் என்று கூறிவிட்டார் பாபா.

அப்படியே மகல் சபதியும் செய்தார்.

என்ன ஆச்சர்யம்! அவர்களின் நோய் ஓரிரு நாட்களிலேயே குணமாகியது.

இன்னொரு சமயம், மகல் சபதியின் மனைவி அவரது தாய் வீட்டிற்குச் சென்றிருந்தார். அப்போது அவரது கழுத்தில் ஒரு கட்டி உருவாகி இருந்தது. அது புற்றுநோய்க் கட்டி என்று தெரிய வந்தது. அது கொடுத்த வலியால் அவர் மிகவும் கஷ்டப்பட்டார். ஆனாலும் இந்த விஷயம் தனது கணவனான சபதிக்குத் தெரிந்தால் மிகவும் வருத்தப்படுவார் என்பதால், அவருக்குத் தெரியாமல் மறைத்துவிட்டார்.

ஆனால் பாபாவிற்குத் தெரியாமல் மறைக்க முடியுமா என்ன?

இதனை பாபா சபதியிடம், "உன் மனைவியின் கழுத்தில் ஒரு கட்டி வந்துள்ளது. கவலைப்படாதே. அதனை நான் குணப்படுத்தி விடுகிறேன்" என்று கூறியிருக்கிறார்.

இது சபதிக்கு அதிர்ச்சியையும், கவலையையும் ஏற்படுத்தியது. எனினும், பாபா கொடுத்த உறுதி, நம்பிக்கையை ஏற்படுத்தியது.

அப்புறம் சில தினங்களில், அவர் மனைவியிடம் இருந்து மகல் சபதிக்கு ஒரு கடிதம் வந்தது. அதில், 'தன் கழுத்தில்

ஒரு புற்று நோய்க் கட்டி வந்திருந்ததாகவும், ஆனால், அது தற்சமயம் நன்றாகக் குணமாகிவிட்டது' என்றும் எழுதப்பட்டிருந்தது.

இதே சபதியின் வாழ்க்கையில் இன்னுமொரு மறக்க முடியாத சம்பவம்

தொலைதூரத்தில் இருந்த தன் சம்பந்தி, தன்னை விருந்திற்கு அழைத்திருப்பதால், தான், அங்கு சென்று வருவதற்கு பாபாவின் உத்தரவை நாடினார் சபதி. ஆனால் அதற்கு பாபா, "அங்கு உன்னை உதாசீனப்படுத்துவார்களே" என்று கவலையுடன் கூறியுள்ளார்.

எனினும் சம்பந்தி விருந்திற்கு அழைத்திருக்கிறார் என்பதால் வேறுவழியின்றி சபதி அங்கு சென்றார்.

ஆனால் நடந்தது என்ன தெரியுமா?

விருந்தினரான சபதி வருவதற்குள்ளாகவே, அங்கிருந்தோர் விருந்தினை உண்டு முடித்திருந்தனர். இதனால் அதிர்ச்சியும், அவமானமும் அடைந்த சபதி, சாப்பிடாமலேயே கோபித்துக் கொண்டு அங்கிருந்து திரும்பிவிட்டார்.

பாபா கூறியது போல, சபதி உதாசீனப்படுத்தப்பட்டார்.

பொதுவாக அனைத்து உயிரினங்கள் மீதும் மிகுந்த இரக்கம் காட்டுவார் பாபா. அவரது மசூதியில் ஒரு முடமான நாய் ஒன்றுக்கு தினமும் இரவு சாப்பாடு அளிப்பது சபதியின் வழக்கம். அன்றும் அப்படியே அதற்கு உணவளித்தார். அதுவும் வழக்கம் போலவே வாலை நன்றியுடன் ஆட்டிக்கொண்டே சாப்பிட்டு முடித்தது. பின்னர் அதனை அங்கிருந்து செல்லுமாறு எப்பொழுதும் போலவே சொன்னார். ஆனால் அன்று அதற்கு என்ன தோன்றியதோ, தெரியவில்லை, போக மறுத்தது. இதனால் கோபம் கொண்ட சபதி, ஒரு கம்பால் அதனை அடித்து விரட்டினார். அதுவும் வலிதாங்காமல் கத்திக் கொண்டே அங்கிருந்து அகன்றது.

பிறகு வழமைபோல இரவில் பாபாவின் கால்களை

சபதி பிடித்துவிட்டுக் கொண்டிருந்தபோது அவர் கூறினார். "என்னைப் போலவே உதவாத நாய் ஒன்று இந்தக் கிராமத்தில் இருக்கிறது. பாவம். அதன் மீது பரிதாபப் படாமல் எல்லோரும் அதனை அடித்து விரட்டி இம்சிக்கிறார்கள்"

இதனைக் கேட்டதும், சபதிக்கு நாயைத் தான் அடித்துத் துரத்தியது நினைவிற்கு வந்தது. உடனே அப்படியே சாஷ்டாங்கமாக பாபாவின் பாதங்களில் விழுந்து தன் தவறுக்கு வருந்தி மன்னிப்புக் கோரினார்.

ஷீரடி மிகப்பெரிய நகரமாக வளர்ந்து பேரும் புகழும் அடையப் போகிறது என்பதை அப்போதே தீர்க்கதரிசனத்தால் உணர்ந்திருந்தார் மகான் பாபா. அவர் ஒருமுறை மகல் சபதியிடம் சொன்னார், "இங்கு பக்தர்கள் ஏராளமாக வந்து குவிவார்கள். யானைகளும், குதிரைகளும் வந்து செல்லும். குருக்கள் புதைக்கப்படுவர்" என்றார்.

தற்போது அவை அனைத்தும் உண்மையாகிப் போனது.

ஷீரடியில் பலப்பல அடுக்குமாடிக் கட்டிடங்கள். ஏராளமான மக்கள் சங்கமிக்கும் திருவிழாக்கள்.

பாபாவின் வாக்கு மெய்ப்பிக்கப்பட்டுவிட்டது!

❀❀❀

பையாஜி

பையாஜி!

பாபா ஷீரடிக்கு வந்த சமயத்தில், அவரை கிறுக்கன் என்றே பலரும் நினைத்தனர். அதனால் அவரைக் கிண்டல் செய்வதும், அவர் மீது கல்லெறிந்து வேடிக்கை காட்டுவதும் ஊராரின் பொழுது போக்காக இருந்தது. ஆனால் பையாஜி என்ற மூதாட்டிக்கு மட்டும் பாபாவை அப்படி நினைக்கத் தோன்றவில்லை.

அவளைப் பொறுத்தவரையில் அந்தச் சிறுவன் பாசத்தால் நனைக்கப்பட வேண்டியவன் என்றே கருதினாள். பாபா மீது அவளுக்கு அளவுகடந்த அன்பும், பிரியமும் ஏற்பட்டது.

'அந்த பையன் சாதாரணமானவனாகத் தெரியவில்லை . அவன் கண்களும், தீர்க்கமான முகமும், அவன் தோற்றமும் மிகவும் பரிசுத்தமானவனாகவே அறியப்படுகிறான். அவனிடம் ஏதோ ஒரு சக்தி இருக்கிறது. ஒருவேளை மனித உருவில் அவதாரம் எடுத்த கடவுளாகக் கூட இந்தச் சிறுவன் இருக்கக்கூடும்'

இப்படியெல்லாம் பையாஜியின் மனதிற்குள் எண்ண வரிகள் எழுதப்பட்டன.

'அந்தக் குழந்தை எப்போது பார்த்தாலும் இந்த வேப்ப மரத்தடியிலேயே இருக்கிறதே! சாப்பிடுவதற்கு என்ன செய்யும்? பசித்தால் அந்தச் சிறுவன் எதைப் புசிப்பான்? இங்கே என்ன இருக்கிறது உண்டு பசியாற? திடீரென்று காட்டிற்குள் செல்கிறது இந்தக் குழந்தை. காடு, மேடு என்று பார்க்காமல் அது பாட்டுக்கு ஓடியாடுகிறது. பிறகு திரும்பவும் வேப்ப மரத்தடியில் வந்து அமர்ந்து கொள்கிறது. யாரிடமும் மனம் விட்டுப் பேசுவதும் கிடையாது. போகட்டும். அந்தக் குழந்தைக்குச் சாப்பிட ஏதாவது கொடுக்க வேண்டும்'

இப்படி நினைத்து, தனது வீட்டில் இருக்கும் சாப்பாட்டை எடுத்துக் கொண்டு வந்து தினமும் பாபாவிற்கு ஊட்டிவிட எத்தனிப்பாள் பையாஜி.

ஆனால் பாபாவோ அதனைப் பெற்றுக் கொள்வதே கிடையாது. பையாஜியின் வற்புறுத்தல் தாங்காமல் வாங்கினாலும் கூட அதனை பறவைகளுக்கும், விலங்குகளுக்கும் ஊட்டி மகிழ்வார்.

இதைப்பார்த்து பையாஜி மனம் வேதனையில் அமிழ்ந்து போகும். 'பறவைகள் சாப்பிடட்டும். தப்பில்லை, ஆனால், பாவம், இந்தக் குழந்தை சாப்பிடாமல் கிடக்கிறதே!" என்று அவளது மனம் பதறும். 'எப்படியும் இந்தக் குழந்தையை சாப்பிடாமல் விடப்போவதில்லை' என்று அவள் தீர்க்கமாக முடிவெடுப்பாள்.

ஆனால் குழந்தை பாபா, அந்த உணவைப் பெற்றுக்கொள்ளாமல் காட்டிற்குள் ஓடி போக்குக் காட்டும். பையாஜியும் விடுவதில்லை. தன் முதுமையையும் பொருட்படுத்தாமல், பாபா பின்னாலேயே காட்டுக்குள் அவளும் ஓடுவாள்.

இதுபோன்ற சம்பவம் எத்தனையோ நாட்கள் நடந்திருக்கிறது. அந்த ஊர் மக்கள் இதனை நன்கு அறிவர்.

பாபாவின் மீது பாசம் அதிகரித்து, ஒரு கட்டத்தில்,

பாபா சாப்பிட்ட பிறகே, தான் சாப்பிடுவது என்று பையாஜி பழக்கப்படுத்திக் கொண்டாள். ஆகவே, சாப்பாடு தயாரானதும் அதனை எடுத்துக் கொண்டு பாபாவைத் தேடிப்போவாள். அவருக்கு ஊட்டுவதற்குள் போதும் போதும் என்றாகி விடும். ஆனால் மனம் தளராமல் மறுபடி, மறுபடி முயன்று உணவை ஊட்டிவிட்ட பிறகே, தான் பசியாறத் தொடங்கினாள்.

அந்த அளவிற்கு அந்த வெள்ளை மனதைக் கொண்ட பையாஜி பாபா மீது ஈடுபாடு கொண்டிருந்தாள் என்றால்... அது ஒரு பேரதிசய நிகழ்ச்சியே.

ஷாமா

பாபாவின் மற்றொரு பக்தரின் பெயர் மாதவராவ் பல்வந்த் தேஷ்பாண்டே. இவர் தான் ஷாமா என்று பின்னர் அழைக்கப்பட்டார்.

இவர் பாபா தங்கியிருந்த மசூதிக்கு அருகே ஒரு பள்ளி இருந்தது. அங்கு ஆசிரியராகப் பணியாற்றி வந்தார். இவர் தான் ஆள் அரவமற்ற இரவுப் பொழுதுகளில் அந்த மசூதிக்குள் நிகழ்ந்த பல்வேறு அற்புதங்களை வெளியுலகுக்குத் தெரியப்படுத்தியவர்.

இரவு நேரங்களில் பாபா தரிசனம் முடிந்து, பக்தர்கள் தங்கள் இல்லங்களுக்குத் திரும்பிய பிறகு, மசூதிக்குள் பல்வேறு பேச்சுக்குரல்கள் கேட்பதை ஷாமா அறிந்திருக்கிறார். அந்தக் குரல்கள் காரசாரமாக விவாதிப்பதையும் அவர் கேட்டிருக்கிறார். அந்தக் குரல்கள் பல்வேறு மொழிகளில் பேசிக் கொள்ளுமாம். பாபாவிற்கு கிஞ்சித்தும் கூடத் தெரியாத ஆங்கில மொழியில் கூட அங்கு உரையாடல்கள் நடப்பதைக் கேட்டு ஷாமா விக்கித்துப் போயிருக்கிறார்.

இது எப்படி சாத்தியம்?

யாருமே இல்லாமல் பாபா மட்டுமே தனியாக இருக்கும் அந்த மசூதியில் இத்தனைக் குரல்கள்! அதுவும் இத்தனை

மொழிகளில்?!

என்ன அதிசயம் இது!

யார் இந்த பாபா?

சாதாரண ஃபக்கீர் போலக் காட்சியளிக்கும் இவருக்குள் என்னவிதமான சக்திகள்! ஒருவேளை இவர் கடவுளே தானா? கண்கண்ட கடவுளா?

ஷாமா இப்படி பல்வேறு கேள்விகளைத் தன் மனதிற்குள்ளேயே கேட்டுக் கொண்டு குழம்பியதும் உண்டு.

இந்த விஷயங்களைப் பற்றி பக்தர்களிடம் ஷாமா விவரித்திருக்கிறார். ஆனால் அவர்கள் அதனை நம்பத் தயாராக இல்லை.

அது எப்படி முடியும்? தெரியாத மொழியில் பாபாவால் எப்படி உரையாட முடியும்?

ஆனாலும் அது உண்மை. அது நடந்த உண்மை. பக்தர்களிடம் சத்தியம் செய்து சாதித்திருக்கிறார் ஷாமா.

இந்தச் சம்பவங்களுக்குப் பிறகு, ஷாமா மசூதியில் பாபாவிற்கு வேண்டிய சிறிய சிறிய காரியங்களை வலியவே வந்து செய்திருக்கிறார். பாபா விரும்பிப் புகைக்கும் ஹூக்கா குழாயைத் தயார் செய்து கொடுப்பதும் ஷாமாவின் பணியாகவே ஆகிப்போனது.

பாபாவின் மீதான பக்தி அதிகரித்து, அதிகரித்து, எல்லாமே அவர்தான் என்று உறுதியாக எண்ண ஆரம்பித்துவிட்டார் ஷாமா.

அப்புறம் எதற்கு இந்த ஆசிரியர் பணி?

விட்டெறிந்தார். தனக்குச் சாப்பாடு போட்ட அந்தப் பணி கூட பாபாவின் முன்னால் அவருக்குத் துச்சமாகிப் போனது.

பாபாவிற்கு முழுநேர சேவை செய்வதே தன் கடமை என்று பணியாற்றி வந்தார் ஷாமா என்ற உண்மையான மற்றொரு பாபா பக்தர்.

இப்படிப்பட்ட நிஜ பக்தரான ஷாமாவை ஒருமுறை நச்சுப்பாம்பு ஒன்று கடித்துவிட்டது. விஷம் அப்படியே அவரது ரத்தத்திற்குள் ஏறவும் தொடங்கியது.

அந்த ஊர் மக்கள் உடனே அங்கு திரண்டனர். தங்கள் வழக்கப்படி பாம்பு கடித்தவரை அங்குள்ள விரோபா கடவுள் குடிகொண்டிருக்கும் கோயிலுக்குத் தூக்கிச் செல்ல முயன்றனர்.

ஆனால் ஷாமா அதற்கு மறுத்து, தான் மலையென நம்பும் தன் கடவுள் பாபாவிடம் தன்னை எடுத்துச் செல்லுமாறு கூறினார்.

"பாம்பு கடித்திருக்கிறது. விஷம் வேகமாக ஏறிக் கொண்டிருக்கிறது. விரோபா கடவுளிடம் கொண்டு போனால் உடனடியாக விஷம் இறங்கி உயிர் பிழைக்க முடியும். ஆனால் பாபாவால் பாம்புக் கடியை எப்படிப் போக்க முடியும்?" என்று ஊரார் சந்தேகத்துடன் கேட்டனர்.

ஆனால் பாபாவிடம், தான் கொண்டு செல்லப்பட வேண்டும் என்பதில் திடமாக இருந்தார் ஷாமா.

அப்படியே மசூதிக்கு அவர் கொண்டு செல்லப் பட்டார்.

மசூதிக்குள் நுழைய முயன்றபோது, பாபா பெரும் குரலெடுத்து கர்ஜனை செய்தார்.

"மேலே ஏறாதே! மீறி ஏறினால் அவ்வளவுதான். பேசாமல் கீழே இறங்கிப் போய்விடு!"

எல்லாமே பாபாதான் என்ற நம்பிக்கையுடன் மசூதிக்கு வந்த ஷாமாவிற்கு, பாபாவின் இந்த ஆக்ரோஷம் ஏமாற்றத்தை அளித்தது. 'நம்பி வந்த தன்னை இப்படித் திரும்பிப் போகச் சொல்கிறாரே!' என்ற சங்கடம். வாசலிலேயே ஷாமா வைக்கப்பட்டார்.

சற்று நேரத்தில் சாதாரண நிலைக்கு வந்த பாபா, ஷாமாவை உள்ளே வருமாறு அழைத்தார். அப்படியே அவரும் உள்ளே அழைத்துச் செல்லப்பட்டார்.

"பயப்படாமல் வீட்டிற்குச் செல். எல்லாம் நல்லபடியாக நடக்கும்" என்று ஷாமாவிற்குத் தைரியம் கூறி அனுப்பி வைத்தார்.

பின்னர் தனது வேறு இரு பக்தர்களான தாத்யா பாட்டீல், காகா சாஹேப் ஆகிய இருவரையும் அழைத்து ஷாமாவைப் பத்திரமாகக் கவனித்துக் கொள்ளுமாறு ஆணையிட்டார்.

"ஷாமா விரும்பியதைச் சாப்பிடச் சொல்லுங்கள். ஆனால் இரவு மட்டும் உறங்க விட்டுவிடாதீர்கள். அவர் கண் விழித்தே இருக்க வேண்டும். அது ரொம்ப முக்கியம். மற்றதை நான் பார்த்துக் கொள்கிறேன்" என்று அந்த பக்தர்களிடம் கூறினார்.

இதனை ஏற்ற அவர்களும் அப்படியே கவனித்துக் கொண்டனர். ஷாமாவும், தனது மரணத்தை பாபாவின் அருளால் வென்றார்.

அப்புறம்தான் அவருக்குப் புரிந்தது, 'மசூதிக்குள் நுழைகிறபோது மேலே ஏறாதே, கீழே இறங்கு என்று பாபா கூறியது தன்னை அல்ல. தன் மீது புகுந்துள்ள விஷத்தை' என்பது.

ஒரு சமயம் சோலாப்பூரைச் சேர்ந்த பெண்மணி ஒருவர் பாபாவைத் தரிசனம் செய்ய வந்திருந்தார். அவருக்குத் திருமணமாகி பல வருடங்கள் கடந்தும் குழந்தைப் பாக்கியம் இல்லை என்பதுதான் அவரது குறை. பாபாவின் அருள் கிடைத்தால் அந்தப் பாக்கியம் கிடைக்கும் என்பது அந்தப் பெண்மணியின் நம்பிக்கை.

ஷாமாவிடம் தன் குறையைக் கூறி, பாபா அருள் கிடைக்க ஆவன செய்ய வேண்டும் என்று அந்தப் பெண் கேட்டுக்கொண்டார். ஷாமாவும் அதற்குச் சம்மதம் தெரிவித்தார்.

பாபா உணவு உண்டுவிட்டுத் தன் கையைக் கழுவிவிட்டு, அப்படியே வந்து ஷாமாவின் கன்னத்தை செல்லமாகக் கிள்ளினார்.

ஷாமாவை வெட்கம் ஆட்கொண்டது. "என்ன பாபா இது! உங்களுக்கு ஆத்மார்த்தமாகப் பணிவிடை செய்யும் என்னைக் கிள்ளுகிறீர்களே!" என்று சிணுங்கினார்.

"கடந்த 72 பிறவிகளாய் நீ என்னுடனேயே இருக்கின்றாய். உன்னைக் கிள்ளுவது தவறா என்ன?" என்று பாபா திருப்பிக் கேட்டார். பாபாவின் செல்லக் கிள்ளல் கிடைப்பதற்கு எவ்வளவு கொடுத்து வைத்திருக்க வேண்டும்!

ஷாமா பாபாவின் கூற்றை ஏற்றுக்கொண்டார். அப்போது அங்கே ஓரமாக நின்றிருந்த அந்தப் பெண்மணியை அருகே வருமாறு சைகை காண்பித்தார் ஷாமா. அந்தப் பெண்மணியும் அப்படியே வந்து தனது கையில் இருந்த தேங்காயை பாபாவிடம் வழங்கினார்.

அதனைப் பெற்றுக்கொண்ட பாபா, தேங்காயைக் குலுக்கினார். உள்ளுக்குள் ஏதோ உருளுவது போல சப்தம் கேட்டது.

"என்ன ஷாமா இது! ஏதோ சப்தம் கேட்கிறது?" என்றார் பாபா.

"அந்தப் பெண்மணியின் வயிற்றில் இது போல குழந்தை ஒன்று உருளும் பாக்கியம் நிகழப்போகிறது என்று அர்த்தமாக இருக்கும்!" என்று சூசகமாக அவளுக்குக் குழந்தை பாக்கியம் வேண்டும் என்பதைத் தெரிவித்தார் ஷாமா.

பாபா சற்று நேரம் ஏதோ யோசனையில் ஆழ்ந்தார். பின்னர், தேங்காயை உடைக்குமாறு ஷாமாவிடம் பணித்தார்.

ஆனால் அப்படிச் செய்யத் தயங்கிய ஷாமா, அப்படியே முழுத் தேங்காயாக அந்தப் பெண்மணியிடம் வழங்குமாறு பாபாவிடம் வேண்டினார்.

ஆனால் பாபா அப்படிச் செய்யவில்லை. சற்று நேரம் பொறுமையாக இருந்தார்.

பின்னர் தன் வாய் திறந்தார். "அந்தப் பெண்ணுக்கு இன்னும் 12 மாதங்களில் அழகான குழந்தை பிறக்கும்" என்று

வாக்கு அருளினார்.

அதன்பிறகு, பாபா கட்டளையிட்ட மாதிரி அந்தத் தேங்காயை இரண்டாக உடைத்தார் ஷாமா. அதில் ஒரு பாதியை பாபாவும், ஷாமாவும் சாப்பிட்டார்கள். அடுத்த பாதி அந்தப் பெண்ணிடம் கொடுக்கப்பட்டது.

அந்தப் பெண்ணைப் பார்த்து ஷாமா, நீ பயப்படாமல் போ. உனக்கு கண்டிப்பாகக் குழந்தை வரம் கிட்டும். அடுத்த 12 மாதங்களில். அப்படிக் கிடைக்கா விட்டால், பாபாவை இந்த மசூதியை விட்டு விரட்டி. அடிப்பேன். என்னை மாதவ் என்று பெயர் சொல்லி அழைத்துக் கொள்ளவும் மாட்டேன்" என்று உறுதியாகக் கூறினார்.

இதனைப் புன்முறுவலுடன் பார்த்துக்கொண்டிருந்தார் பாபா.

ஆனால் பாபாவின் வாக்கும் பொய்க்கவில்லை. ஷாமாவின் நம்பிக்கையும் வீண் போகவில்லை. அந்தப் பெண்மணி அடுத்த பத்தாவது மாதத்தில் ஒரு அழகிய குழந்தையைப் பெற்றெடுத்தாள். அப்படியே பாபாவிடம் வந்து ஆசியும் பெற்றுச் சென்றாள்.

தத்யா பாட்டீல்

இவரும் பாபாவின் தீவிர பக்தர்களில் ஒருவராக விளங்கினார். இவரின் பெற்றோர் சாய் பாபாவின் மீது மிகுந்த பக்தியும், விசுவாசமும் கொண்டிருந்தனர். அதுவே தத்யா பாட்டீலுக்கும் அவர் மீது மிகுந்த நம்பிக்கையும், பாசமும் ஏற்படக் காரணமாக இருந்தது.

தத்யா இயல்பாக ஒரு முரடனாக இருந்தார். சண்டை, சச்சரவுகள், அடிதடிகள் ஏராளம்.

இப்படி இருந்தாலும் பாபாவின் மீது அவருக்கு அன்பு அதிகம். ஆகவே, தத்யாவை முரட்டுப் பாதையில் இருந்து ஆன்மிகப் பாதைக்கு மாற்ற பாபா விரும்பினார்.

அவரை மிகுந்த அன்புடனும், ப்ரியத்துடனும் நேசித்து வந்தார். ஒரு குழந்தையைப் பராமரிப்பது போல நடந்துகொண்டார்.

ஒருசமயம், தத்யா, தனது நண்பர்கள் சிலருடன் ஏதோ தவறு செய்து காவல்துறையிடம் மாட்டிக் கொண்டார். நீதிமன்றமும் அவர்கள் செய்த தவறுக்கு சிறைத்தண்டனை விதித்து உத்தரவிட்டது. தத்யா சிறைக்குள் தள்ளப்பட்டார்.

மேல் முறையீடு செய்து வெளியே வர விருப்பம் தத்யாவிற்கு. அதனைத் தனது வழக்கறிஞரிடம் கூறினார். ஆனால், அவரோ, அப்படிச் சாத்தியமில்லை என்றும், குற்றம் மிக ஆழமாக நிரூபிக்கப்பட்டுவிட்டதால், தண்டனையை அனுபவித்தே ஆகவேண்டும் என்று கூறி மேல்முறையீடு செய்வதில் இருந்து பின்வாங்கி விட்டார்.

இது தத்யாவிற்குப் பெரும் அதிர்ச்சியைத் தந்தது. பாபாவிடம் முறையிட்டார். தன்னை விடுதலை செய்வதற்கு உரிய நடவடிக்கைகள் எடுக்குமாறு கண்ணீர் மல்கக் கேட்டுக்கொண்டார் அந்த பக்தர்.

அப்புறம்தான் அந்த அதிசய திருப்பங்கள் நிகழ்ந்தன.

மறுப்பு தெரிவித்துவந்த வழக்கறிஞர் மனம் மாறினார். தாமாகவே வலிய முன்வந்து மேல்முறையீடு செய்தார். நீதிமன்றமும் அந்த வழக்கை பரிவுடன் நோக்கியது. பிரதிவாதங்கள் செய்வதற்குக் கூட சந்தர்ப்பங்கள் அளிக்காமல் அந்த வழக்கில் தத்யாவிற்கு ஆதரவாகத் தீர்ப்பளித்தார் நீதிபதி. தத்யா விடுதலை செய்யப்பட்டார்.

இது நடந்த உண்மை. பாபா இப்பூவுலகில் நடத்திக் காண்பித்த அற்புதங்களில் இதுவும் ஒன்று.

ஆனால் தனது உண்மையான பக்தன் என்பதற்காக ஒரு குற்றவாளியை பாபா விடுதலை செய்யுமாறு தனது சக்தியைப் பிரயோகித்தது குறித்து பக்தர்கள் சிலர் வருத்தம் தெரிவித்தனர்.

இதற்கு பாபா தகுந்த விளக்கமளித்தார், "ஒரு குற்றவாளிக்கு

விடுதலை வாங்கிக் கொடுத்து சட்டத்திற்குப் புறம்பாக பாபா செயல்பட்டுவிட்டாரே என்று எண்ணாதீர்கள். தர்மத்திற்குப் புறம்பாக நான் காரியங்கள் செய்துவிட்டதாக நினைக்காதீர்கள். என்னைப் பொறுத்தமட்டில் ஆண்டவன் என்ன செய்ய நினைக்கிறானோ அதனைச் செயல்படுத்தும் ஒரு சாதாரண கருவியே நான். நான் கடவுளின் ஏஜென்ட். அவ்வளவுதான். அவரது கட்டளையை மீறி என்னால் எதுவும் செய்ய முடியாது என்பதை நீங்கள் அனைவரும் புரிந்து கொள்ளுங்கள். கடவுள் ஏன் தத்யாவை விடுதலை செய்ய விரும்பினார்? இதற்கு ஏராளமான காரண காரியங்கள் இருக்கலாம். அவன் பூர்வ ஜென்மத்தில் செய்த சில நல்லகாரியங்களாகவும் இருக்கலாம். அதனைக் கடவுள் மட்டுமே அறிவார். இதனை நீங்கள் நம்ப வேண்டும்" என்றார் பாபா.

ஜெகன்கிரி தருவாலா

இந்த பக்தரின் அனுபவம் ரொம்பவே வித்தியாசமானது. இவர் இந்திய கடற்படைத் தளபதியாகப் பணியாற்றியவர். ரஷ்ய ஜப்பானியப் போரில் இவரும் பங்கெடுத்திருந்தார்.

போர் முனையில் இவர் இருந்தபோது, எதிரி நாட்டு குண்டுகள் சரமாரியாக இவர்கள் இருந்த பிரதேசத்தில் வந்து விழுந்து கொண்டே இருந்தன. எங்கு பார்த்தாலும் புகை மண்டலம். உயிரிழப்புகள். அவலங்கள். கூச்சல்கள். அழுகுரல்கள்.

இவர் இருந்த கப்பலுடன் சேர்த்து மொத்தம் மூன்று கப்பல்கள் மட்டுமே எதிரிகளின் குண்டுகளுக்கு இலக்காகாமல் இருந்து வந்தன. ஏனைய கப்பல்கள் அனைத்தும் கடலுக்குள் மூழ்கடிக்கப்பட்டு விட்டன. இவரது கப்பலும் எந்த நேரத்திலும் குண்டுகளால் தாக்கப்பட்டு சின்னாபின்னமாகிவிடும் என்ற நிலை. இதனால் கப்பலில் இருந்த அனைவருமே அச்சத்தின் பிடியில். மரணபயத்தில்.

சாவு நெருங்கிக் கொண்டிருப்பதை மிகத் தெளிவாகவே அவர்களால் உணர்ந்துகொள்ள முடிந்தது.

என்ன செய்வது? இந்த இக்கட்டான நிலையில் இருந்து எப்படித் தப்பிப்பது? யார் திடீரென்று வந்து உதவுவார்?

தருவாலா மனம் இந்தக் கவலைகளால் சூழ்ந்திருந்த போது, அவருக்கு ஒரே நம்பிக்கையாகத் தெரிந்தது சாய் பாபாதான். அவரால் மட்டுமே தன்னைக் காப்பாற்ற முடியும். வேறு எந்த சக்தியாலும் எதுவும் செய்ய முடியாது.

இது தருவாலாவின் தீர்க்கமான நம்பிக்கையாக இருந்தது.

கப்பலிலேயே கண்களை இறுக மூடிக்கொண்டு பாபாவை நினைத்து மனம் உருகி வேண்டினார். தன் கைவசம் எப்போதும் வைத்திருக்கும் பாபாவின் படத்தை எடுத்து, அவரது விழிகளையே பார்த்தவாறு தனக்கு உயிர்ப்பிச்சை வேண்டி இறைஞ்சினார்.

குண்டுகளின் சப்தங்கள் அவர் செவிகளில் விழவில்லை. இதர வீரர்களின் கூக்குரல் அவர் காதுகளை எட்டவில்லை . துப்பாக்கி எடுத்து எதிரிகளைக் குறிபார்த்துச் சுட வேண்டும் என்று அவருக்குத் தோன்றவில்லை.

மனம் முழுக்க ஒரே எண்ணம். ஒரே சிந்தனை. பாபா.... பாபா.... பாபா தான்!

இதே சமயத்தில் இன்னுமொரு அற்புதமும் நிகழ்ந்தது. ஆனால் அது தருவாலாவிற்குத் தெரியாது. தெரிய நியாயமும் கிடையாது.

காரணம் அது நிகழ்ந்தது ஷீரடியில்!

தனது ஆத்மார்த்த பக்தனின் கூக்குரல் பாபாவின் உள்செவிக்குத் தெளிவாகவே கேட்டது.

சும்மா இருப்பாரா?

தன்னை நம்பியவரைக் கைவிடாதவர் மட்டுமல்ல, அவருக்கு அனைத்து உதவிகளையும் செய்யும் பரந்த உள்ளம்

கொண்டவர் அல்லவா மகான் சாய்பாபா.

அதற்கு வேண்டிய அனைத்தையும் செய்யத் தொடங்கினார்.

ஆனால் இது பாபாவின் அருகே இருந்த வேறு எந்த பக்தருக்கும் தெரியாது. தருவாலா என்ற பக்தர் மரணத்தின் பிடியில் இருந்துகொண்டு, பாபாவிடம் உதவி கேட்டு மன்றாடுகிறார். அவருக்கு உதவி செய்ய பாபா தயாராகிறார்.

தனது இருக்கையில் இருந்த பாபா திடீரென்று 'ஆ!' என்று அலறினார்.

இந்த சப்தத்தைக் கேட்ட பக்தர்கள் 'பாபாவிற்கு என்னவோ ஆயிற்று' என்று பயந்து போனார்கள். திடுக்கிட்டு அனைவரும் பாபாவின் அருகே ஓடோடி வந்தனர்.

பாபாவின் உடைகள் அனைத்தும் தொப்பலாய் நனைந்திருந்தன. அவரது தலையில் கட்டப்பட்டிருந்த துணியும் கூட ஈரமாகியது. சற்று நேரத்தில் அவரது உடைகள் அனைத்தும் குளித்தது போல ஆகியது. அவரது உடைகளில் இருந்து தண்ணீர் சொட்டத் துவங்கியது. சுமார் அரை மணி நேரத்திற்கும் மேலாக தண்ணீர் சொட்டிக் கொண்டே இருந்தது. அந்த இடமே ஒரு சிறு குட்டை போல் ஆகிவிட்டது. அவ்வளவு தண்ணீர்!

ஏன் இப்படி? இதென்ன விபரீதம்! பாபாவிற்கு என்ன ஆயிற்று?

பக்தர்களுக்கு ஒன்றுமே புரியவில்லை.

பின்னர் சற்று நேரத்தில் பாபா அமைதியாகி அப்படியே இருந்தார். அவரது ஈரமான உடைகளைப் பக்தர்கள் உலர வைத்தனர்.

ஆனால் இப்படி நடந்ததற்கான காரணம் என்னவென்று பாபாவிடம் யாரும் கேட்கவில்லை. அப்படிக் கேட்பதற்கு அனைவரும் அச்சப்பட்டதால், பேசாமல் இருந்துவிட்டார்கள்.

பாபாவும், தனது பக்தர் தருவாலாவிற்காக இப்படிச் செய்ததாக யாரிடமும் கூறவும் இல்லை.

இந்த சம்பவம் நடந்த மூன்றாவது நாள். பாபா பெயருக்குத் தந்தி ஒன்று வந்தது..

"என்னையும், எனது கப்பலையும் மட்டுமல்லாமல் எஞ் சியிருந்த மற்ற இரண்டு கப்பல்களையும் காப்பாற்றி அருளிய உங்களுக்கு என் கோடானு கோடி நன்றிகள்" என்று அந்த தந்தியில் கூறப்பட்டிருந்தது. அதனை அனுப்பியவர் ஜெகன்கிரி தருவாலா

இதன் பின்னரே, அன்று நடந்த அந்தச் சம்பவத்தின் விளக்கம் பக்தர்களுக்குப் புரிந்தது.

ஆச்சரியத்தில் புல்லரித்துப் போனார்கள்.

லட்சுமிபாய்

.பாபா மிகவும் நெருங்கிப் பழகிய பக்தர்களில் லட்சுமிபாயும் ஒருவர். பாபாவின் பசிக்கு உணவு அருளும் பாக்யம் கிடைக்கப் பெற்றவள். பாபாவும் லட்சுமிபாயிடம் மட்டுமே உணவை உரிமையுடன் கேட்டுப் பெறுவார்.

ஒருநாள் உஞ்சவிருத்தி எடுக்கும் முகமாக லட்சுமிபாய் வீட்டின் முன்பு வந்த பாபா, தனக்குப் பாயாசம் சாப்பிட வேண்டும் போல் இருப்பதாகக் கூறினார். அவர் இப்படிக் கேட்டது லட்சுமிபாயை மகிழ்ச்சியில் ஆழ்த்தியது. பாபா விரும்பிய உணவைத் தயாரித்துக் கொடுப்பது என்பது எத்தனை சந்தோஷத்திற்குரிய விஷயம்!

படபடவென்று சமையற்கட்டிற்குள் நுழைந்து, விறுவிறுவென்று அத்தனை வேலைகளையும் செய்தாள். சற்று நேரத்தில் பாயாசம் ரெடி! அதனை இன்முகத்துடன் பாபாவிற்குக் கொடுத்தாள் லட்சுமிபாய். அவரும் ரசித்து ருசித்துப் பருகினார்.

இப்படி லட்சுமிபாயிடம் கேட்டு உணவைப் பெற்று சாப்பிடுவதை பாபா வழக்கமாகவே கொண்டிருந்தார்.

இப்படித்தான் ஒருநாள், லட்சுமிபாயை அழைத்தார் பாபா. 'எனக்கு ரொம்பவும் பசியாக இருக்கிறது. அவசரமாக நல்ல சாப்பாடு கொண்டு வா" என்று ஆணையிட்டார்.

அடுத்த நிமிடமே வில்லில் இருந்து புறப்பட்ட அம்பு போல தன் வீட்டை நோக்கி விரைந்தார் லட்சுமி. சற்று நேரத்தில் சுவையான சாப்பாடு தயார்.

எடுத்துக் கொண்டு வியர்க்க விறுவிறுக்க பாபாவைத் தேடி வந்தாள். தான் பாபாவிற்காக ஆசை, ஆசையாகச் செய்து கொண்டுவந்த உணவை அவரிடம் பயபக்தியுடன் அளித்தார்.

அதனை பாபாவும் மலர்ச்சியுடன் ஏற்றுக்கொண்டார்.

எனினும் அந்த இடத்தைவிட்டு அகலாமல், பாபா சாப்பிடும் அழகை ரசிப்பதற்காகவும், தான் தயாரித்துக் கொண்டுவந்த உணவை பாபா 'என்ன சுவை!' என்று பாராட்டுவார் என்ற நம்பிக்கையிலும் அங்கேயே நின்றிருந்தாள் லட்சுமிபாய்.

ஆனால் அப்போது ஒரு ஏமாற்றம் அவளுக்குக் காத்திருந்தது.

அந்த உணவை எடுத்துக் கொண்டு புழக்கடைப் பக்கம் நகர்ந்த பாபா, அங்கு பெரும் எதிர்பார்ப்புடன் காத்திருந்த நாய் ஒன்றிடம் கொடுத்தார். ஏகப்பட்ட பசியுடன் இருந்த அதுவும் வேகவேகமாக அந்த உணவை உண்டு முடித்தது.

இதனைக் கண்ட லட்சுமிபாயின் மனம் இடிந்து நொறுங்கியது. தான் ஆசையுடன் செய்து கொண்டுவந்த உணவை, பாபா சாப்பிடாமல், இப்படி நாய் சாப்பிடும்படி செய்துவிட்டாரே என்று அவர் மனம் கவலை கொண்டது. வருத்தம் அவள் உள்ளத்தை அமிழ்த்தியது.

இதனை நன்றாகவே புரிந்து கொண்டார் பாபா லட்சுமிபாயைப் பார்த்துக் கூறினார், "உனது உணவை ஒரு நாய்க்குக் கொடுத்து விட்டேனே என்று வருத்தப்படாதே. என்னிடமும், நாயிடமும் ஒரே ஆத்மாவே குடிகொண்டிருக்கிறது என்பதை நீ புரிந்துகொள். ஆக இந்த நாயின் பசியை

உணவளித்து ஆற்றியதன் மூலம், நீ, எனது பசியையும் போக்கியிருக்கிறாய் என்பதை உணர்ந்து கொள் நீ மிகவும் போற்றப்பட வேண்டியவள். பாராட்டுக்குரியவள்.

இந்தப் பாபாவின் கட்டளையை சிரமேற்கொண்டு செய்தவள் ஆதலால், உன் மேன்மை இன்னும் அதிகரிக்கவே செய்கிறது. உன் உற்சாகத்திற்கும், மகிழ்ச்சிக்கும் அளவே கிடையாது."

அதன்பின்னரே லட்சுமிபாய் சமாதானம் அடைந்தார்.

பாபா தனது மரணத்தை நெருங்கிக் கொண்டிருந்த வேளை. அவர் அருகே பக்தர்கள் வருத்தம் தோய்ந்த முகங்களுடன் அமர்ந்திருந்தனர். நெருங்கிவிட்டது அந்தத் துயரமான நேரம். இன்னும் ஒரு சில நிமிடங்களில் பாபாவின் உயிர் பிரியப் போகிறது.

அப்போது பாபா, லட்சுமிபாயை அழைத்து வருமாறு கூறியிருக்கிறார். அங்கு வந்த லட்சுமிபாயிடம் தனது கடைசி காணிக்கையாக ஒன்பது வெள்ளி நாணயங்களை எடுத்துக் கொடுத்திருக்கிறார்.

இது லட்சுமிபாய்க்குக் கிடைத்த பெரும்பேறு என்பதில் என்ன சந்தேகம் இருக்க முடியும்?

மானேஜர்

இவர் ஒரு பெண் பக்தை. பாபாவுடன் இவருக்கு ஏற்பட்ட அனுபவம் சற்றே மாறுபட்டது.

ஒருநாள் பாபா அருகே இவர் அமர்ந்திருந்தார். அப்போது தொழுநோயாளி ஒருவர் பாபாவைத் தரிசனம் செய்ய அங்கு வந்தார். அவரது நோய் மிகவும் முற்றிய நிலையில் இருந்ததால், அவரால் நடந்து வருவதே சிரமமாக இருந்தது. அவர் உடம்பு முழுவதும் நோயின் தாக்கம் அதிகமாக இருந்ததால், அந்த உடம்பின் அனைத்துப் பாகங்களும் உரிந்து தனித்தனியாகக் கழன்று விழுகிற மாதிரி இருந்தது.

மூன்று படிகளை ஏறிக் கடந்து பாபாவைத் தரிசனம்

செய்ய வேண்டும். படியில் ஏறுவதற்கு அவர் அத்தனை கஷ்டப்பட்டார். கையில் ஏதோ ஒரு பார்சல் வேறு.

ஆனால் யாரும் அவர் அருகே போய் அவர் படிகளில் ஏறுவதற்கு உதவி செய்யவில்லை.

காரணம் அவர் நோய்!

அருவருக்கத் தக்க அந்த நோய், அனைவரையும் முகம் சுளிக்க வைத்தது, மானேஜர் உட்பட.

ஒருவாறாகப் படியேறி வந்தவர், அப்படியே பாபாவின் பாதங்களில் தன் முகம் பதித்து தொழுதார்.

அப்போது அவரருகே ஒரு கெட்ட நாற்றம். அழுகிய முட்டை நாற்றம் என்று கூடக் கூறலாம்.

மானேஜரின் நாசிக்குள் புகுந்து அவர் வயிற்றைப் புரட்டியது. ஏற்கெனவே, அந்த நோயர் மெல்ல, மெல்ல வந்த காரணத்தால், மற்ற பக்தர்கள் பாபாவை வேகமாகத் தரிசிக்க முடியாத நிலை இருந்தது. இதுவே மானேஜருக்கு அவர் மீது கோபத்தை ஏற்படுத்தி இருந்தது. இந்நிலையில் குடலைப் புரட்டும் நாற்றம் வேறு.

இந்த நோயர் சீக்கிரம் போய்த் தொலைய மாட்டேன் என்கிறாரே!' என்று மானேஜர், தன் மனத்திற்குள் வெறுத்துக் கொண்டார்.

ஆனால் அதனைப் புரிந்து கொண்டவர்போல், பாபா, மானேஜரின் விழிகளை உற்று நோக்கினார்.

எல்லாம் ஒரு நொடிப்பொழுது மட்டுமே.

அதனைப் பார்த்ததும் மானேஜர் நொறுங்கிப் போனார். தன் மனதை பாபா படம் பிடித்துக் கொண்டார் என்பதை உணர்ந்தபோது நடுங்கிப்போனார். இதற்காக பாபா என்ன மாதிரியான தண்டனையை வழங்கப் போகிறாரோ என்ற அச்சமும் அவனுக்குள் நுழைந்திருந்தது.

அந்த நோயரோ பாபாவைத் தரிசனம் செய்துவிட்டு, தான் கொண்டுவந்திருந்த அந்தப் பார்சலை, துணியால் மறைத்தவாறே, மறுபடியும் படியிறங்கினார். அவர் மெல்ல

மெல்ல இறங்கிச் செல்லும் வரையிலும் இதர பக்தர்கள் காத்திருக்க வேண்டியதாயிற்று.

பாபாவின் பக்தை மானேஜருக்கு அப்போதுதான் நிம்மதி ஏற்பட்டது. 'ஒரு வழியாகப் போய்ச் சேர்ந்தார். கடவுளே, உனக்கு கோடானு கோடி நன்றி' என்று மனதிற்குள் சொல்லிக் கொண்டார்.

அத்தருணத்தில் பாபா மீண்டும் மானேஜரை வெகு கூர்மையாக நோக்கினார். அதில் அர்த்தங்கள் பல பொதிந்திருந்தன.

தனது பணியாளரிடம், "ஓடிப்போய் அந்த நோயரை மறுபடியும் அழைத்து வா" என்று கட்டளையிட்டார்.

பணியாளரும் வேகமாக ஓடினார். அந்த வளாகத்தை விட்டு அந்த நோயர் வெளியேறிவிடக் கூடாதே என்ற பதற்றம் அவருக்கு.

அப்படியே அழைத்தும் வந்தார். மறுபடியும் படியேறுவதற்கு வெகுவாகச் சிரமப்பட்டார் அந்த நோயர். "அவரை கைத்தாங்கலாக அணைத்து அழைத்து வா" என்று பணியாளரைப் பணித்தார் பாபா.

அவரும் வேறு வழியின்றி அப்படியே செய்தார்.

அருகில் வந்த நோயரிடம், "உன் கையில் இருக்கும் பார்சலில் என்ன இருக்கிறது?" என்று பாபா கேட்டார்.

அதற்குப் பதில் சொல்ல முடியாமல் தயங்கினார் அந்த நோயர். அதனை அவர் கைகளில் இருந்து எடுத்துக் கொண்ட பாபா, அதனைப் பிரித்தார். அதனுள் இனிப்பு பேடா. அதில் ஒரு விள்ளலை எடுத்து, சாப்பிடுமாறு மானேஜரிடம் கொடுத்தார் பாபா.

நாற்றமும், அருவருப்பான தோற்றமுமாகக் காட்சி அளிக்கும் அந்த நோயரிடம் உள்ள பார்சல் பலகாரத்தைச் சாப்பிடுவதா! இது எப்படி முடியும்? ஆனால் சாப்பிடுமாறு உத்தரவிடுவது பாபா ஆயிற்றே! எப்படி மறுக்க முடியும்?

வேறுவழியின்றி அதனைச் சாப்பிட்டார் மானேஜர்.

பாபாவும் அதனை எடுத்து தனது வாயிலும் போட்டுக் கொண்டு சுவைத்தார். பின்னர் அந்தப் பார்சலைத் தன்வசமே வைத்துக் கொண்டு அந்த நோயரை வழியனுப்பி வைத்தார்.

அந்த நோயர் திரும்ப பாபாவால் அழைக்கப்பட்டதும், அவரிடமிருந்த பார்சலை வாங்கி, இனிப்புப் பேடாவைத் மானேஜருக்கு மட்டும் கொடுத்ததும், அங்கு கூடியிருந்த பக்தர்களுக்கு வியப்பை அளித்திருக்கலாம். காரணம் புரியாமலும் இருந்திருக்கலாம். பாபாவின் மனதில் மானே ஜருக்கு எத்துணை பிரியம் உள்ளது என்று ஆச்சரியப்பட்டும் இருக்கலாம்.

ஆனால் அதன் உண்மையான காரணம் பாபாவிற்கும், மானேஜருக்கும் மட்டுமே தெரியும்.

பாபாவின் லீலைகளில் இதுவும் ஒன்று.

ஒரு முறை மானேஜரின் கண்களில் பிரச்னை ஏற்பட்டது. ஓயாமல் வலி. ஷீரடியில் இருந்தபோது இந்த வலியும், கண்களில் நீர் வடிதலும் உச்சகட்டத்தை அடைந்திருந்தது. ஆனாலும் அதனைப் பொருட்படுத்தாமல், பாபாவின் முன்பாகச் சென்று அமர்ந்திருந்தார் அவரது பக்தை மானேஜர். பாபாவும் அவரை உற்றுக் கவனித்தார். அவரது கண்களையே சற்று நேரம் அசையாமல் பார்த்துக் கொண்டிருந்தார்.

உடனே மானேஜரின் கண்களில் ஏற்பட்டிருந்த வலி வேகவேகமாகக் குறைந்த மாதிரி இருந்தது. அவரது கண்களில் ஏற்பட்டிருந்த நீர் வடிதலும் அப்படியே நின்று போயிருந்தது.

ஆனால், மாறாக, பாபாவின் கண்களில் நீர் பொங்கி வழிய ஆரம்பித்தது.

தனது பக்தையின் சிரமத்தைப் போக்குவதற்காக அவரது வலியை, தான் ஏற்றுக் கொண்டுவிட்டார் அந்த மகான்.

❀❀❀

தாஸ் கானு மகராஜ்

இவரும் பாபாவின் தீவிர பக்தர்களில் ஒருவர். ஆச்சாரங்களை மிகவும் போற்றி மதிப்பவர். அதன்படியே நடக்க வேண்டும் என்பதில் தீவிரம் உடையவர். நடந்தும் வந்தவர்.

தனது குலவழக்கப்படி வெங்காயத்தை அறவே ஒதுக்கி வைக்கும் பழக்கத்தை வளர்த்துக் கொண்டிருந்தார் மகராஜ். வெங்காயம் சிற்றின்பத்தைத் தூண்டும் சக்தி உடையது என்பதால், அதனை விலக்கி வைக்கும் பழக்கம் அவருக்கு இருந்து வந்தது.

ஆனால் பாபா, ஆச்சாரங்களை மதிப்பவரல்ல. அதன்படி நடந்தே ஆக வேண்டும் என்பதை அவர் ஏற்றுக்கொள்பவரும் அல்ல..

ஒருநாள் தாஸிடம், வெங்காயங்களை அதிகமாகக் கொண்ட உணவைத் தயாரிக்குமாறு பணித்தார். அப்படியே தாஸும் செய்தார். பின்னர் அந்த உணவைத் தனக்கு வைக்குமாறு

கேட்டுக் கொண்ட பாபா, இன்னும் கொஞ்சத்தை தாயை சாப்பிடுமாறு கூறினார். தாஸ் இதனை சாப்பிட மாட்டார் என்பது பாபாவிற்கு நன்கு தெரியும். இருந்தபோதிலும் ஏதோ ஒரு காரணத்திற்காக அதனை உண்ணுமாறு வலியுறுத்தினார். தாஸும் அந்தப் பதார்த்தத்தைச் சாப்பிடுகிற மாதிரி பாவனை செய்தார். ஆனால் சாப்பிடவில்லை.

இதனை பாபாவிற்குத் தெரியாமல் செய்ததால், தான் சாப்பிட்டு விட்டதாக ஆகிவிடும் என்று நம்பினார்.

ஆனால் பாபாவை ஏமாற்ற முடியுமா என்ன? கண்டுபிடித்து விட்டார். வலுக்கட்டாயமாக அந்த வெங்காய பலகாரத்தை தாஸ் சாப்பிட்டால்தான் ஆயிற்று என்று பிடிவாதம் பிடித்தார் பாபா. வேறு வழியில்லாமல் தாஸும் அப்படியே செய்தார். அது மட்டுமல்ல, பாபா உயிருடன் இருக்கும் வரை வெங்காயம் சாப்பிடும் வழக்கத்தை தாஸ் தொடர்ந்திருந்தார் என்பது குறிப்பிடத் தக்கது.

போகட்டும். பாபா எதற்காக வெங்காயம் சாப்பிடு மாறு அந்த அளவிற்கு தாஸை வலியுறுத்தினார்?

"ஒருவன் வெங்காயத்தைச் சாப்பிட்டு, அதன் பிறகு சிற்றின்ப ஆசையை அவன் கடந்து விட்டான் என்றால்... அதுதான் அவன் பிறப்பின் பெரிய வெற்றி. அதன்பிறகு அவனுக்கு எந்தவொரு கெடுதலும் வராது" என்று பாபா அதற்கு விளக்கமளித்தார்.

தாஸ் கானு மகராஜுக்கு ஒரு முறை இந்துக்களின் புனித இடங்களில் ஒன்றாகக் கருதப்படும், கங்கையும், யமுனையும் ஒன்றாகச் சங்கமிக்கும் பிரயாகைக்குச் சென்று புனித நீராட வேண்டும் என்ற ஆவல் ஏற்பட்டது.

இதையெல்லாம் பாபா அனுமதிக்க மாட்டார் என்பது அவருக்கு நன்கு தெரியும். ஆனாலும் அவரின் அனுமதி பெறாமல் இப்படி புனித பயணம் மேற்கொள்ள அவரால் முடியாது. எனவே வெகுநேரத் தயக்கத்திற்குப் பிறகு பாபாவிடம் அனுமதி கோரினார்.

இதைக் கேட்டதும் பாபாவின் முகத்தில் சிறிதாக

புன்சிரிப்பு படர்ந்தது. "புனித நீராட வேண்டும் என்ற உன் ஆவல் எனக்குப் புரிகிறது. ஆனாலும் அதற்காக நீ அவ்வளவு தொலைவு செல்ல வேண்டுமா?" என்று கேட்டார் பாபா .

'வேண்டும்' என்கிற மாதிரி மௌனமாக அமர்ந்திருந்தார் தாஸ்.

"பிரயாகைக்குச் சென்று புனித நீராட வேண்டும் அவ்வளவு தானே? அந்தப் பிரயாகை இங்கேயே இருக்கிறதே! அப்புறம் எதற்காக நீ அங்கு செல்ல வேண்டும்?" என்று கேட்டார் பாபா.

தாஸுக்கு ஒன்றும் புரியவில்லை.

"என்னை மனதார நீ நம்பு. பிரயாகை இங்கேயும் இருக்கிறது" என்று மறுபடியும் அழுத்தமாகக் கூறினார் பாபா.

தாஸுக்குப் புரிந்தது. பாபாவின் மகிமையால் ஏதோ ஒரு அதிசயம் நிகழப் போகிறது. இந்த சிறிய பக்தனுக்காக பாபா ஏதோ செய்து காண்பிக்கப் போகிறார்.

இதனால் உணர்ச்சிவசப்பட்ட தாஸ், அப்படியே பாபாவின் பாதங்களில் தன் முகம் பதித்து, தலை தாழ்ந்து வணங்கினார்.

என்ன ஆச்சர்யம்!

பாபாவின் திருப்பாதங்களின் இரு கட்டை விரல்களிலும் இருந்து கங்கையும், யமுனையும் அப்படியே ஒழுக ஆரம்பித்தது.

தாஸால் இதனை நம்பவே முடியவில்லை. அப்படியே பிரமித்துப் போனார். அவர் மட்டுமல்ல, அங்கு திரண்டிருந்த பக்தர்கள் அனைவருமே அப்படியே புல்லரித்துப் போய்விட்டனர்.

அந்த நீரைத் தன் தலையில் தெளித்து நிறைவடைந்தார் தாஸ்.

தாஸ் கானுவிற்கு ஈசா உபநிஷதம் பற்றிய புத்தகங்

களைப் படிப்பதில் ஆர்வம் அதிகம். அதன் ஸ்லோகங் களைப் படித்தார். அதற்கான விளக்கங்களையும் படித்தார். அனைத்தும் புரிந்தது. ஆனால் அதில் அடங்கியுள்ள உட்பொருள் மட்டும் அவருக்கு விளங்கவில்லை.

இதனை யாரிடம் கேட்டுத் தெரிந்து கொள்வது?

யோசித்தார்.

அங்கு அந்த அளவிற்கு அறிவு ஜீவிகள் யாரும் இருப்பதாக அவருக்குப் புலப்படவில்லை,

ஆக, பாபாவிடம் கேட்டுத் தெரிந்து கொள்வதே நல்லது.

இப்படித் தீர்மானித்தார் தாஸ்.

தனக்கு ஏற்பட்டுள்ள சந்தேகத்தைத் தீர்த்து வைக்குமாறு பாபாவிடம் பணிவன்போடு கேட்டுக் கொண்டார்.

ஆனால் அதற்கு விளக்கமளிக்க மறுத்த பாபா, அதற்கு வேறொரு வழிமுறையைக் கூறினார். "நேராக மும்பையிலுள்ள வில்லபார்லேக்குச் செல். அங்கு காகா சாஹேப் தீட்சித் என்பவரின் வீடு இருக்கிறது. அங்கு போ. அந்த வீட்டு வேலைக்காரச் சிறுமி இதற்கான விளக்கத்தை உனக்கு அளிப்பாள்" என்றார்.

தாஸ் கானுவிற்கு இது அத்தனை ஏற்புடையதாகத் தெரியவில்லை. மிகப் பெரிய அறிவு ஜீவிகளுக்கே குழப்பமான இந்த உபநிஷதம், ஒரு வேலைக்காரச் சிறுமிக்கு எப்படித் தெரியப்போகிறது? பாபா ஏன் இப்படிக் கூறுகிறார்?

இதுபோல யோசித்தாலும், பாபாவின் உத்தரவை மீற அவரால் முடியவில்லை .

பாபா சொன்ன மாதிரி காகா சாஹேப் வீட்டிற்குச் சென்றார். அவருடைய வீட்டிலேயே இரவுப் பொழுதைக் கழித்தார்.

இளங்காலைப் பொழுதில் ஒரு அழகான, அற்புதமான பாடல் ஒன்று அவரை எழுப்பியது. ஒரு பெண்ணின் குரல்

அது. அழகான புடவை ஒன்றைப் பற்றி விவரித்தது அந்த பாடல்.

இந்தப் பாடலுக்குச் சொந்தக்காரி யார்? அழகான அவளது புடவையைப் பற்றி இந்த அளவிற்கு கற்பனை வளத்துடன், இனிமையான குரலுடன் பாடுகிறாளே!

அவள் யாரென்று தெரிந்துகொள்ள ஆவல் கொண்டு வெளியே சென்று பார்த்தார் தாஸ்.

கந்தல் துணி அணிந்திருந்த சிறுமி.

நம்பவே முடியாமல் அவளிடம் விசாரித்தபோது தான் தெரிந்தது, அந்த வீட்டு வேலைக்காரனின் சகோதரி அவள் என்பது.

அப்படியானால் .... அழகான புடவைக்கு ஆசைப்பட்டே அந்தச் சிறுமி இவ்வாறு பாடி அசத்தியிருக்க வேண்டும் என்று கருதினார் தாஸ்.

உடனே அங்குள்ள பணக்காரர் ஒருவரிடம் இதனைக் கூறி, அந்தச் சிறுமிக்கு உதவுமாறு கேட்டுக்கொண்டார். அவரும் அப்படியே அழகிய புதுப்புடவை ஒன்றை அச்சிறுமிக்கு வாங்கிக் கொடுத்தார்.

அதனைக் கட்டிக் கொண்ட அந்தச் சிறுமியின் முகத்தில் அப்படியொரு சந்தோஷம்! மகிழ்ச்சி!

அந்தப் புடவையுடனேயே தனது தோழிகளுடன் விளையாடச் சென்றாள். உற்சாகமாக மீண்டும் பாடி அசத்தினாள்.

அடுத்த நாளும் வந்தது. அன்றும் அதே சிறுமியின் அழகிய குரலில் அற்புதமான இன்னொரு பாட்டு, வெளியே வந்து பார்த்தார் தாஸ்.

அதே சிறுமிதான்! இன்றும் நேற்றைய அதே உற்சாகம் மற்றும் சந்தோஷம் சற்றும் குறையாமல் அவள் பாடிக்கொண்டும், ஆடிக் கொண்டும் இருந்தாள்.

ஆனால் அவள் கட்டியிருந்தது அந்தப் புதுப் புடவையை

அல்ல. நேற்று காலை அணிந்திருந்த அதே கந்தல் துணி.

சட்டென்று தாஸ் மனதில் ஒரு 'பளிச்' மின்னல். அதில் தோன்றிய ஆயிரம் வாட் மின்சாரம் போன்ற விளக்கம்.

அந்த பெண்ணின் மகிழ்ச்சிக்குக் காரணம் புடவையல்ல. அவள் மனம்.

ஒருவரின் மகிழ்ச்சிக்கும், மன நிறைவிற்கும் காரணம் அவர்களது செழுமையும் அல்ல, வறுமையும் அல்ல. அது வாழ்க்கையில் வரும், போகும். நிலையற்றது. அவற்றுக்குக் காரணம் தூய உள்ளம். கள்ளம் கபடமற்ற பிள்ளைத் தனம். நாம் அனைவரும் கடவுளின் குழந்தைகள். அவர் சந்தோஷமாக இருப்பதற்காக நம்மைப் படைத்திருக்கிறார். ஏதாவது செய்ய வேண்டுமென்றால், அதனை எப்போது, எப்படிச் செய்வது என்பது அவருக்குத் தெரியும். எனவே, அனைத்துப் பாரங்களையும் அவரிடம் ஒப்படைத்துவிட்டு, இந்தச் சிறுமியைப் போல எப்போதும் உற்சாகத்துடன் இருக்க வேண்டும்.

ஆகா, ஈசா உபநிஷதத்தின் உட்பொருள், அதற்கான விளக்கம் அவருக்குப் புரிந்துவிட்டது. இதனைப் புரியவைக்க தீர்க்கத் தரிசனத்துடன் பாபா இங்கே தன்னை அனுப்பி வைத்ததை நினைத்து ஆனந்தக் கண்ணீர் வடித்தார் தாஸ் கானு மகராஜ்.

உபாசனி பாபா

காசிநாத் கோவிந்த் உபாசனி மகராஜ் என்பது இவரின் முழுப்பெயர். மகாராஷ்டிர மாநிலம் சத்னா என்னும் கிராமத்தில் பிராமணக் குடும்பத்தில் பிறந்தவர். 14வது வயதில் 8 வயது சிறுமியை மணந்தார். ஆனால் மறு வருடமே அந்தச் சிறுமி மரணமடைந்தாள். பின்னர் இரண்டாவது மணம் செய்விக்கப்பட்டும், அவளும் சில ஆண்டுகளில் உயிர் பிரிந்தார்.

அதன்பின்னர் வாழ்க்கையில் ஒரு பெரும் சோகத்தை அடைந்தவராகக் காணப்பட்டார். யோகா கற்றார். குகை ஒன்றில் நீண்ட நாட்கள் தங்கி தியானம் இருந்தார். ஊரில் ஆயுர்வேத மருத்துவராகத் தொழில் செய்தார். சொந்த வியாபாரம் செய்தார். அதில் பெரும் நஷ்டம் ஏற்படவே மனமுடைந்து, தனது மூன்றாவது மனைவியுடன் புனித யாத்திரை கிளம்பினார். ரஹுரி எனும் இடத்தில் குல்கர்னி என்ற சாமியாரைச் சந்தித்தார். அவர் சாய் பாபாவைச் சென்று பார்க்குமாறு கூறினார். அப்படியே ஷீரடி கிளம்பினார் உபாசனி பாபா.

அங்கு பாபாவைத் தரிசித்துவிட்டு அடுத்த நாளே தனது ஊருக்குத் திரும்ப முடிவெடுத்தார். ஆனால் பாபா அதற்கு

மறுப்புத் தெரிவித்தும், தனது முடிவில் மாற்றமில்லாமல் ஷீரடியை விட்டுக் கிளம்பினார் உபாசனி.

வழியில் கோபர்கான் என்ற இடத்தில் இருந்த கோயிலில் தங்கினார். அந்த கோயில் பூசாரி, உபாசனியைப் பற்றிய விவரம் கேட்டறிந்தார். ஷீரடியை விட்டு வந்தது தப்பு என்றும், மீண்டும் அங்கேயே திரும்பிச் செல்லுமாறும் வற்புறுத்தினார்.

ஆனால் உபாசனிக்கு அதில் விருப்பமில்லை . அப்போது ஷீரடி செல்வதற்காகச் சில பக்தர்கள் அங்கு வந்திருந்தார்கள். அவர்களுக்கு அங்கு போக வழி தெரியவில்லை. உபாசனி அங்கிருந்து வந்திருக்கிறார் என்பதைத் தெரிந்து கொண்டதும், தங்களுக்கு வழி காண்பிக்க அங்கு வருமாறு அன்பாக நிர்ப்பந்தம் செய்தனர். இதனை உபாசினியால் தட்டிக் கழிக்க முடியவில்லை. ஏற்றுக்கொண்டார்.

உபாசினி மீண்டும் ஷீரடிக்கு வந்ததைப் பார்த்த பாபா, "வர மாட்டேன் என்றாய். ஆனால் மீண்டும் வந்துவிட்டாயே" என்றார்.

"வரக்கூடாது என்றுதான் நினைத்தேன். ஆனால் என்னையும் மீறி ஒரு செயல் நடந்துள்ளது. நான் திரும்பவும் வந்திருக்கிறேன்" என்றார் உபாசினி.

"இத்தனை நாட்களும் நான் உன்னுடன் தானே இருந்தேன். உன்னை நிழல் போலல்லவா தொடர்ந்து வந்தேன்" என்று பாபா கூறினார். அதனை வியப்புடன் கேட்டார் உபாசினி.

உபாசினி தொடர்ந்து இங்கேயே நான்கு வருடங்களுக்கு இருக்க வேண்டும் என்று பாபா கட்டளையிட்டார். அவர் குடும்பப் பாசம், பற்று அனைத்தையும் துறந்து தன்னுடனேயே தங்கி இருக்க வேண்டும் என்று விரும்பினார். தனக்குப் பிறகு, தான் தோற்றுவித்திருக்கும் இந்த அமைப்பைத் தலைமையேற்று நடத்திச் செல்ல ஒரு நல்ல நபர் கிடைத்துவிட்டார் என்று பாபா நினைத்தார். அதனைச் சூசகமாகத் தெரிவிக்கவும் செய்தார்.

உபாசினியிடம் அமைதி, சாந்தம் அனைத்தும் உருவாகும்

என்று பாபா நம்பினார். அப்படியே நடக்கவும் செய்தது. இதற்காக உபாசினியை மக்கள் யாருடனும் கலந்திருக்காமல் தனியே இருக்குமாறு செய்தார் பாபா. அப்போதுதான் இல்லற ஆசை அவரை விட்டு அகலும் என்று கருதினார்.

ஆனால் உபாசினிக்கோ இது வேறுவிதமான எண்ணத்தைத் தோற்றுவித்தது. பாபா யாரிடமும் நட்புறவு கொள்ள அனுமதிக்காமல் தன்னை தனிமைச் சிறையில் அடைத்து வைத்திருப்பது போல எண்ணினார்.

ஆனால் உபாசினிக்கு முக்கியத்துவம் கொடுப்பது இதர பக்தர்களுக்கு வருத்தத்தை அளித்தது. பாபாவிடமே முறையிட்டார்கள்.

"நீங்களே கதியென்று ஆண்டுகள் பலவாக இங்கேயே நாங்கள் கிடக்கின்றோம். ஆனால் நீங்கள் என்னவென்றால், உங்களின் அற்புத சக்திகள் அனைத்தையும் நேற்று வந்த எவனோ ஒரு அன்னியனுக்குக் கற்றுக் கொடுத்து, உங்களுக்கு அடுத்த இடத்தை அவனுக்கு அள்ளித் தருகிறீர்களே! இது என்ன நியாயம்?" என்று உரிமையுடன் கேட்டார்கள்.

இந்த அளவிற்கு உபாசினிக்கு பாபா அதிக முக்கியத்துவம் கொடுத்தும், அவரது மனம் மட்டும் மாறவே இல்லை. அங்கிருந்து விடுபடவே விரும்பியது.

இதனிடையே உபாசினிக்கு ஏற்பட்ட ஒரு அனுபவத்தையும் நாம் பகிர்ந்து கொள்ளலாம்.

ஷீரடியில் உள்ள கண்டோபா கோயிலில் உணவு சமைத்துக் கொண்டிருந்தார் உபாசினி.

எந்த உணவையும் முதலில் பாபாவிற்குப் படைத்து விட்டே, தானோ அல்லது மற்றவர்களோ சாப்பிட வேண்டும் என்பது அவரது பழக்கம். அன்று அவர் உணவைத் தயாரித்துக் கொண்டிருக்கும்போது, கறுப்பு நாய் ஒன்று அங்கேயே நின்று கொண்டு உணவையே பார்த்துக் கொண்டிருந்தது. தயாரித்த உணவை பாபா இருக்கும் மசூதியை நோக்கி அவர் எடுத்துச் செல்லும்போதும் அந்த நாய் கூடவே வந்தது. அப்புறம் அது காணாமலும் போய்விட்டது.

மசூதியில் பாபாவிடம் சென்றபோது, "எதற்காக இங்கே வந்திருக்கிறாய்?'' என்று அவர் சற்று தடித்த குரலில் கேட்டார்.

உபாசினிக்கு இதன் அர்த்தம் புரியவில்லை . 'பாபா, உங்களுக்கு நைவேத்தியம் செய்வதற்காகத் தான் வந்திருக்கிறேன்" என்றார்.

''நான் தான் உன்னுடனேயே இருந்தேனே! நீ தான் எனக்கு உணவளிக்க மறுத்துவிட்டாயே. அப்புறம் எதற்கு இப்போது கொண்டு வந்தாய்?" என்று பாபா கேட்டார்.

உபாசினிக்கு ஒன்றுமே புரியவில்லை. பாபா விளக்கினார்.

"நீ சமைத்துக் கொண்டிருக்கும்போது உன்னருகே நின்றிருந்ததே கறுப்பு நாய், அது நான் தான்'' என்றார் பாபா.

உபாசினிக்கு உடலெங்கும் அதிசயத்தால் குப்பென்று வியர்த்தது.

மறுநாள் இதுபோன்ற தவறு எதுவும் செய்துவிடாமல் கவனமாக இருக்க வேண்டும் என்று உறுதி பூண்டார் உபாசினி.

அடுத்த நாள் சமையல் செய்கிறபோது, ஏதாவது கறுப்பு நாய் தென்படுகிறதா என்று கண்களைக் கூர்மையாக்கிக் கொண்டு கவனித்தார் உபாசினி. ஆனால் அப்படி எதுவும் தென்படவில்லை . ஆதலால், தனது சமையல் வேலையில் தீவிரமாக இறங்கினார்.

அப்போது பிச்சைக்காரன் ஒருவன் அங்கு வந்து நின்றான். சமைத்ததும், நல்ல சாப்பாடு கிடைக்கும் என்ற நம்பிக்கையுடன் உபாசினி சமைப்பதையே பார்த்தவாறு அவன் நின்றிருந்தான்.

இது அவருக்குக் கடும் கோபத்தைக் கொடுத்தது. பிராமணன் சமைக்கிறபோது, வேறு சாதிக்காரர்கள் யாரும் பார்க்கக்கூடாது என்று கூறி அவனை விரட்டினார்.

அந்தப் பிச்சைக்காரனும் வருத்தத்துடன் அங்கிருந்து நகர்ந்தான்.

சமைத்த உணவை எடுத்துக் கொண்டு பாபாவிடம் சென்றார் உபாசினி.

ஆனால் இன்றும் அந்த உணவை எடுத்துக் கொள்ள பாபா மறுத்துவிட்டார்.

"நேற்றும் எனக்கு உணவளிக்க மறுத்தாய். இன்றும் அப்படியே செய்தாய்" என்று கூறினார் பாபா.

''நேற்று சரி. அந்தக் கறுப்பு நாயை விரட்டினேன். ஆனால் இன்று அப்படி எதுவும் நடக்கவில்லையே பாபா" என்று பரிதாபமாகக் கூறினார் உபாசினி,

''ஏன் நடக்கவில்லை? பிச்சைக்காரன் ஒருவனை விரட்டினாயே! அது நான் தானே" என்று பாபா கூறியதும், உபாசினி அப்படியே நொறுங்கிப் போனார்.

இது போன்று பல்வேறு நிலைகளில் பாபாவின் மகாசக்தியை உபாசினி அறிந்திருந்தார். எனினும், பாபாவின் கட்டளையை மறந்தார். அல்லது அதனை ஏற்றுக்கொள்ள முடியாமல் மீறினார்.

ஷீரடியில் நான்கு ஆண்டுகள் தொடர்ந்து தங்கியிருந்தால், பாபாவின் அடுத்த வாரிசு உபாசினி என்பது சாய் மகானின் திடமான அறிவிப்பு.

ஆனால் மூன்று ஆண்டுகள் முடிந்த நிலையிலேயே, ஷீரடியை விட்டுப் போக முடிவெடுத்தார் உபாசினி. அவரால் தனது குடும்ப பாசத்தை மறக்க முடியவில்லை என்பதே உண்மை.

அதன்பின்னர் பெரும் ஞானியாக உபாசினி மாறினார். மகாத்மா காந்தி கூட அவரின் சக்தியைக் கேட்டு, ஒரு முறை நேரில் சென்று சந்தித்து வணங்கினார்.

ஆனால் பின்னர் ஒரு காலகட்டத்தில் பணம், பெண் இரண்டிற்கும் அடிமையாகி, பல்வேறு சட்டவிரோத

செயல்களில் ஈடுபட்டு, காவல்துறை, நீதிமன்றம் என்றெல்லாம் அலைந்து பெரும் கஷ்டத்தை அனுபவித்தார் உபாசினி என்பது ஒரு நீண்ட கதை.

உபாசினி தன் விருப்பத்தை நிறைவேற்றாமல் பாதியிலேயே அகன்றது பாபாவிற்கு பெரும் வருத்தத்தையும், ஏமாற்றத்தையும் அளித்தது. அதன்பின்னர், தனக்கு அடுத்த நிலையில் இருப்பவர் என்று யாரையும் குறிப்பிட்டு பாபா கூறியதே கிடையாது.

தனது பக்தர்களிடம், "என்னையே நினையுங்கள். நான் இருக்கிறேன். உங்களுக்கு ஆபத்து நேரங்களில் கண்டிப்பாக உதவுவேன். என் சமாதிக்குள் இருந்தும் கூட நான் இயங்கிக் கொண்டே இருப்பேன்' என்றே அடிக்கடி சொல்ல ஆரம்பித்தார்.

நானா சந்தோர்க்கர்

மும்பை அரசாங்கத்தில் உதவி மாவட்ட ஆட்சித் தலைவராகப் பதவி வகித்தவர். பாபாவின் சாய் இயக்கத்தை உலகிற்குப் பரப்பியதில் முக்கியத் தொண்டாற்றியவர்.

ஒருமுறை கோபர்கான் பகுதிக்கு வரிவசூல் விஷயமாக நானா சந்தோர்க்கர் வந்திருந்தார். இதனை அறிந்த பாபா, தனது பக்தரான குல்கர்னி என்பவரிடம், 'சந்தோர்க்கரை ஷீரடிக்கு வருமாறு நான் அழைத்ததாகக் கூறு' என்று உத்தரவிட்டார்.

ஆட்சியர் அலுவலகத்தில் சாதாரண எழுத்தர் வேலை பார்ப்பவர் குல்கர்னி. அவர் போய், அவரின் உயர்ந்த அதிகாரியிடம் நேருக்கு நேர் நின்று பேசுவதே முடியாத காரியம். அதிலும், பாபா அழைத்ததாக எப்படிச் சொல்வது? தயங்கினார் குல்கர்னி.

ஆனாலும் அவரின் தயக்கத்தை பாபா பொருட் படுத்தவே இல்லை. தனது உத்தரவில் இருந்து வழுவவும் இல்லை .

மனதிற்குள் தைரியத்தை வரவழைத்துக் கொண்டு, சந்தோர்க்கரிடம் பாபாவின் அழைப்பை ஒருவழியாகத் தெரிவித்தார். ஆனால், குல்கர்னியின் பேச்சை நானா நம்பவில்லை. காரணம், 'பாபாவைப் பற்றி நான் அறிந்திருப்பது

என்னவோ உண்மைதான். என்றாலும் அவருக்கும் என்னைத் தெரியாது. நானும் அவரைச் சந்தித்ததில்லை. அப்புறம் எப்படி அவர் இந்த அழைப்பை விடுத்திருக்க முடியும்? மேலதிகாரியாக இருப்பதால் எதையோ எதிர்பார்த்து தன்னிடம் பழகுவதற்காக இந்தக் குல்கர்னி இப்படிப் பொய் சொல்கிறார்' என்று சந்தேகப்பட்டார் நானா. இதனால், அவரது பேச்சை உதாசீனப்படுத்தினார். ஷீரடிக்குப் போகவில்லை.

ஆனாலும், பாபா விடவில்லை. குல்கர்னிக்கு மறுபடியும் அழுத்தம் கொடுத்தார். அவரும் நானாவிடம் இரண்டாவது முறையும் கூறினார். அப்போதும் நானா, இதனை ஒரு பொருட்டாகவே எடுத்துக் கொள்ளவில்லை.

இருந்தாலும் விடாப்பிடியாக மறுபடியும் பாபா, குல்கர்னியை நானாவிடம் போய்ச் சொல்லுமாறு வற்புறுத்தினார். வேறுவழியின்றி குல்கர்னியும் அவ்வாறே செய்தார்.

மூன்றாவது முறையும் இப்படி குல்கர்னி சொன்னதும், நானாவிற்குள் ஒரு சிறு குழப்பம். எதற்கும் பாபாவை ஷீரடி போய்ப் பார்த்து விட்டு வந்து விடலாம் என்று முடிவெடுத்தார். சென்றார்.

அப்போது நானாவிடம் பாபா விளக்கமாகப் பேசினார், "உலகில் எத்தனையோ பேர் இருந்தாலும், நான் உன்னை மட்டும் ஏன் அழைக்க வேண்டும்? இதுபற்றி நீ யோசிக்க வேண்டும். கடந்த சில ஜென்மங்களாக நாமிருவரும் நெருங்கிய சிநேகிதர்களாக இருந்து வருகிறோம். அது இந்த ஜென்மத்திலும் தொடர வேண்டும் என்று நான் ஆசைப்படுகிறேன். அதற்காகவே உன்னை இங்கு அழைத்தேன்" என்றார்.

ஆனாலும் இதிலெல்லாம் நம்பிக்கை இல்லாத நானா, 'இதோடு ஷீரடிக்கு வருவதை நிறுத்திக் கொள்ள வேண்டும். இனிமேல் எக்காரணம் கொண்டும் இந்தப் பக்கம் தலைவைத்தும் படுக்கக் கூடாது' என்று திடமாக முடிவெடுத்துக் கொண்டார்.

ஆனால் இந்த முடிவு, பிரசவிக்கும் போது பெண் எடுக்கும் சபதம் போலவே பிசுபிசுத்துப் போனது. மீண்டும் பாபாவைத் தேடி ஷீரடிக்கு வரத் தொடங்கினார் நானா. அடிக்கடி வந்தார். பாபாவின் மீது அதீத பற்றும், பாசமும் கொண்டார்.

ஒருசமயம் மலைமீதிருக்கும் ஹரிச்சந்திரா கோயிலுக்கு சுவாமி தரிசனத்திற்காகச் சென்றுகொண்டிருந்தார் நானா. ஒரு கூரான வளைவு. அவருக்குப் பயங்கரத் தாகம். தண்ணீர் குடித்தாலே மேற்கொண்டு பயணத்தைத் தொடரமுடியும் என்கிற நிலை. மலையேறிக் கொண்டிருந்த பக்தர்கள் சிலரிடம் கேட்டுப் பார்த்தார். கிடைக்கவில்லை.

இக்கட்டான நிலையில் யாரை நினைப்பது? பாபாவைத் தவிர வேறு யார் உள்ளார்?

தண்ணீர் கேட்டு பாபாவிடம் மன்றாடினார். அப்போது அந்த வழியாக வந்த வழிப்போக்கன் ஒருவனிடம் "தண்ணீர் கிடைக்குமா? என்று கேட்டார். அதற்கு அவன், "உங்களுக்கு கீழேயே இருக்கிறதே!" என்று சொல்லிவிட்டுச் சென்றான்.

புரியாமல், தான் அமர்ந்திருந்த பாறையின் மேற்பரப்பைக் கையால் சற்று தோண்டியிருக்கிறார்.

அது அழகிய நீரைச் சுரக்கும் சுனை! தேங்காய்த் தண்ணீர் போன்று சுவை மிக்கதாய் இருந்தது. தாகம் தீரப் பருகினார் நானா.

அதேவேளையில், ஷீரடியில் பக்தர்களிடையே பாபா கூறியிருக்கிறார், "எனது பக்தன் நானா தாகத்திற்குத் தண்ணீர் இல்லாமல் திண்டாடிக் கொண்டிருக்கிறான். அவனுக்குத் தண்ணீர் கொடுக்க வேண்டாமா?"

இதே போல இன்னொரு நிகழ்ச்சியும் நானா வாழ்க்கையில் நடைபெற்றது உண்டு.

காட்டுக்குள் இருக்கும் கணபதி கோயில். ரயில் ரொம்பவும் தாமதமானதால் அங்கு சென்றடைந்தபோது இரவு ஒன்பது மணி ஆகிவிட்டிருந்தது. அங்கிருந்து இன்னும் ரொம்ப தூரம்

நடக்க வேண்டும். பத்து மணிக்குள் அங்கு செல்வது என்பது முடியாத காரியம். ஆனால் அதன்பிறகு அங்கு சென்றும் பயன் கிடையாது. கோயில் நடை சாத்தப்பட்டுவிடும்.

என்ன செய்வது?

என்ன ஆனாலும் சரி, பாபாவின் மீது பாரத்தைப் போட்டு அங்கு செல்வது என்று முடிவெடுத்துக் கொண்டு வேகமாக நடந்தார் நானா.

வழியில் நடந்துகொண்டிருக்கும்போது தேனீர் சாப்பிட வேண்டும் போல் தோன்றியது அவருக்கு. ஆனால் அடர்ந்த காட்டுக்குள், அதுவும் நடுநிசியில் இப்படி நினைப்பதே தவறு என்று அடக்கிக் கொண்டார்.

அவர் கோயிலை அடையும்போது மணி பதினொன்று.

என்ன ஆச்சர்யம்!

நடை திறந்திருந்தது. வாசலில் நின்றிருந்த பூசாரி இவரைப் பார்த்ததும், "நீங்கள் தான் நானாவா?" என்று கேட்டார்.

பூசாரி இப்படிக் கேட்டதும் நானாவிற்குத் தூக்கி வாரிப் போட்டது! தனது பெயர் இந்தப் பூசாரிக்கு எப்படித் தெரியும்? அவரிடமே கேட்டார்.

"சற்றுமுன்தான் பாபா அசரீரியாக என்னிடம் இதைக் கூறினார். நீங்கள் வந்ததும் உங்களுக்குச் சூடாகத் தேனீரும் கொடுக்கச் சொன்னார்" என்று கூறி அந்தப் பூசாரி தேனீர் வழங்கினார்.

பாபாவின் கருணையும், அவரின் மகாசக்தியும் நானாவை நெகிழச் செய்துவிட்டது. நம்மையும் தான்!

ஒருசமயம் ஷீரடி வந்திருந்தார் நானா. மறுநாள் கோபர்கானுக்கு மாவட்ட ஆட்சியர் வருகை தர இருந்தார். அவருக்கு ரயிலில் முன்பதிவும் செய்யப்பட்டுவிட்டது. உதவி ஆட்சியர் என்பதால் நானா கண்டிப்பாக அங்கிருக்க வேண்டும்.

எனவே பாபாவிடம் கோபர்கான் செல்வதற்கு உத்தரவு

கேட்டார். அதற்கு பாபா, "இன்று இங்கே இருந்துவிட்டு நாளை செல்" என்று ஒற்றை வரியில் அவருக்கு அனுமதி மறுத்துவிட்டார்.

நானாவிற்குத் தர்மசங்கடமாகிவிட்டது. ஆட்சியரை வரவேற்கச் செல்லாவிட்டால், தனது வேலை கோவிந்தா தான் என்ற அச்சம் அவர் மனதை வாட்டியெடுத்தது.

ஆனாலும் பாபாவின் உத்தரவு. மீற முடியாது. அடக்கிக்கொண்டார். அன்று கோபர்கான் செல்லவில்லை.

பாபாவின் ஆணைப்படி மறுநாள் தான் அங்கு சென்றார் நானா, ஆனால் என்னவொரு ஆச்சர்யம்! ஆட்சியர் குறிப்பிட்ட மாதிரி நேற்று வரவில்லை. அவரின் பயணம் இன்றைக்கு மாற்றப்பட்டிருந்தது. அவரின் முன்பதிவு டிக்கட்டும் மாற்றப்பட்டிருந்தது.

ஆக, இந்த விவரம் அனைத்தையும் மகான் பாபா தெரிந்து வைத்திருக்கிறார். அதனால் தான் தனக்கு இம்மாதிரி உத்தரவிட்டிருக்கிறார் என்பதைப் புரிந்து கொண்ட நானா வியப்பில் தத்தளித்தார்.

இன்னொரு முறை, பர்தா அணிந்த சில முஸ்லீம் பெண் பக்தைகள் பாபாவைத் தரிசிக்க வந்திருந்தனர். அப்போது, நானாவும் பாபாவின் அருகே இருந்ததால், தங்கள் முகத்திரையை விலக்க கூச்சம் அடைந்தனர். நானாவை அங்கிருந்து அகன்று செல்லுமாறு கோரினர்.

ஆனால் அதற்கு பாபா இணங்கவில்லை. நானா அங்கேதான் இருப்பார். விருப்பம் இல்லையென்றால் அந்தப் பக்தைகள் தரிசிக்காமலேயே செல்லலாம் என்றும் உறுதியாகக் கூறிவிட்டார்.

வேறுவழியின்றி அந்த பக்தைகள் தங்கள் முகத் திரையை விலக்கி பாபாவைத் தரிசனம் செய்தனர். அந்த பெண்களில் ஒரு பெண் மாபெரும் அழகில், அனைவரையும் வசீகரிக்கக் கூடிய கண்கள் உடையவளாக இருந்தாள்.

இந்தத் தேவதையை மறுபடியும் ஒருமுறை பார்க்கும்

பாக்யம் கிடைக்காதா!' என்று ஒரு கணம் ஏங்கிற்று நானாவின் மனது.

அடுத்த கணமே அவரது தொடையில் ஒரு பலமான அடி விழுந்தது. அடித்தவர் பாபா.

அந்த பக்தைகள் தரிசித்துவிட்டுச் சென்றதும் பாபா அதற்கான காரணத்தை நானாவிடம் விளக்கினார்.

ஆக, பாபாவிற்குத் தெரியாது என்று எதையுமே நினைக்க முடியாது. அவர் எல்லாம் அறிந்தவர். ஒவ்வொரு பக்தரின் உயிர் நாடியிலும் நிறைந்திருப்பவர். அவர்கள் செய்யும் அனைத்துச் செயலையும் அறிந்து கொண்டிருப்பவர்.

நானா சந்தோர்க்கரின் குடும்பத்தில் ஒரு பேரழிவு ஏற்பட்டது. அவரது மருமகள் மற்றும் பேரக்குழந்தைகளை ஒரு சம்பவத்தில் அவர் இழக்க நேரிட்டது. அது பேரிடியானது. அந்த வருத்தம் அவரைச் சித்ரவதை செய்தது.

நேராக பாபாவிடம் சென்றார் நானா. அவர் எதற்காக வந்திருக்கிறார் என்பதைப் புரிந்து கொண்ட பாபா அவரிடம் பேசினார்.

"உன் குடும்பத்தில் நேர்ந்த பேரழிவைக் காப்பாற்ற நான் ஏன் முயற்சி செய்யவில்லை என்ற கேள்வி உன்னுள் எழுந்திருப்பதை என்னால் உணர்ந்து கொள்ள முடிகிறது. அவை என் சக்தியைத் தாண்டியது. ஒரு உயிர் ஜனிப்பதும், மரணிப்பதும் பூர்வ ஜென்ம கர்ம வினைப்பயன். அதனைத் தடுத்து நிறுத்தவோ, மாற்றவோ எல்லாம் வல்ல பரமனால் கூட முடியாது." என்றார் பாபா.

"அப்படியானால், குழந்தை வரம் இல்லாதவர்களுக்கு அதனை அளிக்கிறீர்கள். வேலை இல்லாதவனுக்கு வேலை கிடைக்கிறது." என்று பாபாவிடம் சற்று வேகமாகவே கேட்டார் நானா.

"ஜோசியக்காரன் உன் கையைப் பார்த்து கணிக்கிறான். ஜாதகத்தைப் பார்த்து நடக்கப்போவதைச் சொல்கிறான். அவற்றில் சில பலிக்கவும் செய்கிறது. அதுபோலத்தான்

நான் சொல்கிற சில விஷயங்களும் நடக்கிறது. அதனால் கிட்டத்தட்ட ஒரு ஜோசியக்காரன் மாதிரியே நான் ஆகிப்போனேன். ஆக நான் ஒரு அருள்வாக்கு சொல்கிற மாதிரி அனைவரும் என்னிடம் வந்து மோதுகிறார்கள். ஆனால் இந்த உண்மை உனக்குப் புரியவில்லை. உங்களையெல்லாம் தாண்டி நடக்கப் போகிற சில விஷயங்கள் எனக்குத் தெரிகிறது. அதை நான் சொல்கிறேன். அவ்வளவே!" என்று விரிவாக விளக்கமளித்தார் பாபா.

ஒருநாள் நைவேத்தியம் செய்வதற்காக எட்டு இனிப்பு வகைகளைச் செய்யுமாறு நானாவிற்குக் கட்டளையிட்டார் பாபா. அவரும் அப்படியே இனிப்பு தயார் செய்து பாபா முன் பவ்யமாக கொண்டு வந்து வைத்தார். ஆனால் அதனை பாபா தொடவே இல்லை. மாறாக ஈக்களும், எறும்புகளும் அதனை மொய்த்து சாப்பிட்டன.

தான் மிகவும் கஷ்டப்பட்டு செய்து கொண்டுவந்த இனிப்பை பாபா சிறிதளவுகூட எடுத்து உண்ணாதது நானாவிற்கு மன சங்கடத்தைக் கொடுத்தது. தனது வருத்தத்தை பாபாவிடமும் அவர் தெரிவித்தார்.

அதற்கு பாபா, "இத்தனை வருடங்களாக நீ என்னுடன் இருந்தும், என்னைப் பற்றி சரியாகப் புரிந்து கொள்ளாதது சங்கடமாக இருக்கிறது. இந்த இனிப்பைச் சாப்பிட்ட ஈக்களிலும், எறும்புகளிலும் நான் இல்லையா என்ன?" என்று கேட்டார்.

அதன்பிறகே நானாவிற்கு உண்மை புரிந்தது. புத்தி தெளிந்தது.

ஹரி சீதாராம் தீட்சித்

மும்பையில் மிகப்பிரபலமான வழக்கறிஞர். ஆச்சாரமிக்க பிராமணக் குடும்பத்தில் பிறந்தவர். விபத்து ஒன்றில் சிக்கிக்கொண்ட தீட்சித்தின் கால் உடைந்து போனது. சிகிச்சைகள் மேற்கொண்டும் கால் சிறிது ஊனமாகவே இருந்தது. இதனால் மிகவும் வருத்தமடைந்த தீட்சித்திடம், பாபாவைத் தரிசனம் செய்தால் ஊனம் சரியாகிவிடும் என்று நானா நம்பிக்கையுடன் கூறினார். அதன்பின்னரே பாபாவைப் பார்க்க ஷீரடிக்கு வந்தார் தீட்சித். பாபாவிடம் பழகினார்.

அப்புறம் சில தினங்களில் தன் ஊனத்தையே மறந்துவிட்டார் அவர். அப்படி மறக்கச் செய்த பாபா, தீட்சித்தை "காகா' என்றே பாசத்துடன் அழைத்தார். இந்த தீட்சித் தான் அங்கு பாபாவிற்கு காகாவாடா என்ற கல்கட்டிடத்தைக் கட்டினார் என்பது குறிப்பிடத்தக்கது.

1912 ஆம் ஆண்டு முதல் ஷீரடியே தீட்சித்தின் இருப்பிடமாகிப் போனது. பாபாவின் உபதேசங்களைக் கேட்பதையே தனது வாழ்க்கையாக்கிக் கொண்டார் அவர். பாபாவின் ஆணையை சிரமேற்கொண்டு செய்துவந்தார்.

தீட்சித் அனைத்துக் கலைகளையும் கற்றுத் தேர்ச்சி பெறவேண்டும் என்பது பாபாவின் விருப்பம். எனவே, கிட்டத்தட்ட 9 மாதங்களாக அவரைத் தனிமையிலேயே இருக்குமாறு செய்தார் பாபா. இந்தச் செய்தி கேட்டுப் பதறியவாறு அங்கு வந்தார் தீட்சித்தின் மனைவி. ஆனால், அவளிடம், "தீட்சித்தைப் பற்றிக் கவலைப்படாதே. அவரைப் பார்த்துக் கொள்வது இனி என் பொறுப்பு" என்று கூறினார் பாபா.

பாபாவே சரணம் என்று வந்த தீட்சித், தான் சேமித்து வைத்திருந்த பணம் முழுவதையும் ஒரு இரும்புப் பெட்டியில் வைத்து, எடுத்து வந்தார். அதனைப் பாபாவிடமே முழுமனதுடன் ஒப்படைத்தார். பாபாவும் அதனைத் திறந்து, தன் பக்தர்களுக்கெல்லாம் அள்ளி அள்ளி வழங்கினார்.

இந்நிலையில் தீட்சித்திற்குக் கடுமையான காய்ச்சல் கண்டது. இதனைப் பார்த்துப் பயந்துபோனார் தீட்சித். ஆனால் பாபா அவரிடம், "கவலைப்படாதே. இந்தக் காய்ச்சல் இன்னும் நான்கு நாட்களில் குணமாகிவிடும். அதற்காகப் பயந்துபோய் சோர்ந்து விடாதே. எழுந்து நடமாடு. வழக்கம் போல ரவா உருண்டைகள் நிறைய சாப்பிடு. முதலில் பம்பாயில் இருக்கும் உன் வீட்டுக்குப் போ" என்றார்.

பம்பாய் வந்த தீட்சித்தை மருத்துவர்கள் பரிசோதித்து, மருந்துகளைக் கொடுத்தனர். ஆனால் காய்ச்சல் குணமானபாடில்லை. அதிகரித்துக் கொண்டே இருந்தது. இந்நிலையிலும் பாபா சொல்லைத் தட்டாத தீட்சித், ரவா உருண்டைகளைச் சாப்பிட்டு வந்தார். இப்படிச் சாப்பிடக் கூடாது என்று மருத்துவர்களும், அவரது குடும்பத்தாரும் அவரைத் தடுக்க முயற்சித்தனர். முடியவில்லை.

நான்காவது நாளில் பாபா கூறியது போலவே காய்ச்சல் குறையத் தொடங்கியது.

தீட்சித்தின் மகள் வத்சலி. அவள் சிறுமியாக இருந்தபோது, வீட்டிலிருந்த அலமாரி ஒன்று திடீரென்று அவள் மீது சாய்ந்தது. கண்டிப்பாக அது அந்தச் சிறுமியை நசுக்கி இருக்கும். ஆனாலும், இதனை ஞானதிருஷ்டியால் உணர்ந்து கொண்ட பாபா, அந்த அலமாரி அவள் மீது விழாமல் தடுத்து நிறுத்திக் காப்பாற்றினார்.

ஆனால் வத்சலி பெரியவளாக வளர்ந்த பின்னர், அவள் கடும் நோய்வாய்ப்பட்டாள். எத்தனையோ மருத்துவர்களிடம் காண்பித்தும் குணம் கிடைக்கவில்லை. அலமாரியில் இருந்து காப்பாற்றியது போல, இப்போதும் பிணியில் இருந்து பாபா காப்பாற்றி விடுவார் என்பது தீட்சித்தின் நம்பிக்கை. ஆனால் இதனைப் பொய்ப்பிப்பது போல, வத்சலியின் கனவில் பாபா தோன்றி, 'நீ ஏன் நோயினால் உடல் வருந்திக் கிடக்க வேண்டும்? வேப்பமரத்தடியில் வந்து இரு' என்று கூறினார்.

இந்தக் கனவு அபசகுனமாக இருப்பதாக அனைவரும் கருதினர். இதனிடையே ஷாமாவிடம், "காகாவின் மகள் இறந்து விட்டாளாமே!" என்று பாபா கேட்டார்.

இது ஷாமாவிற்கு அதிர்ச்சியை அளித்தது.

இதனைக் கவனித்த பாபா, "அவள் இன்று நண்பகலில் காலமாகிவிடுவாள்" என்றார். அப்படியேதான் நடக்கவும் செய்தது.

நடக்கப்போவதைத் தெளிவாக உணரும் சக்தி மிக்கவர் பாபா என்பது இதன் மூலமும் நிரூபணமாகியது.

சாய்பாபா சமாதி அடைந்த பிறகும் தனது பக்தர்களுக்கு உதவிகள் பல செய்திருக்கிறார் என்பதே உண்மை. அது தீட்சித்தின் வாழ்விலும் நிகழ்ந்தது.

ஒருமுறை மார்வாடி ஒருவருக்கு 30 ஆயிரம் ரூபாய் பணம் தரவேண்டிய நிலையில் இருந்தார் தீட்சித். ஆனால் பணத்தைத் திருப்பிக் கொடுக்க எந்தவொரு வழியும் இல்லாத நிலையில் அவர் இருந்தார். கடன் நெருக்கடி அவர் கழுத்தைக் கவ்விப் பிடித்து நெறித்தது. மார்வாடியிடம் ஒரு குறிப்பிட்ட நாளில் தந்துவிடுவதாக வாக்குக் கொடுத்தார்.

ஆனால் அந்தக் குறிப்பிட்ட தினத்தில் தன்னால் எவ்வாறு திருப்பிக் கொடுக்கமுடியும் என்பது அவருக்குத் தெரிந்திருக்கவில்லை.

செய்வதறியாது திகைத்து நின்றபோது, பாபாவால் மட்டுமே தன்னை இந்த இக்கட்டில் இருந்து காப்பாற்ற முடியும் என்று உறுதிபடத் தோன்றியது அவருக்கு. பாபாவை நினைத்து பிரார்த்தனை செய்தார். ஏதாவது அதிசயங்கள் நடத்தி பாபா தன்னைக் காப்பாற்றுவார் என்று முழுமையாக நம்பினார்.

நாட்களும் சரசரவென்று நகர்ந்தது. கடைசி நாளும் வந்தது. மணித்துளிகள் மெல்ல மெல்ல மறைந்துகொண்டே இருந்தன. எந்த நேரத்திலும் மார்வாடி வந்து நிற்கப் போகிறார் என்ற நிலை. நிமிடங்கள், நொடிகள் அனைத்தும்

போய் குறிப்பிட்ட நேரமும் வந்தது. மார்வாடியும் தயாராக அங்கு வந்து சேர்ந்தார்.

பதற்றமும், படபடப்புமாக திக்கற்று திணறி தீட்சித் தவித்துக் கொண்டிருந்தபோது, இளைஞர் ஒருவர் அவரைத் தேடி அங்கு வந்தார். தன்னை, தீட்சித்தின் நண்பரின் மகன் என்று அறிமுகப்படுத்திக் கொண்டார். தனது தந்தை இறந்துவிட்டதாகவும், ஆனால் அவர் வைத்துச் சென்ற 30 ஆயிரம் ரூபாய் தன்னிடம் இருப்பதாகவும் கூறினான். அதனைப் பாதுகாப்பாக எங்கு வைக்கலாம் என்றும் தீட்சித்திடம் கேட்டான்.

தீட்சித்திற்கு அத்தருணம் எப்படி இருந்திருக்கும் என்பதற்கு விளக்கமும் வேண்டுமா?

அண்ணா சாகேப் தபோல்கர்

ஹேமத் பண்ட் என்ற பெயரையும் கொண்ட இவர் அரசாங்க வேலை பார்த்தவர். மிகச் சிறிய பதவியில் இருந்து உயர்ந்த பதவியை படிப்படியாக அடைந்தவர். குருநாதர், அவரின் வழிகாட்டுதல், போன்றவற்றில் எல்லாம் சிறிதும் நம்பிக்கையற்றவர்.

இவரது நெருங்கிய நண்பர் தீட்சித். ஷீரடிக்கு வந்து பாபாவைச் சந்திக்குமாறு பலநாட்களாக வற்புறுத்தவே, ஒரு முறை அதற்கு இணங்கினார். பாபாவைச் சந்தித்தார். பாபாவின் அணுகுமுறைகள் தபோல்கரை வெகுவாகக் கவர்ந்தது. இதுவே பாபாவிடம் அவருக்கு ஒரு நல்லெண்ணத்தை ஏற்படுத்தியது.

சாய்பாபாவின் சரிதையைப் புத்தகமாக எழுத வேண்டும் என்ற ஆவலை அவருக்கு அதிகப்படுத்தியது. தனது நண்பர் மூலம் பாபாவின் அனுமதியை அதற்குப் பெற்றிட முயன்றார்.

"என்னைப் பற்றி எழுதுவதற்கு முன் 'நான்' எனும் அகந்தையை அவன் விட்டொழிக்க வேண்டும். அப்புறம்

அவன் என்னைப் பற்றிய பல்வேறு குறிப்புகளைச் சேகரிக்கட்டும். எழுதுவது அவனாக இருந்தாலும், அதனை இயக்கும் கருவியாக நானே இருந்து அனைத்து உதவிகளையும் அவனுக்குச் செய்வேன்" என்ற பாபாவின் வார்த்தைகள் தபோல்கருக்கு நம்பிக்கை அளித்தன.

1916 ஆம் ஆண்டு அந்தப் புத்தகத்தை எழுதத் தொடங்கினார். பாபா மகா சமாதி அடைந்த 1918 ஆம் ஆண்டு வரை ஒரு சில அத்யாயங்களை மட்டுமே அவரால் எழுத முடிந்தது. ஆனால் அதன்பிறகு அவரது எழுத்தில் வேகம் அதிகரித்து 52 அத்யாயங்களை எழுதி முடித்தார், பாபாவின் ஆசியுடன். இந்தப் புத்தகம் மொத்தம் ஆயிரம் பக்கங்களைக் கொண்டிருக்கிறது.

பாபாவின் புகழையும், அவரது அற்புதங்களையும் பல்லாயிரக்கணக்கான பக்தர்களுக்கு விளக்கிச் சொன்னது இந்தப் புத்தகம். ஆயிரக்கணக்கானோரை பாபாவின் பக்தர்களாக மாற்றிய சக்தியும் இதற்கு உண்டு. ஏராளமான பக்தர்கள் இராமாயணம், பகவத் கீதை போன்று சாய் சத்சரிதை எனும் இந்தப் புத்தகத்தையும் புனித நூலாகவே மதித்துப் போற்றி வருவது உண்மை.

இந்தப் புத்தகத்தை எழுதிய பிறகு தபோல்கர் முற்றிலும் மாறிவிட்டார். அவரது மனக்கண் திறந்து விட்டது. "சாய்பாபாவின் திருப்பாதங்களை எப்போது எனது கரங்களால் தொட்டு ஸ்பரிசித்தேனோ, அப்போதே என் வாழ்வின் புதுப்பாதை எனக்குத் தெரிந்துவிட்டது. எனது பற்று, பாசம் போன்றவைகள் முற்றாக மறைந்து தெளிவு பிறந்தது" என்று கூறியிருக்கிறார் தபோல்கர்.

தனது புத்தகத்தில் சாய்பாபாவை தபோல்கர் மனம் நிறைந்து வர்ணனை செய்தும் இருக்கிறார்.

சாய் பாபாவின் கண்கள் அத்தனை வசீகரமானது. அதற்குள் ஈரேழுலகமும் தெரியும். அவரின் கருணை வடிவான முகத்தை ஒருவன் பார்த்துவிட்டால் அவனது பசி அவனை விட்டு எங்கோ ஓடி மறைந்து போகும். அவன் மனத்தில் உள்ள

ஏக்கங்கள், தாகங்கள், தாபங்கள் அனைத்துமே காணாமல் போகும். அவனைப் புதிய உலகத்திற்குக் கொண்டு செல்லும். மனம் அந்தரத்தில் மிதக்கும். ஆடிப்பாடி களித்திருக்கும். மகிழ்ச்சியின் எல்லையை அப்போது அவனால் தொட்டுவிட முடியும். கவலைகள் என்ன விலை, எங்கு அது கிடைக்கும் என்று அவன் உங்களிடம் கேட்பான். அத்தனை ஒப்பற்றது பாபாவின் முகதரிசனம். அப்போது 'நான்' என்ற அகந்தை பஸ்பமாகிவிடும். பேரின்பத்தில் நீச்சலடிக்கலாம். மூழ்கித் திளைக்கலாம்.

இப்படி பாபாவைப் பற்றி உள்ளம் உருகி எழுதியிருக்கிறார் தபோல்கர்.

தேவான் பகதூர் கணேஷ் கிருஷ்ண கபர்டே

மத்திய பிரதேசம் அம்ரோத்தி என்னும் இடத்தில் வழக்கறிஞராக இருந்தவர் கபர்டே. நீதிமன்றங்களில் சிம்ம சொப்பனமாக விளங்கிய இவருக்கு அரசியலிலும் ஈடுபாடு அதிகம். சுதந்திரப் போராட்ட தியாகி பாலகங்காதரத் திலகருடன் நெருக்கமான தொடர்பு கொண்டிருந்தார். இதனால் ஆங்கிலேய அரசு இவரை எந்நேரத்திலும் கைது செய்யக்கூடும் என்ற வதந்தி பரவியது. அது உண்மையும் கூட.

அப்போது பாபாவைப் பற்றி அவர் அறிய நேர்ந்தது. பக்தர்களைத் துன்பம், படுத்தி எடுக்கும்போது, அங்கு விரைந்துவந்து, பாதுகாப்பார் பாபா என்பதாக ஏராளமான சம்பவங்களை அவர் அறிந்திருந்தார். மேலும் ஆன்மிக வளர்ச்சிக்கும் பாபாவின் நட்பு பேருதவி செய்யும் என்று தோன்றியது கபர்டேக்கு.

1910 ஆம் ஆண்டு ஷீரடிக்கு வந்து சாய்பாபாவிடம் அறிமுகமானார். சுமார் ஒரு வார காலமாக அங்கேயே தங்கினார். பின்னர் மீண்டும் தனது ஊருக்குத் திரும்பினார் கபர்டே .

அப்புறம் அவரின் கஷ்டங்கள் வேகமெடுத்தன. வழக்கறிஞர் தொழிலில் நிம்மதியாக ஈடுபாடு காட்ட முடியவில்லை . மனம் முழுவதும் கவலைகள். நிம்மதி பறி போனது. இதனிடையே எந்நேரமும் கைது செய்யப்பட்டுவிடலாம் என்ற பேச்சு வேறு.

கஷ்டங்களையும், துக்கங்களையும் களைந்தெறியும் ஆற்றல் மகான் பாபாவிற்கு மட்டுமே உண்டென்று கருதினார். நம்பினார். உடனே மீண்டும் ஷீரடிக்கு வந்து சேர்ந்தார். பாபாவின் திருப்பாதத்தில் வீழ்ந்து வணங்கினார்.

"பக்தனே, இது உன்வீடு. நீ ஏன் தயங்க வேண்டும்? இங்கு நானிருக்கிறேன். ஏன் பயப்படுகிறாய்? தைரியமாக இரு. என்னை விரும்பி, என்னையே நம்பி இருக்கும் பக்தர்களின் மீது எப்போதும் என் கவனமும், கண்காணிப்பும் இருந்துகொண்டே இருக்கும். அச்சத்தைத் தவிர்" என்று நம்பிக்கையும், தைரியமும் ஊட்டினார் பாபா.

இதனையேற்று பாபாவுடனேயே அவர் தங்கிவிட்டார்.

ஆனால் மக்கள் இதனை வேறுவிதமாகத் திரித்துப் பேசத் தொடங்கினார்கள். கபர்டே ஒரு ஃபக்கீருடன் போய்ச் சேர்ந்து விட்டார், அவர் உதவாக்கரை ஆகிவிட்டார் என்று வாய்க்கு வந்தவாறு மக்கள் பல்வேறு விதமாகப் பேசினார்கள்.

இந்நிலையில் ஒருநாள், கவர்னர் காவல்துறையினருடன் கபர் டேயைக் கைது செய்வதற்காக பாபாவின் வசிப்பிடத்திற்கே வந்துவிட்டார். ஆனால் பாபா அவரிடம் விவாதிக்க ஆரம்பித்தார். தேசத்துரோகக் குற்றம் செய்திருப்பதால் அவரைக் கைது செய்ய வந்ததாகக் கூறிய கவர்னர், பாபாவின் கேள்விகளுக்குப் பதில் சொல்ல முடியாமல் திணறி, கைது செய்யாமலேயே திரும்பிச் சென்றுவிட்டார்.

ஒருசமயம் கபர்டேயின் மகனை பிளேக் என்ற கொடிய நோய் பீடித்திருந்தது. அவரது மனைவி பாபாவிடம் ஓடிவந்து சரணடைந்தார். தன் மகனைக் காப்பாற்றும்படிக் கதறினார். கண்ணீர் மல்கினார். உடனே, "உன் மகனுக்குக் குணம் கிடைத்துவிட்டது. அவனைப் பீடித்திருந்த பிளேக் நோயை

நானே ஏற்றுக்கொண்டு விட்டேன். தைரியமாக வீட்டிற்குச் செல்" என்றார். அதனை அவர் ஏற்றுக்கொண்டு விட்டதற்கு அடையாளமாக, தன் கைகளின் அக்குளில் திடீரென்று தோன்றிய வீக்கத்தையும் காட்டினார்.

பாலகங்காதர திலகர் ஒரு பெரும் சுதந்திரப் போராட்ட தியாகி. காங்கிரஸ் இயக்கத்தின் ஒப்பற்ற தலைவர்களில் ஒருவர். அவரிடம் சாய்பாபாவின் மகிமைகளைப் பற்றி விரிவாகக் கூறி, அவரை பாபாவிடம் ஒருமுறை அழைத்து வந்தார் கபர்டே. இது நடந்தது 1917 ஆம் ஆண்டு. இருவரும் ஆன்மீகம் மற்றும் அரசியல் பற்றி விரிவாக விவாதித்தனர்.

அப்போது திலகர் பாபாவிடம், "நான் தேர்ந்தெடுக்கும் பாதை சரியானது தானா?" என்று கேட்டிருக்கிறார்.

ஆனால் அதற்கு நேரடியாகப் பதில் கூறாத பாபா, "உனக்கு வயதாகி விட்டது. மிகவும் களைப்படைந்து விட்டாய். ஆகவே உனக்கு ஓய்வு கண்டிப்பாகத் தேவைப்படுகிறது. நீ ஏன் ஓய்வெடுத்துக் கொள்ளக் கூடாது?" என்று கேட்டார்.

பாபா ஏன் திடீரென்று இப்படிப் பேசுகிறார் என்பது திலகருக்கு அப்போது புரியவில்லை. ஏன் அங்கிருந்த யாருக்குமே அதன் உள்ளர்த்தம் விளங்கவில்லை.

பாபா அப்படிக் கூறியதன் அர்த்தம் 1920 ஆம் ஆண்டுதான் அனைவருக்குமே புரிந்தது.

காரணம் திலகர் அப்போது காலமானார்.

மனிதர்களில் பலர், கபர்டே உட்பட அனைவருமே பணம் சம்பாதிப்பது ஒன்றே வாழ்க்கையின் முக்கிய பணி என்றிருப்பது எத்தனை தவறு என்பதை கபர்டேக்கு உணர்த்த விரும்பினார் பாபா.

"செல்வம் தேடுவது, பணத்தை நாடி ஓடுவது போன்றவைகள்தான் மனிதர்களின் முக்கியக் குறிக்கோளாக இருக்கிறது. இவையெல்லாமே நிலையற்றவை என்பதை அவன் புரிந்து கொள்வதே இல்லை. தன் வாழ்க்கையின் பெரும்பகுதியை இந்த அற்பச் செயலுக்காகவே வீணடித்து வருகிறான்.

இப்படிச் சொத்துக்களைக் குவிக்க வேண்டுமென்றால் அவன் யாரையெல்லாமோ சந்திக்க வேண்டும். அவர்களின் நட்பைப் பெறுவதற்கு அசடு வழிந்து அவர்கள் சொல்வதற்கெல்லாம் தலையாட்ட வேண்டும். தன் மதிப்பு, மரியாதைகளை இழந்து வளைந்து, நெளிந்து, கூனிக்குறுகி வாழ வேண்டும். ஆனால் இவையெல்லாம் நிலையற்றது என்பதைப் புரிந்து கொண்டவர்கள், மரித்துப் போகும் மனிதர்கள் பல பேரை வளைந்து குனிந்து வணங்க வேண்டியதில்லை. அவர்கள் கடவுள் ஒருவரை மட்டும் வணங்கிச் சேவித்தால் போதும். அவர் ஒருவருக்கு மட்டுமே பணிவிடைகள் செய்தால் போதும். கடவுள் எதைக் கொடுக்கிறாரோ, அது மட்டும்தான் நீடித்து நிலைத்து நிற்கும். மனிதன் கொடுப்பது எதுவுமே நீடிக்காது" என்று விவரித்தார் பாபா. இந்த உபதேசம் கபர்டேயின் உள்ளத்தை வெகுவாகவே மாற்றியது.

எனினும் கபர்டே, 1912 ஆம் ஆண்டே மீண்டும் பாபாவை விட்டு விலகிச் சென்றார். அரசியலில் உயர்ந்து விளங்குவது ஒன்றே தனது தலையாய கடமை என்று நினைத்து, திலகருடன் இணைந்து அரசியல் பணியாற்றினார். 1917 ஆம் ஆண்டு திலகரை பாபாவிடம் அழைத்து வந்து சில மணிநேரங்கள் அங்கு தங்கியிருந்து விட்டுச் சென்றவர்தான். அப்புறம் ஷீரடிக்கு கபர்டே வரவே இல்லை .

"பின்னாளில் அரசியலில் ஏதேதோ பதவிகளை வகித்தார். அவரது மகனை அமைச்சராக்கினார். இப்படிச் சென்றது அவரது வாழ்க்கை.

நார்கே

புனேயில் பேராசிரியராகப் பணியாற்றியவர் இவர். பாபாவிடம் நண்பர் ஒருவரால் அறிமுகம் செய்விக்கப் பட்டார். அப்போது பாபா, “இவரைப் புதிதாக அறிமுகம் செய்விக்கிற மாதிரி என்னிடம் சொல்கிறாயே! முப்பது தலைமுறையாக இவரை எனக்கு நன்றாகத் தெரியும்'' என்றார்.

இது அனைவரையும் ஆச்சர்யப்பட வைத்தது.

அவரின் கல்வித் தகுதிக்கு ஏற்ற வேலை கிடைக்காமல் மிகவும் சிரமப்பட்டுவந்தார் நார்கே. அப்போது பாபா அவரிடம், "நீ புனேக்கு போ" என்று உத்தரவிட்டார்.

எதற்காக திடீரென்று புனே போகச் சொல்கிறார் என்பது நார்கேக்கு குழப்பமாக இருந்தது. இருப்பினும் பாபாவின் உத்தரவிற்கேற்ப அங்கு சென்றார். ரயிலில் புனேயை நோக்கிப் பயணம் செய்து கொண்டிருந்தார் நார்கே. அப்போது ஒருவர் புனேயில் உள்ள கல்லூரி ஒன்றில் பேராசிரியர் பணி காலியாக இருப்பதைப் பற்றித் தன் நண்பர் ஒருவரிடம் கூறிக்கொண்டிருந்தார்.

இது நார்கேவிற்காகக் கூறப்பட்டதாகவே தெரிந்தது.

புனே சென்ற நார்கே, அந்தக் கல்லூரிக்குச் சென்றார். அந்தப் பேராசிரியர் பணி அவருக்குக் கிடைத்தது.

பாபா புனே செல்லுமாறு சொன்னதன் காரணம் இப்போதுதான் அவருக்குத் தெளிவாகியது. உச்சி முதல் உள்ளங்கால் வரை அதிசயத்தில் புல்லரித்துப் போனது அவருக்கு.

பாபா, தனது குருவின் மீது அளவற்ற மதிப்பும், மரியாதையும் வைத்திருந்தார் என்று தெளிவாகக் கூறியிருக்கிறார் நார்கே.

குருபக்தி குறித்து பாபா ஆற்றிய உரை ஒன்றையும் நார்கே குறிப்பிட்டிருக்கிறார். "குருநாதர் என்பவர் கடவுள் மாதிரி.

என் குருவின் முன்னால் வந்து நிற்கக்கூட நான் அஞ்சி நடுங்குவேன். அவர் இட்ட கட்டளையை சிரமேற்கொண்டு அப்படியே செய்வேன். இப்படிப்பட்ட சிஷ்யன் யாராவது இப்போது இருக்கிறாரா? நான் திருப்தி அடையும் வரை அப்படி யாராலும் நடந்து கொள்ள முடியுமா? முடியும் என்பவர்கள் மட்டும் தனியாக என் முன்னே வந்து நிற்க முடியுமா?" என்று கேட்டிருக்கிறார் பாபா.

இப்படிக் கூறி இருக்கும் நார்கே, பாபாவைப் பற்றித் தான் அறிந்து உணர்ந்த உண்மையை விரிவாகக் கூறியிருக்கிறார்.

"பாபாவின் பக்தர்கள், அவரைக் கடவுளாகவே போற்றி வணங்கி வந்தனர். ஆனால், உண்மையில் அவர் சாதாரண மனிதரே தான். அவருக்கும் ரத்தமும், சதையும் உண்டு. அவரிடம் ஒரு மகாசக்தி இருந்தது என்பது உண்மை."

ஒருமுறை பாபாவுடன் நார்கே ஒரு ஆரோக்யமான விவாதத்தில் ஈடுபட்டார்.

"புராணங்கள் அனைத்தும் உண்மையா?"

"ஆமா இதிலென்ன சந்தேகம்? ராமரும், கிருஷ்ணரும் பரமாத்மாக்கள். அவர்கள் உயர்ந்த ஆன்மாக்கள் அவதார புருஷர்கள்" என்று பாபா பதிலளித்தார்.

அப்படியானால் பாபா? அவர் கடவுள் இல்லை. அவர் சாதாரண மனிதர்தான் என்பதை மறைமுகமாக நார்கே சுட்டிக் காட்டுவதாகப் பக்தர்கள் குறைப்பட்டுக் கொண்டனர்.

ஆனால் பாபா அதற்கும் விளக்கமளித்தார். "நார்கே சொல்ல வருவது உண்மையே. நான் கடவுள் கிடையாது. நான் உங்கள் அனைவரின் தந்தை போன்றவன். உங்களுக்குக் கிடைக்க வேண்டிய பலன்கள், நன்மைகள் அனைத்தையும் இறைவனிடம் இருந்து பெற்றுத் தருபவன்" என்றார் பாபா.

ஒருதடவை பக்தர்களுக்கு வழங்குவதற்காக குஃப்னிகளைத் தயார் செய்து வைத்திருந்தார் பாபா. பக்தர்களும் வரிசையாய் நின்றார்கள். பாபா ஒவ்வொருவருக்கும் குஃப்னியை வழங்கிக்

கொண்டிருந்தார். அதனைக் கண்காணிக்கும் பணியில் ஈடுபட்டிருந்தார் நார்கே.

அனைவருக்கும் அதனை வழங்கி முடித்துவிட்டார் பாபா. ஆனால் நார்கேக்கு மட்டும் கொடுக்கவில்லை. இது அவரைப் பெரிதும் கவலையடையச் செய்தது. பாபாவுடனேயே இருந்து அவருக்கு வேண்டிய அத்தனை பணிவிடைகளையும் செய்து கொண்டிருக்கும் தனக்கு குஃப்னியை பாபா கொடுக்காதது அவரை ஏமாற்றத்தில் ஆழ்த்தியது.

நார்கேயின் ஏமாற்றத்தைத் தெளிவாக உணர்ந்து கொண்ட அம் மகான், அவரருகே வந்தார். "எல்லோருக்கும் குஃப்னியை வழங்கிய பாபா, எனக்கு மட்டும் கொடுக்க மறுத்துவிட்டாரே என்று என் மீது நீ குறைப்பட்டுக் கொள்ளாதே. உனக்குத் தர எனக்கு விருப்பம் தான். ஆனால் அதற்கு ஃபக்கீரின் அனுமதி கிடைக்கவில்லை" என்றார்.

ஆக, அவர் தனது வாழ்வின் ஒவ்வொரு நிலையிலும், கடவுளின் அடுத்த நிலையிலேயே தான் இருப்பதைப் பக்தர்களுக்கு உணர்த்திக் கொண்டே இருந்தார்.

பக்தர்களின் முன்னிலையில் பாபா பேசும் பேச்சுக்கள் பலமுறை குழப்பமாகவே தெரியும். ஆனால் யாராவது ஒருவருக்காகவே அவர் அந்த விளக்கங்களைக் கூறுவார். அது குறிப்பிட்ட அந்த பக்தருக்கு மட்டும் நன்கு புரியும் என்று நார்கே கூறியிருக்கிறார்.

பாபாவின் வார்த்தைகள் சங்கேத மொழியிலேயே அமைந்திருக்கும். பாபாவை நன்கு அறிந்தவர்களுக்கு அவரின் சங்கேத மொழியின் அர்த்தம் புலப்படும். அல்லாத வர்களுக்குக் குழப்பம் மட்டுமே மிஞ்சும். பாபா உண்மையைத் தவிர வேறு எதனையும் பேசியவரல்லர். இது நூற்றுக்கு நூறு உண்மை என்று அடித்துச் சொல்கிறார் நார்கே.

ரேஜே

உயர்நீதிமன்ற பதவி வகித்தவர் ரேஜே. அவர் மாணவனாக இருந்தபோதே பாபாவைச் சந்தித்தார். அப்போதே பாபா சொன்னார், "நீ என் குழந்தை" என்று. அவரின் வாக்குப்படியே, சாய் தொண்டில் தனது வாழ்நாள் முழுவதையும் செலவிட்டார் ரேஜே.

சாய்பாபாவுடன் இருந்த ராதாகிருஷ்ண ஆயி, அவருக்கு ஜெபம் செய்யக் கற்றுக் கொடுத்தார். அந்த ஜெபத்தின் மூலமாய் அவர்கள் சாய்பாபாவின் நாமத்தையே பாடி மகிழ்ந்தனர்.

ஒரு நாள் அதிகாலையில் ரேஜே ஜெபம் செய்து கொண்டிருந்தபோது பாபா கேட்டார், “என்ன செய்து கொண்டிருக்கிறாய்?"

ஜெபம் செய்து கொண்டிருப்பதாக ரேஜே பதிலளித்தார்.

"எந்தக் கடவுளை நினைத்து இந்த ஜெபம் செய்து கொண்டிருக்கிறாய்?" என்று பாபா கேட்டார்.

அதற்கு, "என் கடவுளை நினைத்து " என்று பட்டென்று பதில் கூறினார் ரேஜே.

"என் கடவுள் என்றால் அவர் யார்?" என்று விடாமல் வினவினார் சாய் மகான்.

அதற்குப் பதில் சொல்லாமல் சற்று நேரம் காலம் தாழ்த்தினார் ரேஜே.

அப்புறமும் விடாமல் பாபா கேட்கவே, "அந்தக் கடவுள் யாரென்று உங்களுக்குத் தெரியும்" என்றார்.

அப்போது பாபா, "புத்தகங்கள் எல்லாமே கடவுள் யார் என்று கண்டுபிடிப்பதை மட்டும்தான் செய்து கொண்டிருக்கின்றன. அதே புத்தகத்தைப் படித்து, நீ காணப் போவது என்ன? ஆகவே, அவற்றைப் படிப்பதை விட்டுவிட்டு என்னைப் பற்றி நாள் பூராவும் நினை. உன் அறிவையும், மனத்தையும் ஒருநிலைப்படுத்தினாலே போதும்.

அதுதான் உன் வாழ்வில் கிடைக்கும் மிகப்பெரிய வெற்றியாக இருக்கும்." என்றார்.

மேலும், "உனக்கு என்னவெல்லாம் வேண்டுமென்று நினைக்கிறாயோ, அதைத் தயங்காமல் என்னிடம் கேள். நான் தருகிறேன்" என்று அன்புடனும், உறுதியுடனும் பாபா பலமுறை ரேஜேவிடம் கூறியிருக்கிறார். ஆனால் அவர் இதுவரை எதையுமே கேட்கவில்லை. ஆனால் இன்று கேட்டதும், சட்டென்று வாய் திறந்தார் ரேஜே.

"பாபா, இந்த ஜென்மத்தில் மட்டுமல்ல, நான் வேறு எத்தனை ஜென்மங்கள் எடுத்தாலும், நீங்கள் என்னுடனேயே இருக்க வேண்டும். என்னைவிட்டுப் பிரியாமல் இருக்க வேண்டும். தருவீர்களா பாபா?"

உடனே, "தந்தேன்" என்ற பாபா, "என்றென்றும் நான் உன்னுடனேயே இருப்பேன். உன்னை விட்டு ஒருகணமும் நீங்காதிருப்பேன். கவலைப்படாதே" என்று உறுதியளித்தார்.

இவையெல்லாம் பாபாவுடன் ரேஜேவுக்கு ஏற்பட்டிருந்த நெருக்கமான பக்தி, அன்பு போன்றவைகளுக்கு எடுத்துக்காட்டாகும்.

பாபா, பக்தர்களுடன் மூன்று வழிகளில் தொடர்பு ஏற்படுத்திக் கொண்டிருந்ததாக ரேஜே கூறியிருக்கிறார்.

முதலாவது வழி, விழித்திருக்கும் நிலை!

அதாவது தனது பக்தனுக்கு ஏதாவது துன்பம், துயரம், கஷ்டங்கள் ஏற்பட்டால், அவனுக்குக் கண்டிப்பாக அத்தருணத்தில் ஆதரவு தேவைப்படும். அப்படிப்பட்ட நேரங்களில் பாபாவை நினைத்து அவன் பிரார்த்தனை செய்தால், அவனைத் தன்னிடம் அழைத்து, ஆறுதல் கூறுவதற்குரிய வழியினை ஏற்படுத்தித் தருவது.

ரேஜே ஏதாவது கஷ்டத்தில் இருக்கும்போது, பாபா, அவரைக் கூப்பிடுவது போலிருக்கும். உடனடியாக மசூதிக்கு விரைந்து செல்வார். அங்கே உண்மையாகவே பாபா, ரேஜேவிற்காகக் காத்துக் கொண்டிருப்பார்.

இரண்டாவது முறை என்னவென்றால், தூக்கம் அல்லது ஆழ்நிலையில் நிகழ்வது. ஆழ்ந்த தூக்கம் அல்லது ஆழ்நிலை தியானத்தில் இருக்கும் போது பாபா தோன்றுவார். இதனை சக்ஷுத்கரா என்று அழைப்பர்.

மூன்றாவது, தனது பக்தனை வேறு ஒருவரிடம் அனுப்பி வைத்தல். இது எப்படியென்றால் பாபா நேரில் போய் செய்யும் செயலை, அவருக்குப் பதிலாகத் தனது பக்தர் ஒருவரின் வாயிலாகச் செய்து முடிப்பார். எதற்காக தான் அங்கு செல்லுமாறு பாபா ஆணையிட்டார் என்பது அவருக்குத் தெரியவே தெரியாது. யோசித்தால் குழப்பமே மிஞ்சும்.

இப்படி மூன்று வகையான முறைகளைக் கையாண்டு தனது சக்தியை நடத்திக் கொண்டிருந்தார் பாபா என்று ரேஜே கூறியிருக்கிறார்.

புரந்தரே

மிகவும் ஏழ்மையான குடும்பத்தில் பிறந்து பாபாவின் பக்தராகத் திகழ்ந்தவர் புரந்தரே. மிகவும் முன்கோபி. அடிக்கடி உணர்ச்சிவசப்படுவார். தனது அன்பு, பரிவு, பாசத்தால் புரந்தரேவை மாற்றினார் பாபா.

புரந்தரே சொந்தமாக வீடு வைத்துக் கொள்ள வேண்டும் என்று பாபா வலியுறுத்தி வந்தார். ஆனால் அதற்கு ஏராளமாகப் பணம் வேண்டுமே என்பதால் அந்த ஆணையைப் பற்றிக் கிஞ்சித்தும் யோசிக்காமலேயே இருந்துவந்தார் புரந்தரே.

ஆனால் இது பாபாவிற்கு எரிச்சலை ஏற்படுத்தியது. கோபத்தை வரவழைத்தது.

ஒருநாள் தனது சக பக்தர்களிடம் ஆக்ரோஷமாகக் கத்தினார் பாபா. "அவன் என்ன நினைத்துக் கொண்டிருக் கிறான்? என்னை மனிதனாகப் பார்க்கிறானா? அல்லது பிசாசாகப் பார்க்கிறானா? என் வார்த்தைகளைக் கேட்பதே

இல்லை. அதற்குக் கீழ்ப்படிவதும் இல்லை"

இதற்கு மேலும் வீடு வாங்குவதற்கான முயற்சியில் ஈடுபடாமல் இருந்தால் பாபா சும்மா விடமாட்டார் என்பதைப் புரிந்து கொண்டார் புரந்தரே.

தனது நெருங்கிய சிநேகிதன் ஒருவரை அணுகி இதனைக் கூறினார். அவரும் புரந்தரேக்கு உதவி செய்தார். ரொம்ப கஷ்டத்திற்கு இடையே மனை ஒன்றினை வாங்கினார்.

ஆனால் அதில் எவ்வாறு வீடு கட்டுவது? பணத்திற்கு என்ன செய்வது?

இப்படிக் கவலைப்பட்டே, புரந்தரேவுக்கு தீராத தலைவலி உண்டாயிற்று. மிகவும் அவஸ்தைப்பட்டார்.

"நான் சொல்லியபடி வீடு ஒன்றைக் கட்டினால் தான் அந்தத் தலைவலி போகும்" என்று உறுதியாகக் கூறிவிட்டார் பாபா.

பாபாவின் உரிமையான அன்பினாலும், அதன் அதிரடியான மிரட்டலாலும் வீடு கட்டும் முயற்சியில் ஈடுபட்டார் புரந்தரே. அதற்கான அத்தனை வசதிகளையும் வெவ்வேறு நிலைகளில் பாபா வழங்கினார். இறுதியில் புரந்தரே சொந்தமாக வீடு அமைக்கவும் செய்தார்.

தனது பக்தனுக்கு இதுபோன்று உதவிகளைச் செய்யும் பாபாவின் கருணைதான் என்னே!

ஒருநாள் பாபாவைக் காணவேண்டுமென்ற ஆவல் புரந்தரேவிற்கு ஏற்பட்டது. அவருடனேயே நாள் முழுவதும் தங்கி இருக்க வேண்டும் என்றும் தோன்றியது.

மறுநாள் ஷீரடிக்குக் கிளம்பிச் செல்வது என்று தீர்மானித்துக் கொண்டார் புரந்தரே..

ஆனால் அதற்கு உத்தரவளிக்க பாபா மறுத்து விட்டார். அன்றிரவு கனவில் தோன்றிய பாபா, "நீ ஷீரடிக்கெல்லாம் வந்து என்னைப் பார்க்கவேண்டாம். முட்டாளே, நான் உன் கூடவே தானே இருக்கிறேன். அப்புறம் எதற்கு

இங்கே வரவேண்டும் என்று துடிக்கிறாய்? ஷீரடிக்கு நாளை வரக்கூடாது. மீறிவந்தால் உன்னை அடித்துத் துரத்திவிடுவேன்" என்று அன்புக்கட்டளை யிட்டார் பாபா மகான்!

வரக்கூடாது என்ற அவரின் ஆணையை எப்படி மீற முடியும்?

ஷீரடிக்குச் செல்லும் தனது திட்டத்தை மாற்றி, அலுவலகம் சென்றார் புரந்தரே.

ஆனால் அன்று என்ன நடந்தது தெரியுமா?

அலுவலகத்தில் ஊழியர்கள் போராட்டத்தில் ஈடுபட்டனர். வேலைக்கு வராதவர்கள் அத்தனை பேரையும் போராட்டத்தில் பங்கேற்றவர்களாக நிர்வாகம் அறிவித்தது. அவர்களின் வேலையையும் பறித்தது.

பாபாவின் தீர்க்கதரிசனத்தாலும், அருளாலும் புரந்தரே தப்பினார்.

1915ஆம் ஆண்டு நடந்த ஒரு நிகழ்வு.

புரந்தரே தனது குடும்பத்தாருடன் சொந்த ஊருக்குப் பயணம் மேற்கொண்டிருந்தார். அப்போது திடீரென்று அவருக்குள் ஒரு கடும் அதிர்வு தோன்றியது. 'உடனடியாக ஷீரடிக்குச் செல்' என்று ஏதோ ஒரு சக்தி அவரை உந்தித் தள்ளியது.

அதற்கு மேலும் அவரால் பயணத்தைத் தொடர முடியவில்லை. தனது குடும்பத்தாரை மட்டும் சொந்தக் கிராமத்திற்குச் செல்லும் பயணத்தைத் தொடருமாறு கூறிவிட்டு, புரந்தரே, ஷீரடிக்கு விரைந்தார்.

அங்கு வந்து பாபாவைப் பார்த்த அவர் திடுக்கிட்டார்.

கடுமையான நோயினால் அவதிப்பட்டுக் கொண்டிருந் தார் பாபா. அவரால் எழுந்து நடமாடக்கூட முடியாத நிலை. தளர்ந்து போயிருந்தார். பேசக்கூட முடியவில்லை.

புரந்தரேயைப் பார்த்த பாபாவின் முகம் சற்றே மலர்ந்தது.

"எல்லாமே தீர்ந்து போன மாதிரி இருக்கிறது. வாழ்க்கையில் பூஜ்ய நிலையை அடைந்த மாதிரி தோன்றுகிறது. கடந்த நான்கைந்து நாட்களாகவே நான் உன்னை எதிர்பார்த்துக் கொண்டிருக்கிறேன். ஏன் நீ தாமதித்தாய் என்று தெரியவில்லை" என்று பாபா கூறியதும், அவரின் அன்பில் அப்படியே உருகிப்போனார் புரந்தரே. அவரது விழிகளில் தாரை தாரையாகக் கண்ணீர். அழுது தீர்த்தார்.

"அழாதே. எனக்கு ஒன்றும் ஆகாது. இன்னும் ஒருசில தினங்களில் நான் நலமாகி விடுவேன். அல்லா, எனக்கு வலியைத் தந்திருக்கிறார். அதை நான் தாங்கித்தான் ஆக வேண்டும். கவலைப்படாதே" என்று புரந்தரேவிற்கு நம்பிக்கை அளித்தார். அப்படியே குணமும் அடைந்தார்.

நட்பையும், நண்பர்களையும் பாபா சிநேகித்து, போற்றிப் பாதுகாத்து வந்ததற்கு இது ஒரு உதாரணம், அவ்வளவே!

❀❀❀

பாகம்

மூன்று

பாபா நிகழ்த்திய அற்புதங்கள்!

பாபாவை பட்டினி போட்ட பக்தர்

பாபா தனது பக்தர்களுக்கு எத்தனையோ அற்புதங்களை நிகழ்த்திக் காட்டியிருக்கிறார். தன்னை நம்பிவந்த எவரிடமும் பரிவும், பாசமும் காண்பிக்காமல் அவர் இருந்ததே இல்லை எனலாம். அவரது சக்திக்கு உட்பட்டதாக இருப்பின் அதனை வலியச் சென்று செய்து வழங்கி இருக்கிறார் பாபா. நேரிலும், கனவு வழியாகவும் நன்மைகள் பலவற்றைச் செய்திருக்கும் பாபா, அதுகுறித்து பிறர் யாரிடமும் பெரிதாக விளம்பரப்படுத்திக்கொண்டதே இல்லை என்பதுதான் அதிலுள்ள அழுத்தமான உண்மை. அதுதான் பாபாவின் தனிச்சிறப்பு. அங்குதான் பாபா உயர்ந்து நிற்கிறார். அங்குதான் பாபா கடவுளின் மறு அவதாரமாகவே பக்தர்களால் உணரப்படுகிறார்.

அவர் செய்த பல்வேறு அற்புதங்களை இங்கு நாம் இன்னும் விரிவாகப் பார்க்கலாம்.

மும்பையைச் சேர்ந்த தர்கட் என்பவர் பாபா மீது அபார

பக்தி கொண்டவர். அவரது மனைவி மற்றும் மகனும் அப்படியே. தர்கட்டின் மகன் தினமும் பாபாவிற்குப் பூஜை செய்து, நைவேத்தியம் படைத்து வழிபடுவது வழக்கம்.

அது மே மாதம். அவனுக்கு விடுமுறை. ஷீரடி செல்லும் ஆசை துளிர்விட்டது. ஆனால் தர்கட்டிற்கு அலுவலகத்தில் வேலைப் பளு அதிகம். விடுப்பு எடுக்க வாய்ப்பில்லை. ஆகவே மனைவியையும், மகனையும் ஷீரடி சென்று வருமாறு கூறினார்.

ஆனால் அவரது மகனுக்கு மட்டும் ஒரு சிறிய தயக்கம் இருந்தது. காரணம் தினமும் பாபாவிற்கு நைவேத்தியம் படைத்து பூஜை செய்வதில் தடங்கல் ஏற்பட்டுவிடுமே என்பதுதான்.

அவனது தயக்கத்தைக் கேட்டறிந்த தர்கட், "நீ கவலைப்படாமல் ஷீரடி சென்று வா. உனக்குப் பதிலாக பாபாவிற்கு நானே நைவேத்தியம் மற்றும் பூஜையை ஒழுங்காகச் செய்து வருகிறேன். பயப்படாமல் போய் வா. என் மீது நம்பிக்கை வை" என்றார்.

தந்தையின் வாக்கின் மீது நம்பிக்கை வைத்து அவரது மகனும் ஷீரடிக்குக் கிளம்பினான்.

தர்கட்டும் தவறாமல் பூஜைகள் செய்துவந்தார்.

ஆனால் சோதனை என்பது அனைவருக்கும் வருவதுதானே! அது தர்கட்டிற்கும் வந்தது.

ஒருநாள் அலுவலக வேலை காரணமாக அவசரமாகச் செல்ல வேண்டிய நிர்ப்பந்தம் அவருக்கு ஏற்பட்டது. அவசர அவசரமாக பாபாவிற்குப் பூஜைகள் செய்துவிட்டு கிளம்பினார். ஆனால் நைவேத்தியம் படைக்க மட்டும் மறந்துவிட்டார்.

வழக்கம்போல மதிய சாப்பாட்டிற்கு வீட்டிற்கு வந்தார் தர்கட். வேலைக்காரனும் அவருக்கு உணவை எடுத்துப் பரிமாறினான். ஆனால் நைவேத்தியத்தை மட்டும் அவன் வைக்கவில்லை.

அவனிடம் நைவேத்தியத்தை வைக்குமாறு பணித்தார் தர்கட்.

அப்போது அவன் பணிவோடு சொன்னான், "ஐயா இன்று பூஜை மட்டும்தான் செய்தீர்கள். நைவேத்தியம் படைக்கவில்லை" என்றான்.

துணுக்கென்றது தர்கட்டிற்கு. அவசரத்தில் நைவேத்தியம் படைக்க மறந்து போனது அவருக்குப் பெரிதும் வருத்தத்தைக் கொடுத்தது. உடனே ஷீரடியில் இருக்கும் தன் மகனுக்கு இந்த விபரத்தைத் தெரிவித்து வருத்தத்துடன் கடிதம் ஒன்றை எழுதி அனுப்பினார்.

இதே வேளையில் ஷீரடியில் மற்றொரு அதிசயம் நிகழ்ந்தது. தர்கட்டின் மனைவி மற்றும் மகனிடம் பாபா, "இன்று என்னைப் பட்டினி போட்டுவிட்டீர்களே!" என்று மனக்குறையோடு கூறினார்.

அவர்களுக்கு இதன் அர்த்தம் புரியவில்லை . "பாபா, ஏன் இப்படிக் கூறுகிறீர்கள்? நாங்கள் செய்த தவறுதான் என்ன?" என்று பதற்றத்துடன் கேட்டனர்.

"வழக்கம் போலவே இன்றும் மும்பையில் உள்ள உங்கள் இல்லத்திற்குச் சென்றேன். பூட்டப்பட்டிருந்தது. சரி, ஏதோ அவசர வேலையாக வெளியே சென்றுவிட்டீர்கள் போலும் என்று நினைத்து நான் உள்ளே சென்றேன். ஆனால், தர்கட், நான் சாப்பிடுவதற்கு அங்கு எதையுமே வைக்கவில்லை. பாத்திரங்கள் அனைத்தும் துடைத்து வைத்த மாதிரி இருந்தது. சாப்பிடாமலேயே திரும்பிவிட்டேன்" என்றார் மனத்தாங்கலுடன்.

இதைக்கேட்டதும் தர்கட்டின் மகனுக்குச் சங்கடமாகி விட்டது. தனது தந்தை ஏதோ குளறுபடி செய்துவிட்டது அவனுக்குப் புரிந்தது. உடனே மும்பைக்குப் போய் தந்தையிடம் இதுபற்றிக் கோபமாகக் கேட்டால்தான் மனது நிம்மதியடையும் என்று தோன்றிற்று.

எனவே மும்பை செல்வதற்கு பாபாவின் அனுமதியைக் கோரினான். ஆனால் பாபா அனுமதி மறுத்துவிட்டார்.

என்ன செய்வது என்று யோசித்தான். தந்தைக்குக் கடிதம் மூலம் தன் ஆற்றாமையையும், ஆத்திரத்தையும் வெளிப்படுத்தி கடிதம் ஒன்றை எழுதினான்.

ஆக இருவரின் கடிதங்களும் ஒரே நேரத்தில் அவரவர்களுக்குக் கிடைத்தது. பாபாவின் அபார சக்தி கண்டு தர்கட் பிரமித்து இருந்த அதேசமயம், பாபாவின் தீர்க்கதரிசனம் கண்டு வியந்து நின்றனர் தாயும், மகனும்.

❊❊❊

விருந்தும் தட்சணையும்

பாபாவின் பக்தர்களில் இன்னுமொருவர் கபார்டே. அவரது மகன் பெயர் பலவந்த்.

ஒருநாள் பலவந்தின் கனவில் பாபா தோன்றினார். அவனது வீட்டிற்கே பாபா வந்திருந்தார். இதனைப் பார்த்து சந்தோஷத்தில் நனைந்து போன பலவந்த், பாபாவை வீட்டிற்குள் அழைத்து அவருக்கு உணவு பரிமாறி மகிழ்ந்தான். பாபாவும் திருப்தியுடன் உண்டார்.

இது கனவுதான் என்றபோதிலும், நனவு மாதிரியே அவனுக்குத் தோன்றியது. இந்தக் கனவைப் பற்றித் தன் தந்தையிடம் விரிவாகக் கூறினான். ஆனால் கனவுதானே என்று நினைத்து, அதைப்பற்றி அவ்வளவாக கபார்டே பொருட்படுத்தவில்லை. அவ்வளவாக இந்தக் கனவிற்கு அவர் முக்கியத்துவமும் கொடுக்கவில்லை.

இது நடந்து சில நாட்கள் கழிந்திருந்தன. கபார்டேயும் அவரது மகனும் ஷீரடிக்குச் சென்று பாபாவைத் தரிசித்தனர்.

அப்போது பாபா, பலவந்தை அருகே வருமாறு அழைத்தார். அவனும் படுபவ்யமாக பாபா அருகே சென்றான். "நான் உன் வீட்டிற்கு வந்திருந்தபோது நல்ல சாப்பாடு போட்டாய். ரொம்ப சந்தோஷம். திருப்தியாக இருந்தது. நன்றாகச் சாப்பிட்டேன். ஆனால் விருந்து மட்டும் தானே கொடுத்தாய். தட்சணை எதுவும் எனக்குக்

கொடுக்கவில்லையே!" என்றார் பாபா.

இதைக்கேட்டு அப்படியே பிரமித்துப் போனான் பல வந்த். அவனது தந்தையும் கனவில் நடந்தது உண்மையான நிகழ்வே என்பதை அறிந்து திடுக்கிட்டுப் போனார்.

"எனக்குக் கொடுக்க வேண்டிய தட்சணை இருபத்தைந்து ரூபாயை இப்போது கொடு" என்று கேட்டார் பாபா.

பொறுக்குமா பலவந்திற்கு. எப்பேர்ப்பட்ட மகான், கனவில் வந்தது மட்டுமல்ல, அதற்குத் தட்சணையும் கேட்கிறார் என்றால்.... அவனுக்குச் சந்தோஷம் தாங்கவில்லை. உடனடியாக அந்த தட்சணைப் பணத்தை பாபாவிடம் கொடுத்தான். பாபாவும் புன்சிரிப்புடன் அதனைப் பெற்றுக்கொண்டார்.

கனவில் உண்ட விருந்திற்கு நேரில் தட்சணைப் பெற்றுக் கொண்ட பாபாவின் அற்புதம் அவர்களை வியப்பில் ஆழ்த்தியது.

தண்ணீர் விளக்கு

ஷீரடியில், மசூதியில் தங்கியிருந்த பாபா, மண் விளக்குகளில் தினமும் எண்ணெய் ஊற்றி விளக்கேற்றி வருவார். அதற்கு அங்கிருந்த எண்ணெய் வியாபாரிகளிடம் எண்ணெய் வாங்கி ஊற்றுவார். இது பாபாவின் வழக்கம்.

அங்கிருந்த எண்ணெய் வியாபாரிகளுக்கோ பாபா மீது ஒரு பொறாமை அல்லது வெறுப்பு ஏற்பட்டது. அதற்குக் காரணம், பலரும் அவரை ஒரு மகானாக நினைத்துப் பேசுவதுதான். பாபாவை வெறுப்பேற்ற வேண்டும் என்று அவர்களுக்குத் தோன்றியது. அதற்காக ஒரு சிறுபிள்ளைத்தனமான விளையாட்டை நடத்த நினைத்தனர்.

ஒருநாள் பாபா எண்ணெய் வாங்க வந்தபோது, அந்த வியாபாரிகள் தங்களுக்குள் ஏற்கெனவே செய்து கொண்ட ஒப்பந்தப்படி, "எண்ணெய் இல்லை, தீர்ந்து போய்விட்டது"

என்று கூறினர்.

எண்ணெய் கொடுக்கவில்லை என்றால் விளக்கேற்று வதற்கு இந்த பாபா என்ன செய்கிறார் பார்க்கலாம் என்பது அவர்களின் அற்ப எதிர்பார்ப்பு.

பாபாவும் அதற்காக அத்தனை வருத்தமோ, கவலையோ படாமல் அவர் பாட்டுக்கு மசூதிக்குச் சென்றார். வழக்கம்போல் பூஜைக்கான தனது அனைத்து ஏற்பாடுகளையும் செய்தார்.

இந்த வியாபாரிகளும், எண்ணெய் இல்லாததால், விளக்கேற்ற முடியாமல் அவர் படும் அவஸ்தையைக் கண்டு ரசிக்க அவரைப் பின்தொடர்ந்து போயினர்.

பாபாவோ, தான் எண்ணெய் வாங்குவதற்காகப் பயன்படுத்தும் அந்தப் பாத்திரத்தை எடுத்தார். அதில் தான் குடிப்பதற்காக வைத்திருக்கும் தண்ணீரை நிரப்பினார். அதனை அத்தனை விளக்குகளிலும் ஊற்றினார்.

இதனைப் பார்த்த அந்த வியாபாரிகளுக்கு ஒன்றுமே புரியவில்லை. "என்ன செய்கிறார் இந்த பாபா? இவருக்கு என்ன புத்தி சரியில்லையா?' என்று தங்களுக்குள் குழப்பமாகக் கிசுகிசுத்தனர்.

பாபாவோ எண்ணெய்க்குப் பதிலாகத் தண்ணீரை ஊற்றி, விளக்குத் திரியைப் பற்ற வைத்தார். அந்த விளக்குகள் அனைத்தும் எண்ணெயில் எரிகிற மாதிரி சுடர் விட்டு எரிந்தது.

வியாபாரிகள் வாயடைத்துப் போயினர்.

இது எப்படிச் சாத்தியம்? அப்படியானால் இந்த பாபா நாம் நினைப்பது போல கிறுக்கன் அல்ல. பலரும் சொல்வது போல மகானே தான். இவரிடம் போய் விளையாடி விட்டோமே!' என்ற வருத்தம் அவர்களை வறுத்தி எடுத்தது.

நேராக பாபாவின் பாதங்களில் விழுந்து தங்களை மன்னித்தருளுமாறு வேண்டினர்.

அப்போது பாபா, "என்னைச் சோதிக்க விரும்பினீர்கள். அது தவறில்லை. ஆனால், நான் எண்ணெய் இல்லாமல் எப்படித் தவிக்கிறேன் என்பதை ரசிப்பதற்காகப் பின்தொடர்ந்து வந்தீர்களே, அது மிகப்பெரிய தவறல்லவா! இதுபோன்ற பாவ காரியத்தை இனிமேலும் தொடராதீர்கள்" என்று புத்திமதி கூறினார்.

அப்புறம், தண்ணீரில் விளக்கெரிய வைத்த பாபாவின் அற்புதம் அனைவருக்கும் தெரியவந்தது. அதிசயித்துப் போயினர்.

❋❋❋

புத்திர பாக்கியம்

தாமோதர் ராஸ்னே என்பவர் பாபாவின் தீவிர பக்தர்களில் ஒருவர். அவருக்கு இரண்டு மனைவிகள். ஆனால் இருவருக்குமே குழந்தை பாக்கியம் இல்லை என்பதுதான் சோகத்திலும் சோகம்.

பாபாவிடம் நேரில் வந்து தன்குறையைக் கூறி அழுது அரற்றினார். பாபாவும் அவருக்கு அருளுவதற்காக எட்டு மாம்பழங்களைத் தனியாக எடுத்து வைத்திருந்தார். அதனைக் கொண்டுவருமாறு உத்தரவிட்டார். ஆனால் அந்த கூடையில் நான்கு மட்டுமே இருந்தது. மீதமுள்ள நான்கு பழங்கள் என்னவாயிற்று?

இது அனைவரையும் வருத்தமடையச் செய்தது.

எனினும் பாபா அந்த நான்கு பழங்களையும் தாமோதரிடம் அளித்தார்.

"இதனை உன் மனைவியரிடம் கொடு. மற்றவை நடக்கும்" என்று கூறினார் பாபா.

தாமோதரும் அப்படியே செய்தார்.

என்ன ஒரு ஆச்சரியம்! பாபா கொடுக்கச் சொல்லியது போல எட்டு மாம்பழங்களும் எட்டுக் குழந்தைகளைக் குறிப்பதாக அமைந்தது. ஆம், அவரது மனைவியர் இருவரும்

எட்டுக் குழந்தைகளைப் பெற்றெடுத்தனர்.

ஆனால் இதிலும் ஒரு சோகம் இழையோடியது.

அந்த எட்டுக் குழந்தைகளிலும் நான்கு குழந்தைகள் இறந்து போயின.

ஆக, பாபா கொடுத்த எட்டு மாம்பழங்களில் நான்கு காணாமல் போனதன் உண்மை அந்த பக்தருக்குத் தற்போது பரிபூர்ணமாக விளங்கிற்று.

பாபாவின் அற்புதமே தனி!

பல்லியைப் பற்றிய விநோதம்

ஷீரடி மசூதி!

பக்தர்கள் சூழ பாபா அமர்ந்திருக்கிறார். அவர்கள் ஒவ்வொருவரும் தங்கள் குறைகளைக் கூறுகின்றனர். பாபாவைப் பற்றிய பாடல்களை நெஞ்சுருகி இசைக் கின்றனர்.

அப்போது மசூதி சுவற்றில் ஒரு பல்லி. அது ஓயாமல் கத்திக் கொண்டே இருந்தது. அங்கிருந்தோர் அனைவரும் அந்தப் பல்லியையே கவனித்தனர். அந்த அளவிற்கு அதன் சப்தம் அவர்களைத் திரும்பிப் பார்க்கச் செய்தது.

அப்போது பாபாவும் அந்தப் பல்லியைப் பார்த்தார். அவர் மெல்லிதழ் பிரிந்து சிறிய புன்னகை உதித்தது.

இதனை அருகிலிருந்த பக்தர்கள் பார்த்தனர். பாபாவின் சிரிப்பிற்கு என்ன அர்த்தம்?

"பல்லி இப்படி ஓயாமல் கத்திக் கொண்டே இருக்கிறதே! இதனால் நல்லது நடக்குமா? அல்லது தீயது ஏதாவது நடக்கக் கூடுமா?.. அந்தப் பல்லியைப் பார்த்து நீங்கள் புன்னகை புரிந்தீர்களே, அதற்கான காரணத்தை நாங்கள் தெரிந்து கொள்ளலாமா?" என்று பாபாவிடமே அவர்கள் கேட்டும் விட்டனர்.

அப்போது பல்லியையே பார்த்துக் கொண்டிருந்த பாபா, பக்தர்களுக்கு விளக்கமளித்தார். "வேறொன்றுமில்லை, இந்தப் பல்லியின் உடன்பிறப்பு சுமார் நானூறு மைல்களுக்கு அப்பால் இருந்து இன்று இங்கே வரப்போகிறது. தனது சகோதரியைக் காணப் போகிற சந்தோஷத்தில் இந்தப் பல்லி இப்படிக் கத்துகிறது" என்றார் ரொம்ப சாதாரணமாக.

பக்தர்களுக்குக் குழப்பம் இப்போது மேலும் அதிகரித்தது.

நானூறு மைல்களுக்கு அப்பால் இருக்கும் தன் சகோதரி இன்று இங்கு வரப்போவது இந்தப் பல்லிக்கு எப்படித் தெரியும்? அங்கிருந்து அந்தப் பல்லியால் இங்கு எப்படி வரமுடியும்? இந்த விவகாரம் பாபாவிற்கு எப்படித் தெரிய முடியும்?

அனைவருமே இந்த விஷயத்தில் தலையைப் பிய்த்துக் கொண்டனர்.

ஆனால் எதுவுமே நடக்காதது போல் அமைதி காத்தார் பாபா. தனது பணியைத் தொடர்ந்தார்.

இந்தச் சம்பவம் நடந்த சற்று நேரத்தில் பாபாவின் பக்தர் ஒருவர் குதிரை வண்டியொன்றில் அவுரங்காபாத்தில் இருந்து அங்கு வந்து சேர்ந்தார். மிகவும் களைத்துப்போய்க் காணப்பட்டார். ரொம்ப தூரம் பயணம் செய்ததால் அவரது குதிரையும் களைத்துப் போயிருந்தது.

குதிரைக்குக் கொள்ளு எங்கே கிடைக்கும் என்று அங்கிருந்தவர்களிடம் கேட்டுத் தெரிந்தார். அதனை வாங்கி வருவதற்காக, வண்டியிலிருந்த கோணிப்பை ஒன்றை எடுத்து உதறினார்.

அங்குதான் ஒரு அதிசயம் நிகழ்ந்தது.

அந்த கோணிப் பையில் இருந்து பல்லி ஒன்று துள்ளிக் குதித்து கீழே விழுந்தது. அப்புறம் கிடுகிடுவென அது வளைந்து வளைந்து ஓடியது. அப்படியே வேகமாக மசூதி சுவற்றில் ஏறி, அங்கிருந்த பல்லியின் அருகில் போய்

சிநேகமாக அமர்ந்து கொண்டது.

இந்தக் காட்சியைப் பார்த்த பக்தர்கள் அதிர்ந்து போனார்கள்.

இது எப்படி சாத்தியம்? இப்படியெல்லாம் நடப்பது சாத்தியமா? பாபாவின் வாக்கு இத்தனை சத்தியமாகப் பிரதிபலிக்கிறதே, இது எப்படி?

எப்படி?

அதுதான் பாபா! இந்த உலகில் நடப்பதை எல்லாம் அறிந்துணரும் ஞானம் உடைய மகான் அவர்!

கோதுமை மாவும் காலராவும்

ஷீரடி கிராமத்தின் சுற்று வட்டாரம் முழுக்க திடீரென்று காலரா நோய் பரவத் தொடங்கியது. அது எந்நேரத்திலும் ஷீரடிக்குள்ளும் தன் வாலை நீட்டலாம். இங்குள்ள மக்களைப் படுத்தி எடுக்கலாம்.

அவ்வூர் மக்களை இது அச்சமடையச் செய்தது.

ஆனால் பாபாவோ இதனைப் பற்றியெல்லாம் கவலைப்படாமல், தன் மசூதியில் இருந்த திருகையில் கோதுமை மாவை அரைத்துக் கொண்டிருந்தார்.

அவருக்கோ, அவரது நெருங்கிய பக்தர்களுக்கோ கூட இவ்வளவு கோதுமை மாவு தேவைப்படாது. ஆனால், அரைத்துக் கொண்டே இருந்தார் பாபா.

இதனைப் பார்த்த பெண்கள் சிலர் பாபாவிற்கு உதவி செய்யும் விதமாக அவர்களும் வந்து திருகையில் கோதுமை மாவை அரைக்கத் தொடங்கினர்.

கோதுமை மாவு ஏராளமாக அரைக்கப்பட்டு விட்டது. இவ்வளவு மாவு பாபாவிற்கு எதற்கு என்று அந்தப் பெண்களின் மனதில் கேள்வி எழுந்தது. அதுவே அவர்களின் மனதில் தவறான ஆசையை உருவாக்கியது.

பாபா அறியாமல் அந்த மாவை மூட்டை கட்டிக் கொண்டு தங்கள் வீட்டை நோக்கி நகரத் தொடங்கினர்.

இதனை எப்படி பாபா அறியாமல் இருந்துவிடுவார்?

கோபமாக அவர்களை நோக்கி வந்தார். "பெண்களே, என்ன நினைத்துக் கொண்டிருக்கிறீர்கள்? இந்த மாவை எல்லாம் உங்கள் வீட்டிற்குக் கொண்டு செல்வதற்கு உங்களுக்கு உரிமை அளித்தது யார்? இந்த மாவை என்னவென்று நினைத்துக் கொண்டீர்கள்? அத்தனை மூட்டை மாவையும் கொண்டுபோய் ஊர் எல்லையைச் சுற்றி சிறிதளவு கூட இடைவெளி இல்லாமல் கொட்டுங்கள். இது என் உத்தரவு" என்றார் பாபா கடுமையாக.

இதனால் அரண்டுபோன அந்தப் பெண்களும், பாபாவின் பேச்சை மீற முடியாமல், மூட்டைகளைக் கொண்டு சென்று ஊர் எல்லை முழுவதும் ஒரு இடம் பாக்கி இல்லாமல் கொட்டினார்கள்.

ஆனால் பாபா ஏன் இந்தக் கோதுமை மாவை இப்படி வீணாகக் கொட்டச் சொல்கிறார் என்று யாருக்குமே புரியவில்லை .

எனினும், பக்கத்து ஊர்களில் பரவிய காலரா நோய், ஷீரடிக்குள் மட்டும் நுழையவே இல்லை.

கோதுமை மாவின் ரகசியம் இப்போதுதான் அந்த ஊர் மக்களுக்குப் புரிந்தது.

நெருப்பினுள் கை நுழைத்த பாபா

துவாரகா மயியில் வழக்கம்போல பாபா அமர்ந்திருக்கிறார். சுற்றிலும் ஆர்வத்துடன் சூழ்ந்திருக்கும் பக்தர்களுக்குப் போதனை வழங்கிக் கொண்டிருக்கிறார்.

அவருக்கு முன்பாக எப்போதும்போல் யாக குண்டத்தில் நெருப்பு புகைந்து கொண்டிருக்கிறது.

திடீரென்று பாபா யாரும் எதிர்பாராத ஒன்றை அங்கு செய்தார். யாக குண்டத்தின் நெருப்பிற்குள் தன் கையை நுழைத்தார்.

பதறிப் போனார்கள் பக்தர்கள்.

ஏன் இப்படி? பாபாவிற்கு என்ன ஆயிற்று? அலறியடித்துக் கொண்டு ஓடிப்போய் பாபாவை பின்னால் இழுத்தார்கள். ஆனால் அதற்குள் நெருப்பு பாபாவின் கையில் தன் முத்திரையைப் பதித்து விட்டது.

பாபாவின் திருக்கரத்தில் பெரிய கொப்பளம்!

உடனே அதற்குத் தேவையான முதலுதவி சிகிச்சை அளிப்பதில் பக்தர்கள் சிலர் முனைந்தனர்.

ஆனால் பாபா அதற்காகக் கவலைப்படாமல் மிகவும் அமைதியாகவும், ஒருவித நிம்மதியாகவும் காணப்பட்டார்.

இதைப் பார்த்த சிலர், தீக்குள் கையை நுழைத்ததற்கான காரணத்தை அவரிடம் கேட்டனர்.

"தொலைதூரத்தில் என் பக்தரின் குழந்தை ஒன்று நெருப்பில் விழப்பார்த்தது. அதனைத் தடுத்து நிறுத்தி விட்டேன்" என்றார் பாபா நிம்மதி கலந்த சந்தோஷமாய்.

"என்ன சொல்கிறீர்கள் பாபா?" என்று குழப்பத்தோடு அனைவரும் கேட்டனர்.

"எனது பக்தரின் மனைவி, தன் குழந்தையை அடுப்பு அருகே வைத்துக் கொண்டு ஏதோ செய்து கொண்டிருந்தாள்.

அப்போது யாரோ அவளை அழைக்க, என்னவென்று பார்ப்பதற்காகச் சென்றாள். ஆனால், நெருப்பு அருகே தனது குழந்தை இருப்பதை மறந்துவிட்டாள். அவள் திரும்பி வருவதற்குள் அந்தக் குழந்தை நெருப்பை விளையாட்டுப் பொருளாகக் கருதி அதனுள் விழப்பார்த்தது. எனது பக்தரின் குழந்தை ஆயிற்றே! முடிந்த அளவிற்கு ஆபத்து நேரத்தில் உதவி செய்ய வேண்டியது என் கடமையல்லவா! அதனால்தான் எனது கையைச் சுட்டுக் கொண்டு அந்தக் குழந்தையைக் காப்பாற்றினேன்" என்றார் பாபா.

இது பக்தர்கள் பலருக்கு ஆச்சரியமாக இருந்தாலும், சிலர் மட்டுமே பாபாவின் இந்தப் பேச்சை நம்பினார்கள். பலரும் இது உண்மையாக இருக்குமா என்ற சந்தேகத்துடனேயே தங்களுக்குள் கிசுகிசுத்தனர்.

ஆனால் சில தினங்களுக்குப் பிறகு, அந்தப் பெண் பாபாவைப் பார்க்க வந்திருந்த பொழுது தான், இது அப்பழுக்கற்ற உண்மை என்பது அனைவருக்கும் தெரிந்தது.

விக்கித்துப் போனார்கள்.

மலையேறிய மலேரியா நோய்

பால கண்பத் என்ற பக்தனுக்கு எப்படியோ மலேரியா நோய் பாதிப்பு ஏற்பட்டது. கொடிய நோயின் கொடுமை தாங்காமல் பரிதவித்தான்.

எத்தனையோ மருத்துவர்களைச் சென்று பார்த்தான். எவ்வளவோ மருந்துகளை உட்கொண்டான்.

எதையுமே அந்நோய் சட்டை செய்யவில்லை. காய்ச்சல் ஒரு சிறிதும் குணமாகவில்லை.

கடைசியாக பாபாவிடம் ஓடோடி வந்தான். அவர் பாதங்களைக் கெட்டியாகப் பற்றி, மலேரியாக் காய்ச்சலில் இருந்து தன்னை விடுவிக்குமாறு கதறி அழுதான்.

அவனிடம் பாபா, "லட்சுமி கோயிலுக்குப் போ. அங்கே ஒரு கறுப்பு நாய் நிற்கும். அது பசியாறுவதற்காக தயிர் சாதம் கொடு. எல்லாம் சரியாகும்" என்றார்.

பால கண்பத்தும் பாபாவின் கட்டளையை உடனடியாக நிறைவேற்றும் பொருட்டு தனது வீட்டிற்கு ஓடினான். ஒரு பாத்திரத்தில் தயிர் சாதத்தை எடுத்துக் கொண்டு லட்சுமி கோயிலுக்குச் சென்றான். அங்கே பாபா கூறியதுபோல கறுப்பு நாயொன்று நின்று கொண்டிருந்தது. அதற்கு வயிறார தயிர் சாதத்தைக் கொடுத்தான்.

அப்புறம்?

அவனது மலேரியா காய்ச்சல், எந்த மருத்துவருக்கும் அடங்காத அந்தக் காய்ச்சல், மெல்ல மெல்லக் குறையத் தொடங்கியதை அவன் உணர்ந்தான்.

இது பாபாவின் லீலைகளில் ஒன்று.

பக்தரைத் திருத்திய பாபா

சென்னையைச் சேர்ந்த பஜனைக்கோஷ்டி ஒன்று ஒருமுறை காசிக்கு புனித யாத்திரை மேற்கொண்டது. போகும் வழியில், ஷீரடியில் பாபா என்று ஒருவர், அவரைச் சென்று பார்க்கும் பக்தர்களுக்கெல்லாம் கை நிறைய காசுகளை அள்ளி அள்ளி வழங்குகிறார் என்று கேள்விப்பட்டது. அதற்கு ஆசைப்பட்டு அங்கு சென்றது.

ஆனால் அந்தக் கோஷ்டியில் ஒரேயொரு பெண்மணி மட்டும் பஜனைகளில் கலந்துகொண்டு ஆடிப்பாடாமல் அமைதியாக இருந்தாள். அவள் சாய்பாபாவைப் பற்றி ஓரளவிற்கு அறிந்திருந்தாள். ஆகையால் அவரைச் சந்தித்து அருள் பெறப்போவது மட்டுமே அவளது ஒரே ஆனந்தமாக இருந்தது.

ஷீரடி சென்ற அத்தனை பக்தர்களும் பாபாவைத் தரிசனம் செய்தார்கள். பஜனைகளைப் பாடி அந்த இடத்தையே

கலகலப்பாக்கினர். பாபா வழங்கப் போகும் பணத்தின் மீது பெரும் ஆவல் கொண்டிருந்தனர்.

ஆனால் அந்தப் பெண்மணி மட்டும் பாபாவை மனம் குளிரத் தரிசனம் செய்தாள். அவள் ராமர் பக்தை என்பது பாபாவிற்குத் தெரியும். எனவே, தனது உண்மையான அந்த பக்தையைக் குளிர்விக்கும் விதமாக அவளுக்கு மட்டும் ராமராகத் தன் உருவை மாற்றிக் காட்சியளித்தார் பாபா.

அந்தப் பெண்ணால் இதனை நம்பவே முடியவில்லை. மகிழ்ச்சி மனம் முழுவதும் நிரம்பித் தழும்பிற்று. சந்தோஷத்தில் கைதட்டி ஆனந்தக் கூத்தாடினாள்.

ஆனால் இது அந்தப் பஜனைக் கோஷ்டியினரை அதிர்ச்சி அடையச் செய்தது. அமைதியாகவே இருக்கும் இந்தப் பெண்ணுக்குத் திடீரென்று என்ன ஆயிற்று?

அப்புறம் தனியாகத் தன் கணவனிடம், பாபா ராமபிரானாகக் காட்சியளித்ததைத் தெரிவித்தாள்.

ஆனால் அவள் கணவனோ இதனை ஏற்றுக் கொள்ள மறுத்தான். இது எப்படி சாத்தியமாகும் என்று அதனை நம்ப மறுத்தான். பாபாவின் சித்து விளையாட்டு என்றும் அதனைப் பரிகசித்தான்.

இதன்பிறகு ஒருநாள், அவனுக்கு ஒரு அற்புதமான கனவு வந்தது.

அவன் ஏதோ ஒரு வழக்கு தொடர்பாகக் கைது செய்யப்பட்டான். காவல் நிலையத்திற்கு வெளியே பாபா நின்று கொண்டிருப்பதைப் பார்த்தான். தன்னை விடுதலை செய்ய ஆவன செய்யுமாறு அவரை வேண்டினான்.

அப்போது பாபா, "அவனவன் செய்த தவறுக்கான பலனை அனுபவித்துத்தான் ஆக வேண்டும்" என்றார்.

"எனக்குத் தெரிந்து நான் எந்தத் தப்பும் செய்யவே இல்லையே!" என்றான் அவன்..

“அப்படியானால் போன பிறவியில் ஏதாவது தப்பு

செய்திருப்பாய்" என்று கூறினார் பாபா.

"போன பிறவியில் செய்திருந்தால் அதற்குத் தண்டனை போன பிறவியிலேயே வழங்கப்பட்டிருக்க வேண்டுமே! ஏன் இந்தப் பிறவியில் கிடைக்க வேண்டும்? அதுவும் சாய்பாபா என்னருகே இருக்கும்போது எனக்கு இந்தத் தண்டனை கிடைப்பது நியாயமா?" என்று சற்றே கிண்டல் தொனிக்கக் கேட்டான் அவன்.

இருந்தாலும் அதனைப் பொருட்படுத்தாமல், "அப்படி எல்லாம் கூட நம்பிக்கை உனக்கு இருக்கிறதா என்ன?" என்று திருப்பி அவனைக் கேட்டார்.

அப்போது திடீரென்று அங்கு பெரிய சப்தம். காவல் பணியில் ஈடுபட்டிருந்த போலீஸ்காரர் ஒருவர் இரத்த வெள்ளத்தில் இறந்து கிடந்தார்.

இதனைப் பார்த்து அதிர்ந்து போனான் அவன்.

"இந்த ஜென்மத்தில் செய்த தவறு. ஆக உனக்கு இந்த ஜென்மத்திலேயே தண்டனை கிடைப்பது சரியே" என்றார் பாபா.

அவனுக்கு எதுவும் புரியவில்லை. குழப்பத்துடனேயே காணப்பட்டான்.

அவனுக்கு விளக்கமளித்தார் பாபா. "உன்னைக் காத்துக் கொண்டிருந்த போலீஸ் எப்படி மரணமடைந்தார்? உன்மீது தானே சந்தேகம் படரும். அப்படியானால் உனக்குத் தண்டனை வழங்கப்படும் தானே?"

ஆடிப்போனான் அவன். ஓடிப்போய் பாபாவின் பாதங்களில் விழுந்து கதறியழுதான். "என்னை எப்படியாவது காப்பாற்றுங்கள் பாபா"

அப்போது கேட்டார் பாபா, "இப்போது நீ என் பாதங்களில் விழுந்து வணங்குவதற்கும், பஜனைக் கோஷ்டியுடன் வந்திருந்து காசு கிடைக்கும் என்று வணங்கியதற்கும் உள்ள வித்தியாசத்தை உணர முடிகிறதா?"

கனவு கலைந்தது அவனுக்கு. உண்மையான பக்தி என்பது என்ன என்று தெளிவாகியது.

கல்லைக் கரைத்த பாபா

மத்திய பிரதேசத்தைச் சேர்ந்த முதியவர் ஒருவர் சிறுநீரகக் கல்லால் அவஸ்தைப்பட்டு வந்தார். வயதான காரணத்தால் அந்த வலியைத் தாங்கும் சக்தியையும் அவர் இழந்திருந்தார்.

அவரைப் பார்த்த சிலர், அறுவை சிகிச்சை மூலம் இந்தக் கற்களை அகற்றி விடலாம் என்று கூறினர். அறுவை சிகிச்சைக்கான நாளையும் குறித்தனர்.

அத்தருணத்தில் அவ்வூரின் பெருந்தனக்காரர் ஒருவர் பெரியவரைப் பார்ப்பதற்காக வந்திருந்தார். அவர் தீவிர சாய்பாபா பக்தரும்கூட. வயதான காலத்தில் அறுவை சிகிச்சையைத் தாங்கும் சக்தி பெரியவருக்கு இருக்காதே என்று நினைத்தார்.

அவர் எப்போதும் பாபா வழங்கிய விபூதியை வைத்திருப்பார். உடனே தனது இல்லத்திற்குச் சென்று அந்த விபூதியை எடுத்து வந்தார். குவளை ஒன்றில் தண்ணீர் எடுத்து அதில் அந்த விபூதியைக் கரைத்தார். பாபாவை நினைத்துக் கொண்டு அதனைப் பருகுமாறு பெரியவரிடம் கொடுத்தார். அவரும் அப்படியே செய்தார்.

சற்று நேரம் கழிந்தது.

பெரியவர் சிறுநீர் கழித்தார். அப்போது அவரது சிறுநீரகப் பையில் அடைத்து வலி கொடுத்துக் கொண்டிருந்த கல், பொடிப் பொடியாக சிறுநீருடன் கரைந்து வெளியே வந்தது. பெரியவரின் நோயும் குணமாகியது.

இது அந்தப் பகுதி மக்களை அதிசயிக்கச் செய்தது.

காலணியில் விந்தை

ஹரிகனோபா என்றொரு பக்தர். பாபாவைத் தரிசிக்க ஷீரடி வந்திருந்தார். தனது விலை உயர்ந்த புதுச் செருப்பை மசூதி வாசலில் கழற்றி வைத்துவிட்டு, பாபாவைத் தரிசனம் செய்தார். பின்னர் வெளியே வந்தபோது, தனது செருப்பைக் காணவில்லை.

மனத்திற்குள் நிம்மதி காணாமல் போயிற்று.

வெறும் காலுடனேயே தான் தங்கி இருக்கும் இடத்திற்குச் சென்றார். சாப்பிடச் செல்லுமுன் வழக்கம்போல பூஜை செய்தார். ஆனால் அவர் மனம் மட்டும் பூஜையில் பதியாமல், தனது காணாமல் போன செருப்பிலேயே கிடந்து உழன்றது.

பூஜை முடிந்து சாப்பிடும்போதும்கூட அவருக்கு அதே நினைப்புதான்.

சாப்பிட்டுவிட்டு வந்து கொண்டிருந்தபோது ஒரு காட்சியைக் கண்டார். அது...

தன் தொலைந்து போன காலணியைக் குச்சி ஒன்றில் வைத்து நீட்டியவாறு, ஜரிகைக் கரை போட்ட தலைப்பாகையை அணிந்த ஹரி என்பவர் இந்தக் காலணியை வந்து வாங்கிச் செல்லலாம்" என்று கூவி அழைத்தவாறு இருந்தான் ஒரு சிறுவன்.

அவருக்குத் தூக்கி வாரிப்போட்டது.

அது அவருடைய காணாமல் போன செருப்புதான். ஆனால் அது தனக்குச் சொந்தமானது என்பதும், தான் ஜரிகைக் கரைப்போட்ட தலைப்பாகை அணிந்திருப்பதும் இந்தச் சிறுவனுக்கு எப்படித் தெரியும்?

அவனருகே வந்து அந்தக் காலணியை வாங்கிக் கொண்ட ஹரி, அந்தச் சிறுவனிடம் விபரம் கேட்டார்.

"பாபா தான் இந்த அடையாளங்களைக் கூறி, உங்கள் பெயரையும் சொல்லி, காலணியைக் கொடுத்து வருமாறு

கட்டளையிட்டார்" என்றான் அந்தச் சிறுவன்.

மெய்சிலிர்த்துப் போனார் ஹரி கனோபா.

கனவில் வந்த வரவு

ரகுநாதராவ் மும்பையில் தனியார் நிறுவனம் ஒன்றில் பணியாற்றி வந்தார். பாபாவின் தீவிர பக்தர்.

அவருக்குத் திடீரென்று உடம்பிற்கு முடியாமல் போய்விட்டது. அதனால் மருத்துவ விடுப்பு எடுத்தார். அந்தக் காலம் முடிவடைந்த பின்னரும் அவரால் முன்பு போல் செயலாற்ற முடியவில்லை.

அவரது உடல்நிலையைக் கருத்தில் கொண்டு கட்டாய ஓய்வு அளிக்க முன்வந்தது நிறுவனம். மாதம் தோறும் ஓய்வூதியமாக 75 ரூபாய் வழங்குவதாகவும் அறிவித்தது. அப்போது ஓய்வூதியம் யாருக்கும் வழங்கும் பழக்கம் அந்த நிறுவனத்தில் கிடையாது.

ரகுநாதராவின் மனைவிக்கோ இந்தச் செய்தி வேப்பங்காயை விடவும் கூடுதலாகக் கசந்தது. மாதந்தோறும் 75 ரூபாயை வைத்துக் கொண்டு எப்படிக் காலத்தைத் தள்ளுவது? இந்த இக்கட்டான சூழலில் இருந்து எப்படி மீள்வது?

இதுபோன்ற குழப்பமான ஒரு தருணத்தில் ரகுநாதராவ் மனைவியின் கனவில் பாபா தோன்றினார். அப்போது தனது கஷ்டத்தைக் கூறி, அதற்குத் தகுந்த வழி சொல்லுமாறு பாபாவிடம் அவர் மனைவி வேண்டினாள்.

அதற்கு பாபா, "ஓய்வூதியத்தை நூறு ரூபாயாக அதிகரித்துத்தர ஏற்பாடு செய்கிறேன். கவலைப்படாதே" என்று கூறிவிட்டு மறைந்து விட்டார். கனவும் கலைந்து போனது.

அதன்பின்னர் சில தினங்கள் கழித்து நிறுவனத்திடம் இருந்து ரகுநாதராவிற்கு கடிதம் ஒன்று வந்தது. அதில், அவருக்கு மாதந்தோறும் 110 ரூபாய் ஓய்வூதியம் அளிக்கப்படும்

என்று தெரிவிக்கப்பட்டிருந்தது.

கனவில் வந்த பாபா, நிஜத்தில் அதனைச் செயல்படுத்தி இருக்கிறார். அற்புதத்தின் அதிசயம் பாபா!

தொழுநோயை முற்றாக நீக்கிய மகான்

ஷீரடியில் ஆமன்பாய் என்றொரு பெண்மணி வசித்து வந்தார். அவருக்கு கனாடே என்றொரு மகன்.

பாவம், அவனுக்கு இளம் பிராயத்திலேயே தொழுநோய் தொற்றிக் கொண்டது. அவளது தகுதிக்கு ஏற்றவாறு என்னென்னவோ மருத்துவம் பார்த்தும், ம்ஹூம்! குணமாகவில்லை .

'தன் மகன் ஆயுள் முழுவதும் தொழுநோயுடனேயே கழிக்க வேண்டியதுதான்' என்று வருத்தப்பட்டாள்.

பாபா ஷீரடிக்கு வந்திருந்த புதிது. நிறைய பேர் அவர் மீது நம்பிக்கை வைக்காமல் இருந்தபோதிலும் சிலர் பாபாவை மகான் என்றே நம்பினர். அந்தச் சிலரில் ஆமன்பாயும் ஒருவர். தன் மகனின் தொழுநோயைக் குணப்படுத்தும் சக்தி பாபாவிற்கு மட்டுமே இருப்பதாக அவள் நம்பினாள்.

பாபாவிடம் அந்த நம்பிக்கையை வெளியிட்டாள். பாபாவும் அதற்குச் சம்மதித்தார்.

"நல்ல பாம்பின் விஷம் வேண்டும். அதனைக் கொண்டு நான் ஒரு மருந்து தயாரித்துத் தருவேன். அதனைப் பருகினால் கனாடேயின் தொழுநோய் முழுமையாக நீங்கிவிடும். ஆனால் அந்த நல்ல பாம்பை கனாடேதான் பிடித்துக் கொண்டு வரவேண்டும்" என்றார் பாபா.

இது ஆமன்பாய்க்கு சற்று அதிர்ச்சியைத் தந்தாலும் மகனின் நோய் குணமாக வேண்டும் என்ற ஆதங்கத்தில் அதற்குச் சம்மதித்தார்.

ஆனால், அவரின் மகனுக்கோ இதில் அத்தனை சம்மதம் இல்லை. அதிலும் நல்ல பாம்பை அவனே தேடிப் போய்ப் பிடித்து வரவேண்டும் என்பதை அவனால் ஏற்றுக் கொள்ளமுடியவில்லை. அதற்குப் பயம்தான் காரணம்.

இதனைப் புரிந்துகொண்ட பாபா, "பாம்பைப் பிடிக்கப் பயம் வேண்டாம். காரணம் தொழுநோயாளிகளை நல்லபாம்பு கடிக்காது. மேலும் அவர்களைக் கண்டு விலகியே நிற்கும்" என்று அவனது அச்சத்தை விலக்க முயன்றார். அத்துடன், "ஊரை அடுத்துள்ள காட்டில் தேடினால் நல்ல பாம்பு கிடைக்கும்" என்று வழியும் சொல்லித் தந்தார் பாபா.

வேறு வழியின்றி, அந்தக் காட்டிற்குள் சென்று பாம்பைத் தேடினான் கனாடே. நல்ல பாம்பு ஒன்றும் அவன் விழியில் தென்பட்டது. தைரியத்தை வரவழைத்துக் கொண்டு அதனருகே சென்று கையால் பிடித்தான்.

என்ன ஒரு விந்தை!

பாபா சொன்ன மாதிரி அந்த பாம்பு அவனைக் கடிக்கவில்லை. மாறாக, அவனிடம் இருந்து தப்பித்து ஓட முயற்சி செய்தது. ஆனாலும் தனது பிடியை இறுக்கியவனாய், அப்படியே பாபாவிடம் வந்தான்.

பாபாவும் அந்த பாம்பின் விஷத்தை வெளியே எடுத்தார். பின்னர் அதிலிருந்து ஏதோ பக்குவம் செய்து மருந்து தயாரித்தார். அதனைக் கனாடேக்குக் கொடுத்து பருகச் சொன்னார். அவனும் அந்த மருந்தை உண்டான்.

அப்புறம் சில தினங்களில், குணமே ஆகாது என்று அடித்துச் சொன்ன அனைவருமே ஆச்சரியத்தில் வாய் பிளக்கிற விதமாக, அவனது தொழுநோய் மறைந்து, நல்ல குணம் கிடைத்தது

இந்தச் சேதி அந்த ஊர் முழுக்க வேகமாகப் பரவியது. பாபாவின் மகாசக்தி அனைவருக்கும் புரியத் தொடங்கியது.

கர்வத்தை அடக்கு

சித்திக் ஃபால்கே. இவர் ஒரு இஸ்லாமியர். ஹஜ் புனித யாத்திரை சென்றுவந்த பெரியவர். பாபாவைத் தரிசனம் செய்வதற்காக ஷீரடி வந்தார். ஆவலுடன் பாபாவைக் காணச் சென்றார். ஆனால் வரிசையில் நின்ற பக்தர்களுக்கு எல்லாம் தன்னைத் தரிசிக்க அனுமதி வழங்கிய பாபா, சித்திக்கிற்கு மட்டும் மறுத்துவிட்டார்.

'ஏன் இப்படி? என்னை மட்டும் பாபா ஏன் அனுமதிக்கவில்லை? காரணம் புரியாமல் சித்திக் புலம்பினார். வருத்தம் அடைந்தார். எப்படியாவது பாபாவின் தரிசனத்தை அடைந்தே ஆகவேண்டும் என்ற உறுதியுடன் ஷீரடியிலேயே காத்திருந்தார். துவாரகா மயியின் முன்னால் இருந்த மைதானத்திலேயே பாபாவின் தரிசனத்திற்காகப் பொறுமையாகக் காத்திருந்தார் சித்திக்.

அவர் அவ்வாறு காத்திருந்தது எத்தனை நாட்கள் தெரியுமா? மன்னிக்கவும், நாட்கள் அல்ல, மாதங்கள்! அதாவது ஒன்பது மாதங்கள்!

ஆனாலும் பாபாவின் அனுமதி அவருக்குக் கிடைக்கவே இல்லை.

இவர் மீது பாபாவின் சேவகர் ஒருவருக்கு இரக்கம் ஏற்பட்டது. "தாங்கள் இப்படிக் காத்திருப்பதால் பயனில்லை. பாபாவின் பக்தர் ஷாமாவைப் பார்த்து, அவரைத் தரிசிக்க ஏதாவது வழிவகை செய்யுமாறு கூறினால்தான் முடியும்" என்று யோசனை தெரிவித்தார்.

சித்திக்கிற்கும் இது சரி என்று தோன்றியது.

ஷாமாவிடம் தனது நிலைமையைக் கூறி, உதவுமாறு கேட்டுக் கொண்டார். உடனே ஷாமாவும் பாபாவிடம் சென்று, "எவ்வளவோ பக்தர்கள் தங்களைத் தரிசிக்க அனுமதிக்கும்போது, இந்த சித்திக்கை மட்டும் ஏன் இந்தளவிற்குச் சோதிக்கிறீர்கள்? அவர் செய்த பாவம்தான் என்ன?" என்று கேட்டார்.

"சித்திக்கை நான் எங்கே அனுமதிக்க மறுக்கிறேன்? அல்லா அல்லவா அனுமதிக்க மறுக்கிறார். அதற்கு நான் என்ன செய்ய முடியும்?" என்று திருப்பிக் கேட்டார் பாபா.

அப்புறம் சற்று நேரம் பொறுத்து, "பார்விக் கிணறு அருகே இருக்கும் ஒற்றையடிப் பாதைக்கு சித்திக் வரவேண்டும். அப்படி வரும்போது நாற்பதாயிரம் ரூபாய் பணமும் எடுத்து வரவேண்டும். அப்படி வரமுடியுமா என்று கேட்டுச் சொல்" என்று ஷாமாவைப் பணித்தார் பாபா.

சந்தோஷத்துடன் இதனை சித்திக்கிடம் ஓடிச்சென்று தெரிவித்தார் ஷாமா. சித்திக்கும் இதுபோன்ற ஒரு தருணத்திற்காகத் தானே இது நாள் வரைக் காத்துக் கொண்டிருந்தார். விடுவாரா இந்தச் சந்தர்ப்பத்தை?

"நாற்பதாயிரம் என்ன, நாற்பது லட்சம் ரூபாய் கூட எடுத்துக் கொண்டு வருகிறேன். எனக்கு பாபாவின் தரிசனம் கிடைத்தால் போதும்" என்றார்.

இதனை அப்படியே கிளிப்பிள்ளை சொல்கிற மாதிரி, பாபாவிடம் ஒப்பித்தார் ஷாமா.

உடனே பாபா, "நாளை மசூதியில் ஆடு ஒன்றை வெட்டப்போகிறோம். அதில் எந்தப் பகுதி அவருக்கு வேண்டும் என்று கேள்" என்று கூறினார்.

இதையும் அட்சரம் பிசகாமல் அப்படியே சித்திக்கிடம் போய்ச் சொன்னார் ஷாமா.

உடனே அவர், "பாபா கையில் இருக்கும் மண்பாண்டத்தில் இருந்து ஒரேயொரு சிறிய துணுக்கு மாமிசம் எனக்குக் கிடைத்தால் கூடப் போதும், அதனை நான் பெற்ற பெரும் பாக்கியமாகக் கருதுவேன்" என்று உணர்ச்சிவசப்பட்டுப் பேசினார் சித்திக்.

இதனை ஷாமா, பாபாவிடம் சொன்னதுதான் தாமதம், பாபாவிற்கு கோபம் கிளர்ந்தெழுந்தது. தன் கையில் இருந்த மண்பாண்டத்தைத் தூக்கி எறிந்தார். ஆவேசத்துடன் சித்திக் அருகே வேகமாக வந்தார்.

"உனக்குள்ளே உன்னைப் பற்றி நீ என்ன நினைத்துக் கொண்டிருக்கிறாய்? பெருமை பீற்றிக் கொள்ளத்தக்க அளவிற்கு நீ அந்த அளவிற்கு உயர்ந்தவனா? மெக்கா போய்வந்த செருக்கில் இப்படியெல்லாம் பேசுகிறாய். ஏதோ மிகப்பெரிய, முதிர்ந்த ஹாஜியாக உன்னை நீ நினைத்துக் கொண்டிருக்கிறாய். குரானில் இவ்வாறா கூறப்பட்டிருக்கிறது. அந்தப் புனிதமான நூலைப் படித்து இப்படித்தான் புரிந்து கொண்டாயா?" என்று கோபத்தில் தடித்த வார்த்தைகளைக் கக்கினார் பாபா.

வெலவெலத்துப் போனார் சித்திக். தனது அகந்தையும், செருக்கும்தான் இதுவரை பாபாவைத் தரிசிக்க விடாமல் தடுத்திருக்கிறது என்ற உண்மை இப்போதுதான் அவருக்குப் புரிந்தது.

பின்னர் பாபா அவரை ஆதரவாக அரவணைத்து மசூதிக்குள் அழைத்துச் சென்றார். சித்திக்கிற்கு கூடை நிறைய மாம்பழங்களைக் கொடுத்து, 55 ரூபாயையும் கொடுத்து, அவரைத் தனது பக்தர்களில் ஒருவராக ஏற்றுக்கொண்டார்.

உப்புத் தண்ணீர் நல்ல தண்ணீரானது

ஷீரடியில் மக்கள் புழங்குவதற்கேற்ற விதத்தில் இரண்டு கிணறுகள் இருந்தன. அதிலும் ஒரு கிணற்றுத் தண்ணீரைத் தான் மக்கள் பயன்படுத்திவந்தனர். காரணம் அது நல்ல இனிப்பாக இருந்தது. மற்றொரு கிணற்று நீர் மிக உப்பு. யாரும் அதனை அதிகம் பயன்படுத்துவது கிடையாது

இதுபோன்ற ஒரு தருணத்தில் கடும் வறட்சி. வெய்யில் காய்ந்தது. மழை எங்கோ சென்று மறைந்து போய்விட்டது.

தண்ணீர் பஞ்சம் ஏற்பட்டது.

மக்கள் அதிகம் புழங்கிய நல்ல தண்ணீர் கிணறு சுத்தமாக வறண்டு போனது. கல்லும், மண்ணும் கூடத் தெரிந்தன. இன்னொரு கிணற்று நீரானது உப்பாயிற்றே! என்ன செய்வது?

அந்த ஊர் மக்களின் கவலை அதிகமாயிற்று. பாபாவிடம் சென்று முறையிடுவதைத் தவிர வேறுவழியே இல்லை.

அனைவரும் துவாரகா மயி மசூதியில் இருந்த பாபாவிடம் சென்று நல்ல தண்ணீர் கிடைக்க ஏதாவது செய்தருளுமாறு வேண்டினர்.

பாபா எதுவும் பேசாது எழுந்து உப்புத் தண்ணீர் உள்ள கிணற்றின் அருகே வந்தார். சற்று நேரம் அதனையே பார்த்தவாறு நின்றார். பூக்களைப் பறித்து வருமாறு பக்தர்களிடம் கூறினார். அவர்களும் எங்கோ போய் அப்படியே பறித்து வந்தனர். சற்று நேரம் பிரார்த்தனை செய்த பாபா, அந்தப் பூக்களை அப்படியே கிணற்றினுள் அள்ளி வீசினார்.

அப்புறம் அந்த ஊர் மக்களிடம், "எடுத்துக் கொள்ளுங் கள்" என்று கூறிவிட்டு நகர்ந்து சென்று விட்டார்.

அவர்களுக்கு ஒன்றும் புரியவில்லை. என்ன நடந்தது இங்கே? பாபா பூக்களைக் கிணற்றில் கொட்டிவிட்டுப் போனாரே ஏன்?

பற்பல வினாக்கள் அவர்களின் மண்டைக்குள் குடைந்து கொண்டிருக்க, இந்தக் கிணற்று தண்ணீரைப் பருகிப் பார்க்கலாம் என்று பாபா மீது நம்பிக்கை கொண்ட சிலர், தண்ணீரை இறைத்தனர். பருகியும் பார்த்தனர்.

உப்புத் தண்ணீர், தற்போது தித்தித்தது. இனிப்பாய் இனித்தது. தங்களின் தண்ணீர் தாகத்தைப் போக்கிய பாபாவிற்கு அவ்வூர் மக்கள் நன்றி தெரிவித்து, அந்த ஆண்டு ராம நவமி மற்றும் உருஸ் பண்டிகை விழாவைச் செழிப்பாகக் கொண்டாடி மகிழ்ந்தனர்.

தன் குழந்தைகளைக் காப்பாற்றும் துவாரகா மயி

சிதலீ என்ற ஊருக்குப் பயணம் மேற்கொண்டிருந்த பாலாசாகேப் மிரீகர் என்பவர், வழியில் ஷீரடியில் தங்கி, பாபாவைத் தரிசனம் செய்தார்.

அப்போது பாபா தன் பக்தர்களைப் பார்த்து, "உங்களுக்கு துவாரகா மயி தெரியுமா?" என்று கேட்டார்.

அவர்கள் அனைவரும் இதற்குப் பதில் தெரியாததால் அமைதி காத்தனர்.

அதற்குப் பதிலையும் பாபாவே கூறினார், ''நீங்கள் தற்போது இருக்கும் இந்த இடமே துவாரகா மயி. இவள் தன் மடியில் அமர்ந்திருக்கும் குழந்தைகளுக்கு ஏற்படும் எந்த ஆபத்தில் இருந்தும் அவள் காப்பாள்" என்றார்.

பாபா எதற்காக இப்படிக் கூறுகிறார் என்பதைப் பக்தர்களால் உணர்ந்துகொள்ள முடியவில்லை.

அப்புறம் பாபா அனைவருக்கும் விபூதி (உதி) வழங்கி னார். அப்படியே விபூதி வாங்க வந்த மிரீகரின் தலையில் கைவைத்த பாபா, "உங்களுக்கு லம்பா பாவாவைத் தெரியுமா?" என்று கேட்டார்.

'பாபா என்ன கேட்கிறார்? யார் அந்த லம்பா பாவா?' மிரீகருக்கு ஒன்றும் புரியவில்லை. பாபாவையே அவர் பார்த்துக் கொண்டிருந்தார்.

மீண்டும் பாபாவே, ''அவன் பயங்கரமானவன் தான். ஆனாலும் அவனால் துவாரகா மயியின் குழந்தைகளை ஒன்றும் செய்ய இயலாது" என்றவாறே மிரீகருக்கு விபூதியை வழங்கினார்.

பின்னர் மிரீகர், தான் சிதலிக்குப் புறப்படுவதற்கு பாபாவிடம் உத்தரவு கேட்டார். அதற்கு அனுமதி அளித்த பாபா, மிரீகருடன் துணைக்கு ஷாமாவையும் சென்று வருமாறு பணித்தார்.

எதற்காக ஷாமாவைத் துணைக்கு வருமாறு பாபா கூறினார் என்று மிரீகருக்குப் புரியவில்லை. எனினும் பாபாவின் கட்டளையை யாரால்தான் மீற முடியும்?

இரவு நேரத்தில் சிதலீயை அவர்கள் சென்றடைந்தனர். அங்குள்ள மாருதி கோயிலில் அவர்கள் தங்கினர்.

அங்குதான் அந்தச் சம்பவம் நடைபெற்றது.

தனது துண்டை எடுத்து மிரீகர் உதறியபோது, துண்டின் ஓரத்தில் ஒரு பாம்பு நெளிந்தது. அதனைக் கண்ட ஒருவன், "அய்யோ ! கொடிய நச்சுப் பாம்பு!" என்று அலறினான்.

மிரீகரும், ஷாமாவும் திடுக்கிட்டுப் பார்த்தனர். அந்த பாம்பு மெல்ல ஊர்ந்து செல்வதைக் கண்டனர். அதற்குள் அங்கிருந்தோர் அந்தப் பாம்பை அடித்துக் கொன்றனர்.

ஆக, பாபா கூறிய 'லம்பா பாவா' என்று கூறியது கொடிய இந்த நச்சுப் பாம்பைத்தான் என்பது அவர்களுக்கு அப்போதுதான் புரிந்தது. துவாரகா மயி, மிரீகரைக் காப்பாற்றினாள்.

விபூதியின் மகிமை

அந்த ஊரின் பெ ரு ம் செல்வந்தர் பாலாஜி. அவர் காலமாகி விட்டார். அவருக்கு திவசம் நடந்தது. அதில் பங்கேற்பதற்காக வரும் உறவினர்களுக்காக உணவு தயார் செய்யப்பட்டிருந்தது.

ஆனால் அவர்கள் எதிர்பார்த்திருந்ததை விட ஏராள மானோர் வந்து குவிந்தனர். அந்த அளவிற்குப் போதிய உணவு தயார் செய்யப்படவில்லை. இதனால் பெரும் கவலை ஏற்பட்டது பாலாஜியின் மனைவிக்கு.

எப்படிச் சமாளிப்பது?

அதனைப் பார்த்த பாலாஜியின் தாயார், "ஒன்றும் கவலைப்படாதே. பாபா இருக்கிறார். அவர் அளித்த விபூதியை

உணவுப் பாத்திரங்களில் சிறிது தூவு. பாபாவை மனதிற்குள் பிரார்த்தனை செய். அப்புறம் உணவைப் பரிமாறு. பாபா காப்பாற்றுவார்" என்று நம்பிக்கை அளித்தார்.

பாலாஜியின் மனைவியும், தனது மாமியாரின் வாக்கை வேதமாக எடுத்துக் கொண்டு அப்படியே செய்தார்.

பாபாவை நம்பினோர் என்றாவது கைவிடப் பட்டுள்ளனரா? சில பேருக்காகச் சமைக்கப்பட்ட உணவு பலபேருக்கு பரிமாறப்பட்டது. அப்படியிருந்தும் உணவு மீந்துபோனது.

இந்த அதிசயம் பாபாவால் நிகழ்த்திக் காட்டப் பட்டது.

சர்க்கரையைப் புறக்கணித்த பக்தர்

சோல்கர் என்றொரு பக்தர். இவர் தானே என்னும் இடத்தில் உள்ள நீதிமன்றத்தில் வேலை பார்த்து வந்தார். அதுவும் நிரந்தரமல்ல. தனது வேலை நிரந்தரமாக வேண்டும் என்று ஆண்டவனைப் பிரார்த்தித்தார். அப்போது பாபாவின் மகிமை பற்றி அறிந்தார். எனவே, பாபாவை முழுமனதோடு பிரார்த்தனை செய்தார். தனது வேலை நிரந்தரமானால், ஷீரடிக்குச் சென்று பாபாவைத் தரிசிப்பதாக வேண்டிக்கொண்டார்.

நீதிமன்றத் தேர்வு ஒன்று நடந்தது. அதில் ஆச்சர்யப்படத்தக்கவிதமாக வெற்றி பெற்றார் போல்கர். இதன் காரணமாக, அவரது வேலை நிரந்தரமானது. இருந்த போதிலும், அவரால் ஷீரடிக்குச் செல்ல முடியவில்லை .

காரணம், வாங்கும் சம்பளம் அனைத்தும் தனது வீட்டுச் செலவிற்கே சரியாகப் போனது. மிச்சமே இல்லை.

தனது வேண்டுதலை நிறைவேற்ற முடியாமல் இருப்பதற்காக சோல்கர் வெகுவாக வருந்தினார்.

என்ன செய்வது?

மனதிற்குள் திட்டம் ஒன்று உதித்தது. அது

சர்க்கரை கலக்காத காபி மற்றும் தேனீரை மட்டுமே இனிமேல் பருகுவது. அந்தச் சர்க்கரைக்கு ஆகும் பணத்தை சேமித்து வைத்து, ஷீரடிக்குச் சென்று பாபாவைத் தரிசிப்பது!

முடிவெடுத்தார் சோல்கர்.

அப்படியே சேமிக்கவும் செய்தார்.

சில மாதங்களில் அவரின் திட்டம் வெற்றி பெற்றது. பணம் கிடைத்தது. உடனடியாகத் தனது வேண்டுதலை நிறைவேற்றும் பொருட்டு ஷீரடிக்குச் சென்றார். பாபாவை மனம் குளிரத் தரிசித்தார். தனது வேலையை நிரந்தரமாக்கித் தந்ததற்காக பாபாவிற்கு நன்றி தெரிவித்தார்.

அப்போது பாபா, தனது நெருங்கிய பக்தர் ஒருவரை அழைத்து, "சோல்கருக்கு ஏராளமான சர்க்கரை கலந்த தேனீரைக் கொடுங்கள்" என்று உத்தரவிட்டவாறு. சோல்கரைப் பார்த்து ஒரு நமட்டுச் சிரிப்பை வெளிப்படுத்தினார்.

விக்கித்துப் போனார் சோல்கர். பாபாவைத் தரிசனம் செய்வதற்காக, தான் சர்க்கரை இல்லாத காபி பருகி வந்ததைப் பாபா அறிந்திருப்பது, அவரது மனதை வியப்பில் ஆழ்த்தியது.

விஷத்தை நீக்கிய பாபா

நாசிக்கைச் சேர்ந்தவர் மோதிரம் ஜனி. பாபாவின் மீது இமயமலை அளவு பற்றும், பாசமும் அவருக்கு. தனது எந்த வொரு சிக்கலையும், கவலையையும் பாபா ஒருவரால்தான் நீக்க முடியும் என்ற திடமான நம்பிக்கை அவருக்கு உண்டு.

ஒருமுறை அவரது நண்பர் ஒருவர் அவரது வீட்டிற்கு வந்திருந்தார். இருவரும் பேசிக்கொண்டிருந்தபோது தேள்

ஒன்று நண்பரைக் கடித்துவிட்டது. அவர் வலியால் துடித்தார்.

பதறிப்போனார் மோதிராம்.

தேள் கடியைப் போக்குவதற்கு பாபாவால் மட்டுமே முடியும். அதற்கு ஷீரடியில் பாபா வழங்கிய உதி பிரசாதத்தைத் தடவினால் போதும். விஷம் நொடிப் பொழுதில் 'சலாம்' போட்டுவிட்டு ஓடிப் போய்விடும்.

வீட்டிற்குள் பூஜை அறைக்குள் தான் எப்போதும் அந்த விபூதியை அவர் வைத்திருப்பது வழக்கம். எனவே அதனை எடுப்பதற்காக அங்கே சென்றார். வைத்த இடத்தில் பிரசாதத்தைக் காணவில்லை. அறை முழுவதும் தேடினார். காணவே இல்லை.

எங்கே போயிற்று? பாபா ஏன் இந்த இக்கட்டான நிலைமையில் தன்னை சோதனை செய்கிறார்?

அப்போது 'படக்கென்று அவருக்கு ஒரு யோசனை தோன்றியது. நேராக பாபா படத்திற்கு முன் சென்று அவரை மனமுருக வேண்டினார். அவர் படத்திற்கு முன்பாக ஊதுவத்தி ஒன்றைக் கொளுத்தி வைத்தார். அதன் சாம்பலை எடுத்தார். இதுவும் பாபாவின் உதி தானே என்று தோன்றியது அவருக்கு. நேராக நண்பரிடம் வந்து தேள் கடித்த இடத்தில் அதனைத் தடவினார்.

என்ன ஒரு அற்புதம்!

அடுத்த நொடிப்பொழுதே நண்பரின் வலி சுத்தமாக மறைந்து போனது. தேள் கடித்த விஷம் 'காணவில்லை' என்று போஸ்டர் ஒட்டுகிற மாதிரி ஆகிவிட்டது.

❀❀❀

காட்சியளித்துக் காப்பாற்றிய பாபா

ராவ்ஜி பகால்கர். இவரும் ஏனையோரைப் போலவே பாபாவின் அதிதீவிர பக்தர். அவரது இளைய மகனுக்கு திடீரென்று விஷக்காய்ச்சல் ஏற்பட்டது.

மருத்துவர்கள் கைவிட்டுவிட்டனர்.

இனி என்ன செய்வது?

பாபா மட்டுமே ஒரே நம்பிக்கை. கண்களை மூடியவாறு பாபாவை மனதார வேண்டினார். பிரார்த்தனை செய்தார்.

அன்று நள்ளிரவு நேரம். அவர்கள் தங்கியிருந்த டூலியா என்ற இடத்திற்கே பாபா நேரடியாக வந்தார். அவர் கையில் உதி. அதனை அப்படியே நோய்வாய்ப்பட்டுக் கிடக்கும் ராவ்ஜியின் இளையமகன் நெற்றியில் பூசினார்.

"கவலைப்படாதே பக்தா. உன்பையனுக்கு ஒன்றும் ஆகாது. பிழைத்துவிடுவான். நாளைக் காலையில் அவனைப் பிடித்து ஆட்டிக்கொண்டிருக்கும் காய்ச்சல் சுத்தமாக மறைந்துவிடும். அவன் நன்றாகக் குணமானதும் ஷீரடிக்கு அழைத்து வா" என்று சொல்லிவிட்டு மறைந்து விட்டார் பாபா.

இது நிஜமா அல்லது கனவா என்று ராவ்ஜிக்கு சந்தேகம் தோன்றியது. அவரால் அதற்கு விடை காணவே முடியவில்லை .

விடிந்தது. பதற்றத்துடன் மகனின் நெற்றியில் கவலை மற்றும் ஆவலுடன் கைவைத்துப் பார்த்தார். காய்ச்சல் இல்லை. அவன் உடம்பு சாதாரணமாக இருந்தது.

சந்தோஷத்தில் கூவினார். மருத்துவரும் வந்து பார்த்தார். அவருக்கும் ஆச்சர்யமாக இருந்தது. 'இது எப்படி சாத்தியமாயிற்று?'

இது நடந்தது 1913 ஆம் ஆண்டு மார்ச் மாதம் 6ஆம்

தேதி. இதற்கு அடுத்த இரண்டாம் நாள், அதாவது 8ஆம் தேதி ராவ்ஜிக்கு ஷீரடியில் இருந்து கடிதம் ஒன்று வந்தது. அது அவரது சிநேகிதரும், பாபாவின் நெருங்கிய பக்தருமான ஷாமா எழுதியிருந்தார். அதில், பாபா, டூலியாவில் இருக்கும் எனது நண்பரின் வீட்டிற்குப் போயிருந்ததாகவும், அவரது மகனைத் தொடர்ந்து கவனித்து வருவதாகவும் கூறியதாக எழுதப்பட்டிருந்தது.

அப்படியானால் அன்று இரவு பாபா வந்தது நிஜமே தான்! இதுவே ராவ்ஜியின் உடம்பில் புல்லரிப்பை உண்டு பண்ணியது.

இரண்டு வாரம் கடந்தது. ராவ்ஜியின் இளைய மகனின் உடல்நிலை தற்போது நன்றாகத் தேறிவிட்டிருந்தது. எனவே மகனை அழைத்துக் கொண்டு அவர் ஷீரடிக்குச் சென்றார்.

அப்போது கோபர்கான் என்ற இடத்தில் வண்டிக்காரன் அவருடன் ஏதோ தகராறு செய்து கொண்டிருந்தான். இதனால் குறிப்பிட்ட நேரத்தில் அவர்கள் ஷீரடியை அடைய முடியாத நிலை ஏற்பட்டது.

அப்போதும் ஷீரடியில் ஒரு அற்புதம் நடந்தது.

பாபா ஷாமாவிடம், "உன் சிநேகிதன் ஷீரடிக்கு வந்து கொண்டிருக்கிறான். ஆனால் வண்டிக்காரன் அவனிடம் வீண் தகராறு செய்து கொண்டிருப்பதால் பாதிப்பிற்கு உள்ளாகி இருக்கிறான்" என்று கூறினார். .

ஆக, தனது உண்மையான பக்தன் ராவ்ஜியை அந்தளவிற்கு பாபா பின் தொடர்ந்து கண்காணித்து வருவது எத்தனை அற்புதமான விஷயம்!

நோயிலிருந்து விடுதலை

பாபா சாகேப் புட்டி, பாபாவின் மற்றொரு சீரிய பக்தர். தினமும் மசூதிக்குச் சென்று பாபாவைத் தரிசனம் செய்வதைத் தனது கடமையாகவே கொண்டிருந்தவர்.

புட்டிக்கு ஒருமுறை கடுமையான வயிற்றுப்போக்கு ஏற்பட்டது. தனது வீட்டிலிருந்த மாத்திரை, மருந்துகளை உட்கொண்டு பார்த்தார். அது சட்டை செய்யவே இல்லை.

வயிற்றுப்போக்கு மிகுதியாக இருந்த காரணத்தால் அவர் உடல் மெலிந்து, தளர்ந்து போக ஆரம்பித்தது. சில தினங்களில் அவரால் எழுந்து நடமாடக்கூட முடியாமல் போயிற்று. இதனால் அவரால் துவாரகா மயியிக்குச் சென்று பாபாவைத் தரிசிப்பதும் முடியாது போயிற்று.

இந்த விஷயம் பாபாவின் ஞான அறிவுக்கு எட்டியது. தனது உதவியாளர்களை அழைத்து, புட்டியை மசூதிக்கு அழைத்து வருமாறு பணித்தார். அவர்களும் அப்படியே புட்டியை அங்கு அழைத்து வந்தனர். தன் முன்னே அமரும்படிச் சொன்னார் பாபா.

புட்டியை நோக்கித் தன் கைவிரல்களை நீட்டிய பாபா, "போதும், இனிமேல் நீ வெளியேறுவதை நான் அனுமதிக்க மாட்டேன்" என்று கடும் கோபத்துடன் கூறினார்.

இது அங்கிருந்தவர்களை அதிரச் செய்தது. புட்டியும் கூடக் குழப்பத்துடன் பாபாவைப் பார்த்தார்.

ஆனால், இப்படி பாபா கூறிய பின்னர், அவரது வயிற்றுப் போக்கு முழுவதுமாக நின்று போயிருந்தது. தளர்ச்சியும் மாறி இருந்தது. அப்போதுதான் அவர்களுக்குத் தெரிந்தது, பாபா, வெளியேறக்கூடாது என்று சொன்னது வயிற்றுப் போக்கை.

பாபாவின் அதிரடி உத்தரவு

துமால் ஒரு வழக்கறிஞர். ஒருதடவை வழக்கு ஒன்றிற்காக நிபாட் என்ற ஊருக்குச் சென்றார். அப்படியே வழியில் ஷீரடிக்குச் சென்று பாபாவைத் தரிசித்துவிட்டுச் செல்லும் ஆவல் துளிர்த்தது.

சிலருக்குச் சில நேரங்களில் இப்படித் தோன்றுவது

இயல்புதானே!

பாபாவைத் தரிசனம் செய்தார். கண்குளிர பாபாவைப் பார்த்து கண்ணீர் சொரிந்தார். அங்கேயே சில தினங்கள் அமர்ந்திருந்து பாபாவின் தரிசனத்தைப் பெற்றுக் கொள்ள அவருக்கு விருப்பம்தான். ஆயினும், மறுநாள் வழக்குத் தொடர்பாக அவர் நிபாட்டில் இருந்தே ஆக வேண்டிய கட்டாயம் இருந்தது. அதனால், அங்கு செல்ல பாபாவின் உத்தரவை நாடினார்.

ஷீரடிக்கு வருகை தரும் பக்தர்கள் யாரும் பாபாவின் உத்தரவைப் பெற்றுத்தான் அங்கிருந்து திரும்ப முடியும் என்பது நியதி. அதை எவராலும் மீற முடியாது என்பதும் உண்மை.

எனவே, நிபாட் செல்ல பாபாவின் உத்தரவை நாடினார். ஆனால் பாபாவோ, சர்வசாதாரணமாக, ஒரு வாரம் இங்கேயே தங்கிவிட்டுச் சென்றால் போதும் என்று கூறிவிட்டார்.

அதிர்ந்து விட்டார் துமால். அப்படியானால் வழக்கு? இதனை பாபாவிடம் எப்படிச் சொல்ல முடியும்?

பாபாவின் கட்டளைக்குக் கீழ்ப்படிந்தவராக ஷீரடியிலேயே அவர் தங்கிவிட்டார். அன்றாடம் பாபாவின் பூஜைகளில் பங்கேற்றார். அவருடனேயே தங்கி பாபாவின் அருளினைப் பெற்றார்.

ஒருவாரம் முடிவடைந்தது. பாபாவின் உத்தரவைப் பெற்று நிபாட் சென்றார் துமால். வழக்கின் நிலைமை என்னவாயிற்றோ என்ற அச்சமும், குழப்பமும் அவர் மனதைப் புரட்டிப் போட்டுக் கொண்டிருந்தது.

ஆனால் நிபாட்டில் நடந்தது என்ன தெரியுமா?

நீதிபதிக்கு உடல்நிலை சரியில்லாமல் போனதால் கடந்த வாரம், நடைபெற வேண்டிய துமாலின் வழக்கு ஒத்திவைக்கப்பட்டிருந்தது. அதன் வழக்கு விசாரணை மிகச் சரியாக துமால், நிபாட் வந்தடைந்த அன்றைக்கு மாற்றி

வைக்கப்பட்டிருந்ததுதான் பேரதிசயம்!

வழக்கில் துமால் கட்சியே வெற்றி பெற்றது என்பது கொசுறுத் தகவல்.

பாபாவிற்கு கங்கா அபிஷேகம்

மேகா பாபாவின் பக்தர். மகர சங்கராந்தி அன்று பாபாவை கங்கை நீரால் அபிஷேகம் செய்து கண்குளிரக் காண ஆசைப்பட்டார்.

ஆனால் அதற்கு முதலில் மறுப்புத் தெரிவித்த பாபா, மேகாவின் அன்பு வலியுறுத்தலின் அழுத்தம் தாங்காமல் கடைசியாகச் சம்மதித்தார்.

இதனால் சந்தோஷமடைந்த மேகா, அங்கிருந்து சுமார் 24 மைல் தொலைவில் இருந்த கோமதி ஆற்றை நோக்கிச் சென்றார். ஒரு கலயத்தில் நீரை மொண்டு கொண்டு ஷீரடிக்கு வந்து சேர்ந்தார்.

பாபாவை ஆசனம் ஒன்றில் அமரும்படிச் செய்தார். தான் கொண்டுவந்த கலயத்தை பாபாவின் அருகில் வைத்தார்.

அப்போது பாபா சொன்னார், "உனது அன்பை நான் மெச்சுகிறேன். ஆனால், கங்கா நீரை என் தலைக்கு மட்டுமே நீ ஊற்ற வேண்டும். உடலுக்கு ஊற்றவே கூடாது. இதனைக் கண்டிப்பாக நீ மீறக் கூடாது" என்று கட்டளையிட்டார்.

நீரை ஊற்றுவதற்கு பாபா சம்மதித்ததே பெரிய விஷயம். அப்படியிருக்கும்போது பாபாவின் கட்டளையை மீறுவது உசிதமா என்ன?

உடனடியாக அதற்கு ஒப்புக்கொண்டார் மேகா.

கலயத்தைத் தூக்கி பாபாவின் தலையில் மட்டும் நீர் விழுமாறு பிடித்தார். அப்போது அவர் உணர்ச்சிவசப்பட ஆரம்பித்தார். மகர சங்கராந்தி அன்று சிவபெருமானுக்கு அபிஷேகம் செய்வதுபோல அவரது மனத்தில் தோன்றியது.

பாபாவிடம் அளித்த வாக்குறுதியை மறந்தவராக, அப்படியே பாபாவின் தலை மட்டுமல்ல உடல் முழுவதும் நனைகிற மாதிரி நீரை ஊற்றிவிட்டார்.

நீர் தீர்ந்த பிறகுதான் மேகாவிற்குத் தன்னுணர்வு வந்தது. 'அய்யய்யோ, பாபாவின் கட்டளையை மீறி அவர் உடல் முழுவதும் தண்ணீர் விழுகிற மாதிரி நடந்துகொண்டு விட்டேனே!' என்று பதறிப்போய் பாபாவைப் பார்த்தார்.

என்ன ஆச்சர்யம்!

பாபாவின் தலையில் மட்டுமே நீர் விழுந்து நனைத்திருந்தது. அவருடைய உடலில் தண்ணீர் படவே இல்லை. உலர்ந்த நிலையிலேயே இருந்தது.

ஆக, பாபா, தன் பக்தனின் உணர்வுக்கு எந்த அளவிற்கு மதிப்பு கொடுத்திருக்கிறார் என்பது இதன் மூலம் அறியப்படுகிறது.

காணிக்கையைப் பெற்றுக் கொண்ட பாபா

ஹரிபாவ் கர்ணிக் என்னும் பக்தர். ஒரு பௌர்ணமி அன்று பாபாவைத் தரிசனம் செய்வதற்காக தானேயில் இருந்து ஷீரடிக்கு வந்தார். பாபாவைத் தரிசனம் செய்தார்.

பின்னர் மசூதியின் படிகளில் இறங்கி வெளியேறினார்.

அப்போதுதான் அவருக்குத் தோன்றியது. பாபாவிடம் ஒரு ரூபாய் தட்சிணை கொடுக்க வேண்டும் என்று. உடனே பதறிப்போய், மீண்டும் பாபாவைத் தரிசிக்கத் திரும்பினார். ஆனால் பாதுகாவலர் அதற்கு அனுமதி மறுத்துவிட்டார்.

எவ்வளவோ கெஞ்சிப் பார்த்தும் அனுமதி கிடைக்கவே இல்லை. இதனால், மிகவும் மன வேதனையடைந்து, தனது ஊரை நோக்கித் திரும்பிவிட்டார்.

வரும் வழியில் நாசிக் என்ற நகரில் உள்ள காலராமர்

கோயிலுக்குச் சென்றுவர விரும்பினார். அப்படியே சென்று இறைவனைத் தரிசித்துவிட்டு கோயிலைவிட்டு வெளியே வந்து கொண்டிருந்தார்.

அப்போது கோயிலில் சில நண்பர்களுடன் அமர்ந்திருந்த நரசிம்ம மகராஜ் என்பவர் ஹரிபாவ் கர்ணிக்கை நோக்கி வேகமாக வந்தார். அவர் கையைப் பற்றிக் கொண்டு, "எனக்குத் தரவேண்டிய ஒரு ரூபாயைத் தராமலேயே செல்கிறாயே, கொடு" என்று கேட்டார்.

ஹரிபாவ் அப்படியே கற்சிலைபோல அதிர்ந்து போய்விட்டார். யார் இவர்? இவருக்கு ஒரு ரூபாய் தருவதாக நான் எப்போது சொன்னேன்? பாபாவிற்குத் தானே ஒரு ரூபாய் கொடுக்க வேண்டும்!

சட்டென்று புரிந்தது அவருக்கு. வந்திருப்பது நரசிம்ம மகராஜ் அல்ல, பாபா! தன் பக்தன் மனம் வருந்தக்கூடாது என்பதற்காக இத்தனை தொலைவு வந்து நரசிம்ம மகராஜ் ரூபத்தில் தன்னிடம் அந்தக் காணிக்கையைப் பெற்றுச் செல்கிறார்.

ரூபாயைக் கொடுத்த ஹரிபாவ், அந்த நிகழ்வில் இருந்து விடுபட வெகுநேரம் பிடித்தது.

பாபாவின் மற்றொரு அதிசயம்

ஷீரடி அருகே உள்ள கிராமங்களுக்கு அடிக்கடி பாபா 'விசிட்' செய்வதை வழக்கமாகக் கொண்டிருந்தார். அப்படித்தான் ரஹ்தா என்றொரு கிராமத்திற்கும் செல்வார். அங்கு குசால்சந்த் என்பவரோடு அடிக்கடி சம்பாஷனைகள் நடத்துவது வழக்கம். அப்படி அவரோடு பேசிவிட்டு வருவது பாபாவிற்குப் பெரும் ஆனந்தத்தை அளித்தது.

இந்நிலையில், பாபாவால் சில தினங்களாக ரஹ்தா செல்ல முடியாமல் போயிற்று. ஆனால் குசால் சந்தோடு

அளவளாவும் ஆசை அதிகரித்துக் கொண்டே இருந்தது.

எனவே, தனது நெருங்கிய பக்தரான காகா சாகேப்பை அழைத்து, 'ரஹ்தாவுக்குப் போய் குசால் சந்தை ஷீரடிக்கு வருமாறு அழைத்து வா. அவரைப் பார்த்துப் பேச வேண்டும் போலிருக்கிறது" என்று கூறினார் பாபா.

காகா சாகேப்புக்கு சந்தேகம்தான். குசால் சந்த் மிகவும் பெரிய மனிதர். தான் போய் அழைத்தாலெல்லாம் அவர் வருவாரா என்ன?

தயக்கம்தான். ஆனாலும் பாபாவின் உத்தரவு. அதனை செயல்படுத்தியே ஆக வேண்டும். ஆகவே, ரஹ்தாவிற்குப் புறப்பட்டுச் சென்றார் பாபா.

ரஹ்தாவை அவர் அடைந்தபோது, எதிரே, தான் யாரைப் போய்ப் பார்க்கச் சென்று கொண்டிருந்தாரோ, அந்த குசால்சந்தின் மகன் வருவதைப் பார்த்தார். உடனே தனது வண்டியை நிறுத்தி, அவனது அப்பாவைப் பார்ப்பதற்காகவே தான் வந்து கொண்டிருப்பதைத் தெரிவித்தார். பின்னர், குசால் சந்தின் மகனையும் தனது வண்டியில் ஏற்றிக் கொண்டு ரஹ்தாவிற்குச் சென்று குசால் சந்தைப் பார்த்தார்.

இவரைப் பார்த்த குசால் சந்த், 'என்ன சேதி? திடீரென்று என்னைக் காண அவசரமாக வந்திருக்கிறீர்கள்?" என்று கேட்டார்.

அவரை ஷீரடிக்கு அழைத்துவருமாறு பாபா இட்ட கட்டளையைப் பற்றி விவரமாகக் கூறினார் காகாசாகேப்.

திடுக்கிட்டுப் போனார் குசால் சந்த். என்ன சொல்கிறீர்கள் நீங்கள்? இன்று மதியம் சாப்பிட்டுவிட்டு சற்று இளைப்பாறிக் கொண்டிருந்தேன். அப்போது ஒரு அற்புதமான கனவு. அதில் பாபாவின் தரிசனம். 'உடனே உன்னைப் பார்க்க வேண்டும். எனவே ஷீரடிக்குப் புறப்பட்டு வா' என்று கட்டளையிட்டுவிட்டு மறைந்துவிட்டார் பாபா. தற்போது கைவசம் வண்டி இல்லாததால், அங்கு வர இயலவில்லை என்பதைச் சொல்வதற்காகத்தான் என் மகனை ஷீரடிக்கு அனுப்பி வைத்தேன்" என்றார் குசால்சந்த்.

குசால் சந்தை அழைத்து வருமாறு காகாசாகேப்பைப் பணித்த பாபா, அவர் தயங்குவதை உற்றுக் கவனித்திருக்கிறார். ஆகவேதான், காகாசாகேப் ரஹ்தா செல்வதற்கு முன்பே, குசால் சந்தின் கனவில் தோன்றி ஷீரடி வருமாறு கூறி இருக்கிறார்.

என்ன ஒரு அபார சக்தியும், அறிவும் படைத்தவர் பாபா!

இரண்டும் மூன்றும் ஐந்து

பாபாவின் அடியவர்களில் ஒருவர் ஹரிச்சந்திர பிதலே. இவர் எப்படி பாபாவின் பக்தர் ஆனார் என்பதைப் பார்க்கலாம்.

இவரது மகனுக்கு காக்கா வலிப்பு நோய் உண்டு. அதிலிருந்து குணமடைய எத்தனையோ மருத்துவர்களிடம் சென்று காண்பித்தாகி விட்டது. ஆனால் குணம் மட்டும் பூஜ்யம்தான்.

இதுபோன்ற சூழலில்தான் ஒரு நாள், பாபாவின் பக்தரான தாஸ்கானுவிற்கு பாபாவின் பக்திப்பாடல்களைக் கேட்கும் வாய்ப்பு கிடைத்தது. அதன் பிறகுதான் சாய் பாபாவைப் பற்றி அவர் தெரிந்து கொண்டார். ஒருமுறை பாபாவை ஷீரடிக்குச் சென்று தரிசனம் செய்துவந்தால் தனது மகனின் வலிப்பு நோய்க்கு விடிவுகாலம் வரும் என்ற நம்பிக்கை அவரிடம் துளிர்த்தது.

தனது குடும்பத்தாருடன் ஷீரடி புறப்பட்டுச் சென்றார். துவாரகா மயியில் பாபாவின் தரிசனமும் அவருக்குக் கிடைத்தது. தனது மகனின் நோயைத் தீர்க்குமாறு பாபாவிடம் பிதலே மன்றாடினார்.

அப்புறம் பாபாவின் உத்தரவின்பேரில், தனது மகனை அவர் பாதங்களில் படுக்கவைத்தார். அவனது உடல் முழுவதும் திடீரென்று தெப்பமாக வியர்த்துக் கொட்டி யது. அவன் விழிகள் பம்பரமாகச் சுழன்று அனைவரையும்

கலங்கடித்தது. கைகால்கள் வெட்டி இழுத்தன. இதுவரை கண்டிராத வகையில் அவனுக்கு காக்கா வலிப்பு உக்கிரமாக இருந்தது.

இதனைப் பார்த்ததும், தனது மகனுக்கு என்னவோ ஆகிவிட்டது என்று பயந்து, பிதலேயின் மனைவி கூச்சலிட்டாள். கண்ணீர் விட்டுக் கதறினாள்.

இதனைப் பார்த்த பாபா, "ஏன் அழுகிறாய்? உன் மகனுக்கு ஒன்றும் நேர்ந்துவிடவில்லை. உன் இருப்பிடத்திற்குக் கொண்டு செல். அவன் நன்றாகிவிடுவான்" என்று தைரியம் அளித்தார்.

அப்படியே அவனை அவர்கள் கொண்டு சென்றனர். பாபா கூறியது போலவே, அவனது வலிப்பு நோய் எங்கோ சென்று மறைந்து போய்விட்டது. நன்றாகி விட்டான். நல்ல குணம் கிடைத்துவிட்டது.

இது நடந்தது 1910 ஆம் ஆண்டில்.

அதன்பின்னர், பிதலே, பாபாவின் தீவிர பக்தராகி விட்டார். அடிக்கடி ஷீரடிக்கு வந்து பாபாவைத் தரிசித்துச் செல்வதை வழக்கமாக்கிக் கொண்டிருந்தார்.

இப்படிப்பட்ட காலகட்டங்களில் ஒரு நாள், பாபாவைத் தரிசித்துக் கொண்டிருந்தார் பிதலே. அப்போது பக்தர்களுக்குத் தட்சிணை கொடுக்கும் பழக்கம் உள்ள பாபா, பிதலேக்கும் அன்று மூன்று ரூபாயைக் காணிக்கையாக அளித்தார். பின்னர் அவரிடம், "ஏற்கெனவே உனக்கு இரண்டு ரூபாய் அளித்திருக்கிறேன். இப்போது இந்த மூன்று ரூபாயைத் தருகிறேன். இவற்றை உன் பூஜை அறையில் பத்திரமாக வைத்து பூஜித்து வா" என்று கூறினார் பாபா.

பாபாவின் முன்பாக 'சரி சரி' என்று தலையை ஆட்டிய பிதலே, பின்னர் வெளியே வந்து யோசித்தார். 'பாபா எப்போது தனக்கு இரண்டு ரூபாய் கொடுத்தார்?

யோசித்து யோசித்துப் பார்த்தார் பிதலே. ஆனால் அதற்கான விடை அவருக்குத் தெரியவே இல்லை. குழப்பமாக

இருந்தது. ஏதாவது காரணம் இல்லாமல் பாபா கூறியிருக்க மாட்டார். ஆனால் அதனைக் கண்டுபிடிக்க முடியவில்லை

இதுபற்றி யாரிடம் கேட்டால் தெரியும்?

தீவிர குழப்ப சிந்தனையுடன் வீட்டிற்கு வந்தார். இதற்கான விடையைத் தனது வயதான தாயிடம் கேட்டுப் பார்த்தால் என்ன என்று தோன்றிற்று. கேட்டார்.

அவரது தாயும் வெகுநேரம் யோசித்துப் பார்த்தார். அப்போதுதான் சில வருடங்களுக்கு முன்பு நடந்த சம்பவம் ஒன்று அவரின் நினைவிற்கு வந்தது.

பிதலே அப்போது மிகச்சிறிய பையன். அவனது தந்தை, அக்கல்கோட் என்னுமிடத்தில் இருந்த மகான் ஒருவரைத் தரிசிப்பதற்காகச் சென்றிருந்தார். தரிசனம் முடிந்த பிறகு அந்த மகான் பிதலேவுக்கு இரண்டு ரூபாய் பணம் கொடுத்தது நினைவிற்கு வந்தது. ஆனால் அந்தப் பணத்தைப் பத்திரப்படுத்தி வைக்கவில்லை. அதனால் இப்போது அது எங்கே என்பது நினைவில்லை. தொலைந்து போயிருக்கவும் செய்யலாம்.

தனது தாய் இந்தச் சம்பவத்தைக் கூறியதும், பாபாவின் ஞான சக்தியை அறிந்து உணர்ந்து வியந்து போனார் பிதலே.

தட்சிணை வாங்கியும், வாங்காமலும்

பாபா எப்போதுமே பக்தர்களிடம் வேறுபாடு எதனையும் காட்டுபவரல்ல. ஆனால், கடவுளின் உத்தரவை நிறைவேற்றுவார். தனது ஞானதிருஷ்டியால் உணர்ந்ததை செயல்படுத்துவார். அது பக்தர்களிடம் பாபா வேறுபாடு காண்பதைப் போன்ற தோற்றத்தை ஏற்படுத்தும்.

ஒருமுறை கோவாவில் இருந்து வந்திருந்த இரண்டு பக்தர்கள் பாபாவைத் தரிசனம் செய்து முடித்தனர். அதில்

ஒருவரிடம், 15 ரூபாய் தட்சிணை தருமாறு கேட்டுப் பெற்றார் பாபா. மற்றவர் 35 ரூபாயை அன்புடனும், பக்திப் பரவசத்துடனும் பாபாவிடம் வழங்கியபோது, அதனைப் பெற்றுக் கொள்ள மறுத்துவிட்டார்.

அவர் முகம் சுருங்கி விட்டது. பாபா தனது பணத்தைப் பெற்றுக் கொள்ள மறுத்தது பெரும் கவலையை அள்ளிக் கொடுத்தது.

இதனைப் பார்த்துக் கொண்டிருந்த ஷாமாவின் மனதையும் இந்தச் சம்பவம் பாதிப்பை ஏற்படுத்தியது. பாபாவிடமே இதற்கான விளக்கத்தைக் கேட்டார் ஷாமா.

அதற்கு பாபா, "அவர் மசூதிக்குக் கடன்பட்டிருக்கிறார். அதனால்தான் மயி அவரிடம் பணத்தைப் பெற்றுக் கொண்டார். மற்றவர் அப்படி எதுவும் கடன்படவில்லையே. அப்புறம் அவரிடம் எதற்காகப் பணத்தை வாங்க வேண்டும். எனக்கு எதற்கு காசு, பணம்? அதைவைத்து நான் என்ன செய்யப் போகிறேன்?" என்று திருப்பிக் கேட்டார்.

இதன் அர்த்தம் புரியவில்லை ஷாமாவிற்கு. இதைப்பற்றி சற்று விளக்கமாகத் தெரிவிக்குமாறு கேட்டுக் கொண்டார்.

பாபா எப்போதுமே தனது விளக்கத்தை நேரடியாகக் கூறுவது கிடையாது. அவர் கூறுகின்ற கதை வடிவம், சம்பந்தப்பட்டவருக்கு மட்டுமே உறுத்தும்.

அப்படியேதான் இந்தச் சம்பவங்களையும் பாபா கூறத் தொடங்கினார் கதையாக.

"ஒருவர் வேலை கிடைக்காமல் மிகவும் கஷ்டப்பட்டு வந்தார். நல்ல வேலை கிடைத்தால் உடனடியாக ஷீரடிக்கு வந்து தனது முதல் மாதச் சம்பளத்தைக் காணிக்கையாகச் செலுத்துவதாக வேண்டிக் கொண்டார். அப்படியே அவருக்கு நல்ல வேலையும் கிடைத்தது. ஆனால் அது கிடைத்த ஜோரில் காணிக்கை செலுத்தும் வேண்டுதலை அவர் மறந்தார். தற்போது மாதம் 700 ரூபாய் சம்பளம் வாங்குகிறார். அவரது கர்மவினை இப்போது அவரை இங்கே தள்ளிவிட்டது. ஆகவே அவரின் காணிக்கையை

நான் பெற்றுக் கொண்டேன்” என்றார்.

உடனே, அந்த இரு பக்தர்களில் ஒருவர் பாபாவின் முன் கண்ணீர் சொரிந்தார். இந்தக் கதைக்குச் சொந்தக்காரன் தான் என்றும், தன்னைப் பற்றியே பாபா இவ்வாறு கூறினார் என்றும் உருக்கத்துடன் கூறினார். தனது வாக்குமீறலுக்கு இது சரியான தண்டனைதான் என்றும் அவர் பிதற்றினார்.

கூடியிருந்த பக்தர்கள் அனைவரும் ஆச்சரியத்தால், தங்களின் திறந்த வாயை மூடவும் மறந்தனர்.

இந்தச் சம்பவம் சரியே. அப்படியானால் மனமுவந்து அளித்த மற்றொரு பக்தரின் தட்சிணையை பாபா ஏன் வாங்க மறுத்தார்.

அதற்கும் பாபா விளக்கமளித்தார்.

"என்னிடம் பல வருடங்களாக உண்மையான வேலைக்காரனாக இருந்த சமையற்காரன் ஒருவன், ஒருநாள் நான் சேமித்து வைத்திருந்த அத்தனை பணத்தையும் திருடிக் கொண்டு ஓடிவிட்டான். இதனால் அதிர்ந்துபோன நான், பைத்தியம் பிடித்தவன் போல தெருத்தெருவாக அலைந்து எங்கெங்கோ சுற்றித் திரிந்தேன். அப்போது ஒருவர் என்னிடம் வந்து, எனது துயரத்திற்கான காரணத்தைக் கேட்டறிந்தார். பின்னர் அவர் சொன்னார்: மும்பை அருகே கோ பர்கான் என்னுமிடம் உள்ளது. அதனையடுத்து ஷீரடி என்ற இடத்தில் ஒரு ஃபக்கீர் இருக்கிறார். அவரை வேண்டிக் கொண்டு பிரார்த்தனை செய். உன் கஷ்டங்கள் தீரும் என்று கூறினார். நானும் அவர் சொன்ன படியே செய்தேன். அந்தப் பிரார்த்தனையின் பலன் நல்லபடியாகக் கிடைக்க வேண்டும் என்பதற்காக, எனக்கு மிகவும் பிடித்தமான அரிசி உணவு சாப்பிடுவதையே தியாகம் செய்தேன்.

எனது பிரார்த்தனைக்கு நல்ல பலனும் கிடைத்தது. அந்தச் சமையற்காரன் மனம் திருந்தி என்னிடம் வந்தான். திருடிய பணத்தை என்னிடமே திருப்பியும் கொடுத்தான்.

இதனால் சந்தோஷமடைந்த நான், ஷீரடிக்குச் செல்வதற்காக கப்பலில் ஏற முனைந்தேன். ஆனால் கூட்டம்

அதிகமாக இருப்பதைக் காரணம் காட்டி கப்பல் ஊழியர்கள் என்னை அனுமதிக்கவில்லை. ஆனாலும் அதில் ஒரு பணியாள் என்னிடம் இரக்கம் காண்பித்தான். கப்பலில் ஏற அனுமதித்தான். ஷீரடி வந்தடைந்தேன்" என்றார் பாபா.

இது பாபாவின் கதையல்ல. அவர் கூறிய 'நீ' என்பது இரண்டாவது பக்தரைக் குறிப்பிட்டது என்பது அனைவருக்குமே புரிந்தது.

கஷ்டப்பட்டு, பாபாவைத் தரிசிக்க கோவாவில் இருந்து ஷீரடிக்கு வந்த அந்த பக்தரிடம், தட்சிணை வாங்க பாபா மறுத்ததற்கான காரணம் இப்போது ஷாமா உட்பட அங்கிருந்த அத்தனை பக்தர்களுக்கும் தெள்ளத் தெளிவாகவே புரிந்துவிட்டது.

பாபாவிடம் வசமாகச் சிக்கிய வழக்கறிஞர்

பண்டரிபுரத்தைச் சேர்ந்த வழக்கறிஞர் ஒருவர் பாபாவைத் தரிசிக்க ஷீரடி வந்திருந்தார். தரிசனம் முடிந்ததும், அந்தப் பகுதியில் ஒரு ஓரமாக அமர்ந்திருந்தார் அவர். பாபா அவ்வப்போது பக்தர்களிடம் உரையாடுவதைக் கவனமாகக் கேட்டவாறு இருந்தார்.

அப்போது திடீரென்று, "மக்கள் அனைவரும் மிகவும் மோசமானவர்களாக இருந்து வருகின்றனர். நேரடியாகப் பார்க்கும்போது ஒன்றும், பின்புறமாக வேறொன்றுமாகச் செயல்படுகின்றனர். இப்படிப்பட்ட வஞ்சகமான எண்ணங்களை அழித்தொழித்தால் மட்டுமே வாழ்க்கையில் நல்ல முன்னேற்றத்தையும், சுபிட்சத்தையும் அடையமுடியும்" என்றார் பாபா.

இப்படி அவர் திடீரென்று கூறியதன் காரணம் ஒருவருக்கும் புரியவில்லை, அந்த வழக்கறிஞரைத் தவிர.

அவர் தன்னருகே அமர்ந்திருந்த பாபாவின் பக்தர்

காகா சாகேப்பிடம் கூறினார், "பாபா இப்படிக் கூறியது எனக்காகவே. காரணம் தனது நோய் குணமாக வேண்டும் என்று ஷீரடியில் பாபாவைத் தரிசிக்க வந்திருந்தார் எங்கள் நீதிமான் நூல்கர். அதனை அவர் என்னிடம் கூறியபோது, தங்கள் நோய் குணமடைய பாபாவை நானும் பிரார்த்திப்பதாகக் சொன்னேன். ஆனால் பின்னர், அதைப் பற்றி எனது சக வழக்கறிஞர்களிடம் நான் கிண்டலடித்துப் பேசினேன். படித்தவர்களே இப்படி முட்டாள்தனமாக நடந்து கொள்கிறார்களே! நோய் குணமாக வேண்டும் மென்றால் நல்ல மருத்துவர்களாகப் போய்ப் பார்க்க வேண்டும். அதைவிடுத்து பாபாவைப் போய்ப் பார்த்தால் குணம் கிடைத்துவிடுமா என்ன?' என்றேன். இதைத்தான் பாபா இப்போது இப்படிக் குறிப்பிட்டுப் பேசுகிறார். பண்டரி புரத்தில் நடந்ததைத் தெளிவாக அறிந்து கொண்டிருக்கிறார் பாபா. ஞானி அவர். எனக்கு நல்ல அறிவுரையையும் வழங்கிவிட்டார்" என்று உணர்ச்சி வசப்பட்டுப் பேசினார் அந்த வழக்கறிஞர்.

கனவினும் நிஜத்திலும்

பஞ்சாப்பைச் சேர்ந்தவர் ராம்லால். மும்பையில் வசித்து வந்தார். எனினும் இவர் சாய்பாபாவைப் பற்றி அறிந்ததும் கிடையாது, தெரிந்ததும் கிடையாது.

இவர் கனவிலும் பாபா ஒருநாள் பிரகாசமாகத் தோன்றினார். தன்னை நேரில் வந்து சந்திக்குமாறு அவருக்கு ஆணையிட்டுவிட்டு மறைந்துவிட்டார்.

ராம்லாலுக்கு இது ஆச்சர்யமாக இருந்தது. யார் இந்தப் பெரியவர்? எங்கிருக்கிறார்? ஏன் தன்னைச் சந்திக்குமாறு கூறினார்? இப்படிப் பற்பலக் கேள்விகள் அவருள்ளே எழுந்தன. ஆனாலும் அவரை எப்படிச் சென்று தரிசனம் செய்வது என்பது மட்டும் ராம்லாலுக்குப் புரியவில்லை. எனினும் கனவில் காட்சியளித்த அவரின் உருவம் மட்டும் அவர் அகக்கண்களைவிட்டு அகலவே இல்லை .

இதுபோன்ற சூழலில் ஒருநாள் கடை வீதியில் நடந்து சென்று கொண்டிருந்தார். கடை ஒன்றில் ஒரு பெரியவரின் படம் இருந்தது. அந்தக் கடையைத் தாண்டிச் சென்றவரின் கண்களை அந்தப் படம் கவர்ந்து இழுத்தது.

இந்தப் பெரியவரை எங்கோ பார்த்த மாதிரி இருக்கிறதே என்ற எண்ணத்துடன் நின்றவருக்கு 'சட்' டென்று நினைவு வந்தது.

தனது கனவில் தோன்றி காட்சியளித்த மகானே தான்!

உடனடியாக அந்தக் கடையை நோக்கிச் சென்றார். கடை முதலாளியிடம், "அந்தப் படத்தில் இருப்பது யார்?" என்று வினவினார்.

அவரும் சாய்பாபாவைப் பற்றியும், அவரின் பெருமைக்குரிய பல்வேறு அற்புதங்களைப் பற்றியும் எடுத்துரைத்தார். மேலும், ஷீரடியில் அவர் இருப்பதைப் பற்றியும், அங்கு எப்படிச் செல்ல வேண்டும் என்பது பற்றியும் விரிவாகக் கூறினார்.

ராம்லாலுக்கு அதிசயமாக இருந்தது. இப்பேர்ப்பட்ட மகான் தன் கனவில் வந்திருக்கிறார் என்றால்...

கணநேரம் கூடத் தாமதிக்காமல் உடனடியாக ஷீரடி சென்று அந்த மகானைத் தரிசித்தார். அப்புறம் பாபாவின் தீவிர பக்தராகவும் மாறினார் ராம்லால்.

வயிற்றுக் கோளாறுக்கு கடலை

காகா மகா ஜனி பாபாவின் பக்தர் மட்டுமல்ல, அவருடனேயே துவாரகா மயியில் இருந்து, பாபாவிற்கு வேண்டிய பணிவிடைகளைச் செய்து வந்தவர்.

காகாவிற்கு ஒருநாள் கடுமையான வயிற்றுப்போக்கு. எனினும் அதனைப் பொருட்படுத்தாமல் மசூதியின் புனரமைப்புப் பணியில் தீவிர ஈடுபாடு கொண்டிருந்தார்.

பாபாவிடமும் தனது வயிற்றுப் பிரச்னையைப் பற்றி எதுவும் கூறவில்லை.

அவருக்குள் ஒரு நம்பிக்கை. தனது நோயைப் பற்றி பாபாவே அறிந்துகொண்டு அதற்கான பரிகாரத்தையும் செய்வார். பக்தர்களின் நம்பிக்கையை வீண் போக விட்டுவிடுவாரா என்ன?

மசூதியில் பணிகள் முழுவீச்சில் நடைபெற்றுக் கொண்டிருந்தன. திடீரென்று பாபா பயங்கரமாகக் கூச்சலிட்டார்.

அவரது கூச்சலைக் கேட்டு பக்தர்கள் மிரண்டுபோய் தறிகெட்டு அவ்விடத்தைவிட்டு ஓடினார்கள். அப்போது பக்தர் ஒருவர் தான் வைத்திருந்த கடலைப் பொட்டலத்தை அப்படியே கீழே தவறவிட்டு ஓடினார்.

இதற்காகவே காத்திருந்தவர் போல பாபா, அந்த கடலைப் பொட்டலத்தை எடுத்தார். அதிலிருந்து சிறிதளவு கடலையை எடுத்து காகாவைச் சாப்பிடச் சொன்னார்.

கடுமையான வயிற்றுப்போக்கு. கடலையைச் சாப்பிட்டால் வயிற்றுப்போக்கு இன்னும் அதிகமாகாதோ!

என்றாலும் பாபாவின் உத்தரவை எப்படி உதாசீனப் படுத்த முடியும்? கடலை முழுவதையும் சாப்பிட்டார்.

உடனே பாபா, "எனக்குத் தாகமாக இருக்கிறது. கொஞ்சம் தண்ணீர் கொண்டு வா" என்று கூறினார். காகாவும் ஓடிச்சென்று தண்ணீர் கொண்டு வந்தார். அதனைக் குடிக்குமாறு காகாவிடம் பாபா கூறினார். அவரும் அப்படியே பருகினார்.

உடனே பாபா சொன்னார், "உன் வயிற்றுப்போக்கிற்கு நல்ல மருந்து கொடுத்தாகிவிட்டது. இனிமேல் உன்னை அது தொந்தரவு செய்யாது. மசூதி புனரமைப்புப் பணியில் இனி உன் கவனத்தைத் தீவிரப்படுத்தலாம்" என்றார் காகாவிடம்.

தனது வயிற்றுப்போக்கை, தான் சொல்லாமலேயே பாபா அறிந்துணர்ந்து, அதனை நிறுத்தியும் விட்டாரே என்று

ஆச்சர்யத்தில் மனதிற்குள் ஆனந்தத் தாண்டவம் ஆடினார் காகா.

பாபா சொன்ன மாதிரியே அவரது வயிற்றுப்போக்கும் அத்துடன் நின்று போய் விட்டிருந்தது.

வயிற்றுப்போக்கிற்கு கடலை மருந்தா!? எல்லாம் பாபாவின் செயல்!

மலேரியாவைப் போக்கிய பாபா

மசூதியில் பாபாவிற்கும், அவரின் பக்தர்களுக்கும் சமையல் செய்து, வயிறாரச் சாப்பாடு போடும் பணியைச் செய்து வந்தவர் ராதா கிருஷ்ணமாயி என்ற பெண்மணி.

அவளுக்கு ஒருநாள் மலேரியா காய்ச்சல் கண்டது. மசூதிக்கு வந்து சமையல் பணியைக் கவனிக்க முடியாமல், குளிர் ஜுரத்தால் தனது வீட்டிலேயே கிடந்தாள்.

பாபாவிற்கு என்ன தோன்றியதோ தெரியவில்லை, திடீரென்று ராதாகிருஷ்ண மாயி வீட்டை நோக்கிச் சென்றார். அவள் வீட்டின் வாசலில் நின்ற பாபா, ஏணி ஒன்றை எடுத்துவருமாறு தன் பக்தர்களுக்கு உத்தரவிட்டார். அவர்களும் எங்கோ போய் ஏணி ஒன்றை எடுத்து வந்தனர்.

பாபா எதற்குத் திடீரென்று ஏணி கேட்கிறார்? அவர்களுக்குள் கேள்வி மட்டுமே எழுந்தது. பதில்?

அது பாபாவிற்கு மட்டுமே தெரியும்! ஏணியை அந்த வீட்டுச் சுவரில் சாய்த்தார். அதன்மீது ஏறி, கூரையை அடைந்தார். பின்னர், கூரையின் மேலே நடந்தவாறு மறுபக்கம் வந்து அப்படியே கீழே இறங்கினார்.

என்ன செய்கிறார் பாபா? ஏன் இப்படிச் செய்கிறார்? இதற்கு என்ன அர்த்தம்?

அங்கிருந்த ஒருவருக்குமே இதற்கான அர்த்தம் புரியவில்லை. வியப்பின் விளிம்பில் நின்றவாறு பாபாவை விநோதமாகப் பார்த்தனர்.

ஆனால் பாபா இதனைப் பற்றியெல்லாம் கவலைப்படாமல், ராதாகிருஷ்ணமாயியைப் பார்த்து, "கவலைப்படாதே, உனது காய்ச்சல் குணமாகிவிட்டது" என்று கூறினார். அப்படியே நோயும் குணமாகியது.

பின்னர் ஏணி சுமந்து வந்த பணியாளர்களுக்குக் கூலியாக இரண்டு ரூபாயை எடுத்து வழங்கினார்.

பக்கத்து வீட்டிலிருந்து ஏணியை எடுத்துக் கொண்டு வந்தவர்களுக்கு இவ்வளவு கூலியா என்று அனைவரும் வியப்பு தெரிவித்தனர்.

அதற்கு பாபா, "உழைப்பவன் திருப்தி அடைந்தால் தான், அவர்கள் செய்யும் தொழிலும் சுத்தமாக இருக்கும். அப்போது தான் அவர்களைப் பணிக்கு அமர்த்தியவர்களும் லாபம் பெற்று மகிழ்ச்சியாக வாழ முடியும்" என்று கூறினார்.

உழைப்பிற்கு பாபா இத்தனை முக்கியத்துவம் கொடுப்பது அங்கிருந்தோரை வியப்படையச் செய்தது.

காற்றும் கனமழையும்

பஞ்சபூதங்களையும் அடக்கி ஆளும் வல்லமை பெற்றவர் பாபா. இதனைப் பல்வேறு சந்தர்ப்பங்களில் சாதித்துக் காட்டி பக்தர்களை ஆச்சர்ய நதியில் மூழ்கடித்துள்ளார் பாபா.

ஒருநாள் ஷீரடியில் கடும் காற்று வீசியது. புயலடித்தது. வானம் இருண்டு மழை பொழிந்து தள்ளியது. இதனால் ஊர் முழுவதும் வெள்ளக்காடாய் மாறியது. வீடுகளுக்குள்ளும் தண்ணீர் வேகமாகப் புகுந்து நாசக்காடாகியது.

இதனைப் பார்த்து அவ்வூர் மக்கள் நடுநடுங்கிப் போயினர். எல்லோரும் ஆதரவற்ற தங்களுக்கு ஆதரவளிக்குமாறு

கண்கண்ட கடவுள் பாபாவிடம் சென்று முறையிட்டுக் கதறினர்.

நம்பினோர் கைவிடப்படார் என்பது தானே பாபாவின் தத்துவம். உடனே துவாரகா மயியைவிட்டு வெளியே வந்தார் பாபா. கொட்டும் மழையில் நனைந்தவாறு வானத்தைப் பார்த்தார்.

"இத்துடன் உன் சீற்றத்தை நிறுத்திக் கொள்" என்று பெருங்குரல் எடுத்து முழங்கினார்.

இந்த முழக்கத்தைக் கேட்ட சற்று நேரத்தில் வானம் மழை கொட்டுவதை நிறுத்திக் கொண்டது. இடியும், மின்னலும் எங்கோ போய் மறைந்து கொண்டன. காற்றைக் காணவே இல்லை.

ஷீரடி மக்கள் மகிழ்ந்தனர். பாபாவின் அற்புத சக்தியைக் கண்டு அதிசயித்தனர்.

நெருப்பை அடக்கிய பாபா

மசூதியில் இருபத்து நான்கு மணிநேரமும் துனி என்று அழைக்கப்படும் ஹோம குண்டத்தில் தீ எரிந்து கொண்டே இருக்கும். ஒருநாள், அதிலிருந்த நெருப்பு இன்னும் வேகமாக எரியத் தொடங்கியது. கூடியிருந்த பக்தர்கள் அனைவரும் பதற்றமடைந்து, அடுத்து என்ன செய்வது என்று யோசிப்பதற்குள், அந்த நெருப்பு மசூதியின் கூரையைத் தொட்டுவிட்டது.

பதறிப்போனார்கள் பக்தர்கள்.

என்ன செய்வது?

ஒருசிலர் கூறினார்கள், தண்ணீர் ஊற்றி அணைத்து விடலாம் என்று. வேறுசிலரோ, ஹோமக் குண்டத்தில் இருக்கும் விறகுகளை வெளியே எடுத்துவிடலாம் என்று கூறினர்.

இப்படி ஆளாளுக்கு பல்வேறு கருத்துக்களைத் தெரிவித்துக் கொண்டிருந்ததைப் பார்த்தார் பாபா.

உடனடியாகத் தன் கைத்தடியை எடுத்து சுழன்று கொண்டிருக்கும் சுடுநெருப்பை நோக்கி நீட்டினார். "ஏன் இப்படி ஆக்ரோஷமாக இருக்கிறாய். கீழே இறங்கி, அமைதியாக இரு" என்று நெருப்பிற்குக் கட்டளையிட்டார் பாபா.

நெருப்பும் கட்டுப்பட்டது. அப்படியே தனது திமிர் பிடித்த ஜ்வாலையை அடக்கிக் கொண்டு அமைதியாகியது.

அங்கிருந்த அத்தனை பக்தர்களும் இந்தக் காட்சியைக் கண்டு விக்கித்துப் போயினர்.

பாபாவைப் பட்டினி போட்ட பக்தர்

பசுவந்த்ராவ் என்பவர் பாபாவின் மற்றொரு பக்தர். ஒருமுறை பாபாவைத் தரிசிப்பதற்காக ஷீரடிக்கு வந்தார். பக்தர்களோடு பக்தர்களாய் பாபாவைத் தரிசனம் செய்துவிட்டு, அவரின் பொன்மொழிகளைக் கேட்பதற்காக அங்கே அமர்ந்திருந்தார். பாபாவும் பல்வேறு கருத்துக் களைப் பற்றி விரிவாக உரையாற்றிக் கொண்டிருந்தார்.

அப்போது திடீரென்று, பசுவந்த்ராவை உற்றுப் பார்த்த பாபா, பின்னர் பக்தர்களை நோக்கிப் பேசினார். "இதோ இருக்கிறாரே, இவரின் தந்தை என்னுடைய நெருங்கிய சிநேகிதர். என் மீது மிகுந்த அன்பும், பிரியமும் கொண்டவர். ஆனால் அவரது மகனான இவருக்கு என் மீது துளியளவும் பாசம் கிடையாது. எனக்குச் சாப்பாடு எதுவும் தருவதும் கிடையாது. பட்டினிதான். இவரை மாற்ற வேண்டாமா? இவரது தந்தையைப் போலவே இவரையும் எனது நண்பனாக்கிக் கொள்ள வேண்டாமா? அதற்காகத் தான் ஷீரடிக்கு வரவழைத்தேன். இவர் என் மீது பாசமழை பொழிந்து எனக்குப் பூஜையும் செய்ய வைப்பேன். மேலும்,

எனக்குத் தினமும் நைவேத்தியம் படைக்கவும் வைப்பது என்று முடிவெடுத்துள்ளேன். அதில் வெற்றியும் அடைவேன்" என்றார்.

உடனே அங்கிருந்த அனைவரும் பசுவந்த்ராவைத் திரும்பிப் பார்த்தனர். 'ஏன் இப்படி நடந்து கொள்கிறாய்? என்கிற கேள்வி அனைவரின் பார்வையிலும் தொக்கி நின்றது

அதுவே பசுவந்த்திற்கு கூச்சத்தையும், வெட்கத்தையும் அளித்தது. ஆனாலும் பாபா எதைப் பற்றிச் சொல்கிறார் என்ற குழப்பத்தில் இருந்தார் அவர். சற்று நேரத்திற்குப் பிறகே அவருக்கு உண்மை விளங்கியது.

தனது தந்தை உயிருடன் இருந்த வரை, பண்டரிபுரத்தில் அமைந்திருக்கும் விட்டல் கடவுளின் பக்தராக இருந்தார். அவருக்கு முறைப்படி பூஜைகள், நைவேத்தியங்கள் தவறாது படைத்து வந்தார். ஒவ்வொரு வருடமும் பண்டரிபுரத்திற்குச் சென்று விட்டல் பகவானைத் தரிசனம் செய்வதை வழக்கமாகக் கொண்டிருந்தார்.

ஆனால் அவரது தந்தை இறந்தபிறகு, இந்த வழக்கம் எதனையும் அவரது மைந்தனான பசு வந்த்ராவ் தொடரவில்லை. அப்படியே அந்தரத்தில் விட்டுவிட்டார்.

ஆனால் சாய்பாபாவிற்கு அவரது தந்தை பூஜைகள் செய்ததோ, நைவேத்தியம் படைத்ததோ கிடையவே கிடையாது.

அப்படியானால்....?

பாபா எதைக் கூறுகிறார்?

தன்னை பட்டினி போட்டதாகக் கூறுகிறாரே!

அப்படியானால்.... அப்படியானால்... பண்டரிபுரத்தில் வீற்றிருக்கும் விட்டலும், பாபா தானா? பாபா தான் விட்டலா?

பசுவந்த்ராவ் மெய்மறந்து, உணர்ச்சிவசப்பட்டு பாபாவின்

பாதார விந்தங்களைத் தொட்டு வணங்கினார். அதுமுதல் பாபாவிற்குத் தினமும் பூஜைகள் செய்து, நைவேத்தியம் படைத்து வழிபட்டுவந்தார்.

எங்கும் நிறைந்தவர் பாபா

பாபா இப்படித்தான் இருப்பார், இந்த ரூபத்தில்தான் நம் முன் தோன்றுவார் என்றெல்லாம் எந்த ஒரு பக்தராலும் நிச்சயிக்கவே முடியாது.

அதற்கு உதாரணமாக இந்தச் சம்பவத்தைக் குறிப்பிடலாம்.

பாபாவின் தீவிர பக்தர் தர்கட். தன் குடும்பத்தோடு ஷீரடி வந்திருந்தார். அங்கு ஒருவர் வீட்டில் பணம் கொடுத்து சாப்பிடும் விருந்தினராகத் தங்கியிருந்து பாபாவைத் தரிசித்தார்.

அப்போது பாபா தர்கட்டின் மனைவியைப் பார்த்து, "மிகவும் நன்றி அம்மா. நீ கொடுத்த சாப்பாட்டில் பசி அடங்கியது. மகிழ்ச்சி. இதுபோல் தினமும் எனக்கு சாப்பாடு கொடு" என்று கூறினார்.

அவருக்கோ ஒன்றும் புரியவில்லை.

'பாபா எதைப் பற்றிக் கூறுகிறார்? நான் சாப்பாடு போட்டேனா? எனது சாப்பாட்டிற்கே மற்றொருவரை எதிர்பார்த்திருக்கும் நான் எப்படி பாபாவிற்கு சாப்பாடு போடமுடியும்? பாபா என்ன சொல்கிறார்?' என்று மனதிற்குள் குழப்பச் சிக்கல் ஏற்பட்டது தர்கட்டின் மனைவிக்கு.

அதை அப்படியே பாபாவிடம் கேட்கவும் செய்தார்.

அதற்கு பாபா, " இன்று பகலில் கடுமையான பசியில் தவித்தபோது, எனக்கு சுவையான ரொட்டி துண்டு ஒன்றைக் கொடுத்தாயே, நினைவில்லை?" என்று கேட்டார்.

அப்புறமும் குழப்பம் நீங்காமல் சற்று நேரம் யோசித்த அவருக்கு பளிச்சென்று ஒரு விஷயம் நினைவிற்கு வந்தது. அன்று பகலில் விருந்தினர் வீட்டில் உணவு தயாராகிக் கொண்டிருந்தது. அப்போது அங்கு வந்த நாய் ஒன்று பசிதாங்காமல் கத்திக் கொண்டிருந்தது. அதைப் பார்த்த தர்கட்டின் மனைவிக்குப் பரிதாபம் மேலோங்கியது. உடனே தன் கையில் இருந்த ரொட்டித் துண்டை அதற்குக் கொடுத்தார். அதுவும் சந்தோஷமாகச் சாப்பிட்டுச் சென்றது.

இதுதான் இன்று நடந்தது.

அப்படியானால் நாயாக வந்து, தன்னிடம் ரொட்டித்துண்டு வாங்கிச் சாப்பிட்டுச் சென்றது பாபாவா! அவளால் வியப்பை அடக்கவே முடியவில்லை.

❀❀❀

எலும்புருக்கி நோய்க்கு விடைகொடுத்த அற்புதம்

தனது பக்தர்களின் கண்ணீர் வேண்டுதலுக்கு பாபா செவிசாய்க்காமல் இருந்ததே கிடையாது. எத்தனையோ பேருக்கு, மருத்துவர்களால் கைவிடப்பட்ட நோயில் இருந்தெல்லாம் விடுதலை வாங்கிக் கொடுத்திருக்கிறார் பாபா.

ஜோஷி என்ற பக்தரின் மகள் மாலன்பாய். அந்தப் பெண்ணை எலும்புருக்கி நோய் பாடாய்ப்படுத்தியது. மருத்துவர்கள் கைவிட்டு விட்டார்கள்.

இறப்பு உறுதி என்பது மாலன்பாய்க்குத் தெளிவாகவே புரிந்துவிட்டது. எலும்பும், தோலுமாக இருந்த தன்னை, ஷீரடிக்குக் கொண்டுபோய், பாபா முன் கிடத்துமாறு தன் தந்தையிடம் அவள் கேட்டுக்கொண்டாள்.

அப்படியே அவளை ஷீரடிக்குக் கொண்டுபோய், பாபா முன் கிடத்தினார்கள். அவளைப் பார்த்த பாபா, "இவளுக்கு

வெறும் தண்ணீரை மட்டுமே கொடுத்து வாருங்கள். மறந்தும் வேறெதையும் கொடுத்து விட வேண்டாம்" என்று கூறினார்.

அதேபோலவே அவளுக்குத் தண்ணீர் மட்டுமே கொடுத்து வந்த போதிலும், அடுத்த ஐந்தாவது நாள் மாலன் பாயின் உயிர் பிரிந்துவிட்டது. அவள் இறந்துவிட்டாள்!

கதறியழுத அவரது பெற்றோர், பின்னர் ஆசுவாசமடைந்து, மகளின் கடைசி காரியங்களுக்கான ஏற்பாடுகளைச் செய்யத் தொடங்கினர்.

ஆனால் அதேவேளையில் சாவடியில் இருந்த பாபா, வழக்கமான தனது பணியைக் கவனிக்காமல் அங்கேயே வீற்றிருந்தார். வெளியே பக்தர்கள் காத்திருந்தனர், பாபாவின் தரிசனத்திற்காக.

ஆனால் பாபா, சாவடியில் பெரும் கூச்சலிட்டுக் கொண்டு அங்கும் இங்கும் உலாத்தினார். தன் கையிலிருந்த கழியால் தரையில் ஆவேசமாக ஓங்கி அடித்து ஆர்ப்பாட்டம் செய்தவாறு இருந்தார். இவையெல்லாம் பக்தர்களை பிரமிக்கச் செய்தது.

பாபாவிற்கு என்ன ஆயிற்று? ஏன் இப்படி நடந்து கொண்டிருக்கிறார்?

சற்று நேரத்தில் பாபா, அங்கிருந்து வெளியேறி, மாலன்பாய் உடல் கிடத்தப்பட்டிருக்கும் தனது பக்தரான தீட்சித் வீட்டிற்கு வந்தார்.

அப்போது, அந்தப் பெண்ணுக்குத் திடீரென்று மூச்சு வந்தது போலிருந்தது. உடல் அசைந்தது. மெல்லக் கண்களைத் திறந்து சுற்றுமுற்றும் பார்த்தாள்.

அங்கிருந்தோருக்கு ஒன்றுமே புரியவில்லை. என்ன ஆயிற்று? இறந்த இந்தப் பெண் மறுபடியும் உயிர்த்தெழுந்துவிட்டாளா? எப்படி?

அப்போது மாலன்பாயே பேசினாள், "திடீரென்று இங்கு பிரசன்னமான கறுப்பு மனிதன் ஒருவன் என்னைத்

தூக்கிக் கொண்டு எங்கோ சென்றான். நான் பயந்து நடுங்கிப்போனேன். பாபாவை மனதிற்குள் பிரார்த்தித்தேன். என்னை அவனிடம் இருந்து காப்பாற்றுமாறு பாபாவிடம் மன்றாடினேன். உடனே அங்கு விரைந்து வந்த பாபா, அந்த கறுப்பு முரடனுக்குச் சரமாரியாகக் கசையடி கொடுத்தார். அடித்து உதைத்து அவனைத் துரத்திவிட்டார். அப்புறம் என்னை இங்கு மறுபடியும் கொண்டுவந்துவிட்டார்'' என்றாள்.

சாவடியில் பாபா நடந்துகொண்ட விதம் எதற்கென்பது இப்போதுதான் அங்கிருந்தவர்களுக்குப் புரிந்தது.

வீடு கட்ட உதவிய மகான்

வங்காளி ஒருவர் நீண்ட நாட்களாக ஷீரடியிலேயே வசித்து வந்தார். அவருக்கு அங்கேயே ஒரு வீடு கட்டும் ஆசை உதித்திருக்கிறது. ஆனால் அதற்கு 20 ஆயிரம் ரூபாய் தேவைப்பட்டது.

அவ்வளவு பணத்திற்கு என்ன செய்வது? என்று குழம்பினார். தன் ஆசை நிறைவேறாது போலும் என்ற கவலையுடன், தொடக்க காலங்களில் பாபா அமர்ந்திருந்த அதே வேப்ப மரத்தின் அடியில் கவலையுடன் அமர்ந்தார். பாபாவிடம் தன் ஆசையை நிறைவேற்றிவைக்குமாறு மனமுருக வேண்டினார்.

சற்று நேரத்தில் எழுந்து பாபா கோயிலுக்குச் சென்றார். கோயிலை கவலையுடன் வலம் வந்தார் அந்த வங்காளி.

அப்போதுதான் அது நடந்தது!

தான் பார்த்து வெகு நாட்களாகிப்போன நண்பர் ஒருவர், கோயிலில் வலம் வந்து கொண்டிருந்தார். வங்காளியிடம் குசலம் விசாரித்த அவர், "ஏதாவது பிரச்சனையா? மிகவும் கவலையுடன் காணப்படுகிறாயே!" என்று கேட்டார் அந்த நண்பர்.

தனது பிரச்னையை விரிவாகக் கூறினார் வங்காளி.

அதற்கு அந்த நண்பர், "கவலைப்படாதே. உனக்கு நான் உதவி செய்கிறேன்" என்று ஆறுதல் கூறியதுடன் அப்போதே, முன் பணமாக ஒரு பெரும் தொகையையும் வங்காளியின் கைகளில் திணித்தார்.

கதிகலங்கிப் போனார் வங்காளி. இது கனவா அல்லது நனவா என்பதைப் புரிந்துகொள்ளவே கொஞ்ச நேரம் ஆகிப்போனது. அடுத்த சில நாட்களில் மீதிப் பணத்தையும், வாக்களித்தது போல கொண்டுவந்து கொடுத்தார் அந்த நண்பர்.

அந்த வங்காளியும் சந்தோஷத்துடன் தான் நினைத்த மாதிரியே தனது வீட்டினைக் கட்டிமுடித்தார்.

அனைத்தும் பாபாவின் அனுக்கிரகத்தால் மட்டுமே.

கையொப்பமிட்ட பாபா

நாசிக் மாவட்டத் தலைவர் பாபாவின் தீவிர பக்தர். தனது அலுவலகத்தில் குவிந்திருக்கும் நூற்றுக்கணக்கான கோப்புகளைச் சரிபார்த்து, கையெழுத்திட வேண்டியது அவரது பொறுப்பு. அப்போதுதான் நிர்வாகம் தடங்கல் இல்லாமல் சீராக இயங்கும். தனது வழக்கறிஞர் தொழிலில் கிடைக்கும் வருமானத்தைக்கூட தியாகம் செய்துவிட்டு, அவர் இந்தப் பதவியை வகித்துவந்தார்.

ஒருநாள் அவருக்கு அவசர வேலை. குவிந்திருந்தது கோப்புகள். அவரால் அனைத்தையும் படித்துப் பார்த்து கையெழுத்திடுவதற்கு நேரமில்லை. படிக்காமல் கையெழுத்திடுவதும் உசிதமில்லை . வேறு வழியின்றி, அந்தக் கோப்புகளை கையெழுத்திடாமலேயே அனுப்பிவிட்டார்.

மறுநாள் அலுவலகத்திற்கு மிக முன்னதாகவே வந்து விட்டார். காரணம் இன்றைய கோப்புகள் மட்டுமல்லாமல், நேற்றைய கோப்புகளிலும் கையெழுத்திட வேண்டுமே!

அவரது மேஜையில் அன்றைய கோப்புகள் மட்டுமே அவரது கையெழுத்திற்காகக் காத்திருந்தன. அப்படியானால் நேற்றைய கோப்புகள்?

தனது உதவியாளரை அழைத்து நேற்றைய கோப்புகளில் தான் கையெழுத்திடாததால், அதனை வாங்கி வருமாறு பணித்தார். உதவியாளரும் சற்று நேரத்தில் திரும்பி வந்தார். "ஐயா, நீங்கள் ஏற்கெனவே சரிபார்த்துக் கையெழுத்திட்ட பிறகு அந்தக் கோப்புகளை மறுபடியும் ஏன் கேட்கிறீர்கள் என்று என்னிடம் கேட்கிறார்கள்" என்றார்.

சுருக்கென்றது தலைவருக்கு. அவர் கையெழுத்திட வில்லை என்பது உறுதி. ஆனால் கையெழுத்திடப் பட்டிருக்கிறது என்றால் அதற்கு என்ன அர்த்தம்?

தான் மலைபோல் நம்பும் சாய் பாபா தான் கருணையுடன் இதனைச் செய்திருக்கிறார். வேறு எவராலும் இப்படிப்பட்ட ஒரு பேருதவியைச் செய்ய பாபாவைத் தவிர வேறு யாரால்தான் முடியும்?

பாபாவின் அன்பை நினைத்து அகமகிழ்ந்து போனார் தலைவர்.

தற்கொலை பாவம் போக்குமா?

கோபால் நாராயண் அம்பேத்கர், சாய்பாபாவின் பக்தர். புனேயைச் சேர்ந்தவர். நல்ல வசதியாக இருந்தார். ஆனால் திடீரென்று ஏழ்மை அவரை சிக்கென்று பிடித்து அரவணைத்துக் கொண்டது. ஏழு வருட காலம் ஆயிற்று, அதிலிருந்து அவரால் மீளவே முடியவில்லை. எத்தனையோ கஷ்டம்!

ஒரு கட்டத்தில் இதற்கு மேலும் துன்பத்தை அனுபவிக்கவே முடியாது என்ற சூழல் உருவாகிவிட்டது.

இதற்கு என்னதான் வழி?

யோசித்தார். தற்கொலை செய்து உயிரை மாய்த்துக் கொள்வதைத் தவிர வேறு எதுவும் அவருக்குத் தோன்றவில்லை. ஷீரடிக்குச் சென்று பாபாவைத் தரிசனம் செய்துவிட்டு, தனது குடும்பத்துடன் அங்கேயே தற்கொலை செய்து கொள்வது என்று தீர்மானித்தார்.

அப்படியே அங்கும் சென்றார். பாபாவைத் தரிசனம் செய்தார். தற்கொலை செய்துகொள்ளும் எண்ணம் தள்ளிப் போய்க் கொண்டே இருந்தது. அப்படியே இரண்டு மாத காலமும் ஓடிப்போயிற்று.

ஒருநாள் இரவு. தீட்சித் வீட்டின் கிணற்றில் விழுந்து உயிரை மாய்த்துக் கொள்வது என்ற உறுதி பிறந்தது. அங்கே சென்றார். அப்போது, அந்த வீட்டின் அருகாமையில் இருந்த சிறிய ஹோட்டல் ஒன்றின் சொந்தக்காரனான சாகுன் என்பவன் அம்பேத்கரிடம் வந்தான். அவன் கையில் ஒரு புத்தகம்.

சம்பந்தமே இல்லாமல் அவரிடம், "இந்தப் புத்தகத்தை வாசித்திருக்கிறீர்களா?" என்று கேட்டான்.

“இல்லை” என்றார் அம்பேத்கர்.

"படித்துப் பாருங்கள்" என்று சொல்லி, அந்தப் புத்தகத்தை அவரிடமே கொடுத்துவிட்டு அகன்றான்.

அவருக்கு ஒன்றும் புரியவில்லை. திடீரென்று சாகுன் அவரிடம் வந்து இந்தப் புத்தகத்தை ஏன் தரவேண்டும்?

குழப்பமாக இருந்தது. இருப்பினும் அதனை வாசித்துப் பார்ப்பது நல்லது என்று தோன்றியது. உயிரைவிடுவதற்கு முன்பு படிக்க எண்ணி, அதன் பக்கங்களைப் புரட்டினார்.

அது ஒருவனின் கதை. அவன் மனப்பாரத்துடன் தற்கொலை செய்ய நினைக்கிறான். ஒரு பாழும் கிணற்றைத் தேர்ந்தெடுத்து, அதனுள் விழுந்துவிட்டான். அப்போது அங்கே அந்த நாட்டின் மகாராஜா வருகிறார். அவனை மீட்டு அறிவுரை வழங்குகிறார்.

"எல்லாவற்றிற்கும் காரணம் உன் பூர்வ ஜென்ம பலனே

ஆகும். உனக்கென்று விதிக்கப்பட்டதை, அது நல்லதோ, கெட்டதோ, நீ அடைந்தே ஆக வேண்டும். அதிலிருந்து தப்பிப்பதாக எண்ணி, பாதியிலேயே உனது உயிரை மாய்த்துக் கொண்டாலும் அது உன்னை விடாது. அடுத்த ஜென்மத்தை உனக்குக் கொடுக்கும். அதிலும் துரத்தித் தாக்கும். ஆக, தற்கொலை செய்வதற்குப் பதிலாக, கஷ்டங்களைத் தாங்கிக் கொள்ளப் பழகுவதே நல்லது. அப்போதுதான் உனது பூர்வ ஜென்ம பலன்கள் இந்தப் பிறவியிலேயே உன்னை விட்டு நீங்கும். அப்போதுதான் மறுபிறப்பு என்ற இம்சையில் இருந்து நீ முழுமையாக விலக முடியும்."

இந்த அறிவுரை அந்தக் கதையில் வந்தவனுக்கு அல்ல, தனக்கே என்பதைப் புரிந்து கொண்ட அம்பேத்கர், அப்படியே அரண்டு போனார். தற்கொலை செய்யப் போகும் தருணத்தில் இதனை வாசிக்கச் செய்தது தான் போற்றி வணங்கும் பாபாதான் என்பதை உணர்ந்தார். பூரித்துப் போனார்.

கடன் வாங்காதே

லட்சுமிசந்த், மும்பையைச் சேர்ந்த ஒரு அச்சகத் தொழிலாளி. அவனுக்கு ஒரு கனவு. ஒரு வயதான மனிதர் தாடியும், கந்தல் ஆடையுமாக இருந்தார். அவரைச் சுற்றிலும் ஏராள மனிதர் கூட்டம்.

இதுதான் அவரின் கனவு.

இந்தக் கனவு ஏன் வந்தது? அதில் தெரிந்த மனிதர் யார்? என்பதெல்லாம் அவனுக்குத் தெரியவில்லை.

ஒருநாள் பஜனைக் கச்சேரி ஒன்றைக் காண்பதற்காகச் சென்றிருந்தான். அங்கே சாய்பாபாவின் படம் மேடையில் வைக்கப்பட்டிருந்தது.

அந்தப் படத்தையே வெகுவாக உற்றுப் பார்த்தான் லட்சுமிசந்த். அந்தப் படத்தில் இருப்பவர், தனது கனவில் வந்தவர் என்பது அவனுக்குத் தெளிவாகத் தெரிந்தது.

அவரைப் பற்றி அங்கே விசாரித்தான். உடனே ஷீரடிக்குச் சென்று பாபாவைத் தரிசனம் செய்ய வேண்டும் என்ற ஆவல் அவனுக்கு ஏற்பட்டது. உடனே புறப்பட்டு விட்டான்.

வழியில் கோபர்கான் என்ற இடத்திற்கு வந்தபோது பாபாவிற்கு ஏதாவது வாங்கிச் செல்ல வேண்டும் என்று தோன்றியது. ஆனாலும், ஷீரடிக்குச் செல்ல வேண்டும் என்ற படபடப்பில் அப்படி எதையும் வாங்காமலேயே அங்கே சென்றுவிட்டான்.

அப்போது அவனுடன் மாட்டு வண்டியில் வந்த பெண்மணி ஒருவர், "பாபாவைத் தானே தரிசனம் செய்யப் போகிறாய்?" என்று கேட்டாள்.

"ஆமாம்" என்றான் லட்சுமிசந்த்.

"அப்படியானால் பாபாவிடம் இந்த மாம்பழங்களை என் சார்பாகக் கொடுத்து விடுகிறாயா" என்று கூடையைக் காண்பித்தாள்.

தன்னால் தான் எதனையும் வாங்க முடியவில்லை, இந்தப் பெண்மணி தருவதை அப்படியே பாபாவிடம் கொடுத்துவிடலாம். தான் அந்த மாம்பழங்களைக் கொடுத்த மாதிரியும் இருக்கும் என்று எண்ணி, அதனை பாபாவிடம் கொடுப்பதற்கு ஒப்புக்கொண்டான் அவன்.

பின்னர் பாபாவைத் தரிசனம் செய்த லட்சுமி சந்த், அந்த மாம்பழங்களையும் அவரிடம் அளித்தான்.

அப்போது அவனிடம் பாபா, "கனவில் கண்ட மனிதர் இவர்தானா என்ற சந்தேகத்துடனேயே என்னைப் பார்க்க வந்தாய். சரி, பரவாயில்லை. ஆனால் அதற்கு வேறொருவரிடம் இருந்து பழங்களைக் கடனாகப் பெற்று வந்திருக்கிறாயே!" என்று கூறினார் பாபா.

அவன் அதிர்ந்து போனான். தன் உள்ளத்தில் இருப்பதும், தான் பழங்களை அந்தப் பெண்மணியிடம் இருந்து பெற்று வந்திருப்பதையும் பாபா எப்படி அறிந்தார். இவருக்குள் இருக்கும் அந்த மகாசக்திதான் என்ன?

அப்படியே நெடுஞ்சாண் கிடையாக பாபாவின் பாதங்களில் விழுந்தான் லட்சுமிசந்த்.

பொதுவாக பாபாவிற்கு இதுபோன்று கடன் பெற்று வந்து கொடுப்பது சுத்தமாகப் பிடிக்காது.

நான்கு வருட நண்பர்

பம்பாயைச் சேர்ந்தவர் பாலபுவா சுதார். மிகவும் தாமதமாகவே பாபாவைப் பற்றிக் கேள்விப்பட்டார். அவரைப் பார்ப்பதற்காக 1917 ஆம் ஆண்டு ஷீரடிக்கு வந்தார். அப்போதுதான் அவர் முதல்முறையாக ஷீரடிக்கு வருகிறார்.

பக்தர்களோடு பக்தர்களாக வரிசையில் காத்திருந்து பாபாவைத் தரிசனம் செய்தார். அப்போது பாபா, "நான்கு வருடங்களாக இவரை எனக்குத் தெரியும்" என்று தன் அருகே நின்றிருந்த நெருங்கிய பக்தரிடம் கூறினார்.

இது பாலபுவாவிற்கு அதிர்ச்சியும், குழப்பமுமாக இருந்தது. 'இப்போது தானே முதல்முறையாக பாபாவைப் பார்க்கிறேன். அப்படியானால் நான்கு வருடங்களாகத் தெரியும் என்று பாபா சொல்கிறாரே, எப்படி?

குழப்பத்துடனேயே பாபாவைப் பார்த்தார். ஆனால் அவர் தெளிவாகவே இருப்பது போலிருந்தது.

மீண்டும் மூளையைக் கசக்கினார். ஏதோ ஒன்று புலப்பட்டது. சுமார் நான்கு ஆண்டுகளுக்கு முன்பு ஒருநாள், தனது சிநேகிதன் வீட்டிற்குத் தற்செயலாகச் சென்றிருந்தார். அப்போது அவர் வீட்டில் ஏதோ பூஜை நடந்தது. இவரையும் நண்பர் அழைத்ததால், அதில் கலந்துகொண்டார். பூஜை முடிந்ததும் அனைவரும், ஒரு பெரியவர் படத்தின் முன் விழுந்து வணங்கினார்கள். எல்லோரும் செய்கிறார்களே என்று இவரும் அந்த படத்தின் முன் உடல் தரையில் பட விழுந்து வணங்கினார். ஆனால் அந்தப் படத்தில் இருந்தவர் யார் என்று அப்போது பாலபுவாவிற்குத் தெரியாது.

இப்போது நன்றாகவே நினைவிற்கு வந்தது. அந்தப் படத்தில் காட்சியளித்தவர் இதே சாய்பாபாவேதான். அவர் படத்தின் முன் விழுந்து நமஸ்கரித்ததை அறிந்து கொண்டிருக்கிறார் பாபா. அதனை அத்தனை துல்லியமாக நினைவில் வேறு வைத்திருக்கிறார்!

நேரிலானாலும், படத்தின் மூலமானாலும் தன்னை நாடிவரும் பக்தர்களை நினைவில் கொண்டு அவர்களது பிரச்சனைகளைத் தான் ஏற்றுக் காத்தருள்வதில் பாபாவிற்கு நிகர் வேறு யாருமே இல்லை என்பதே உண்மை.

விருந்துக்கு வந்த பாபா

ஒருநாள் அவரிடம் மதத்துறவி ஒருவர் வந்தார். பசுக்களைப் பாதுகாப்பதற்காக புதிதாக சங்கம் ஒன்றை ஏற்படுத்தி இருப்பதாகவும், அதற்கு நன்கொடை வழங்குமாறும் கேட்டார்.

அதற்கு டியோ, தமது கிராமத்தில் ஏற்கெனவே அதுபோன்ற சங்கம் ஒன்று ஆரம்பித்து நடத்திவருவதாகவும், அதற்கு வேண்டிய உதவிகளைத் தான் செய்து வருவதாகவும் கூறி நன்கொடை அளிக்க சூசகமாக மறுத்துவிட்டார்.

அந்தத் துறவியும் ஏமாற்றத்துடன் சென்றுவிட்டார்.

இந்தச் சம்பவத்திற்குப் பிறகு சில தினங்கள் கழித்து, டியோ வீட்டில் ஏதோ ஒரு முக்கிய விசேஷம். அப்போது நூற்றுக்கும் மேற்பட்ட பிராமணர்களுக்கு உணவு படைப்பது வழக்கம். அந்த விருந்தில் பாபாவும் பங்கேற்க வேண்டும் என்பது டியோவின் ஆசை. விருப்பத்தைக் கடிதம் மூலம் பாபாவிற்குத் தெரியப்படுத்தினார்.

பாபாவும், தான் உட்பட மேலும் இருவர் அந்த விருந்துக்கு வருவதாக வாக்களித்து, கடிதம் ஒன்றை எழுதி அனுப்புமாறு தனது பக்தர் ஜோக்கிடம் தெரிவித்தார். அவரும் அப்படியே செய்தார்.

சரியாக விசேஷ நாள் வந்தது. நிறைய பிராமண சாதுக்கள் அங்கு வந்து நிரம்பி வழிந்தார்கள். ஆனால் டியோ பெரிதும் எதிர் பார்த்த பாபாவை மட்டும் காணவில்லை.

அப்போது, ஏற்கெனவே நன்கொடை கேட்டு வந்த துறவி, அங்கு வந்தார். அவரைப் பார்த்ததும் டியோவிற்கு கலக்கம் ஏற்பட்டது. 'மறுபடியும் நன்கொடை கேட்டு நச்சரிக்க வந்துவிட்டார் போலும்!' என்று நினைத்தார். ஆனால் அவர் மனதை நன்கு புரிந்துகொண்ட அந்தச் சாது, "பயப்படவேண்டாம், நான் நன்கொடை எதுவும் கேட்டு வரவில்லை. தங்கள் விருந்தில் பங்கேற்க விருப்பம் கொண்டே வந்திருக்கிறேன். கலந்து கொள்ள அனுமதிப்பீர்களா?" என்று பவ்யமாகக் கேட்டார்.

இப்படிக் கேட்டதும் பூரித்துப்போனார் டியோ. மகிழ்ச்சியுடன் மனமுவந்து அனுமதித்தார். அப்போது அந்த சாது, "தன்னுடன் மேலும் இரண்டுபேர் வெளியே காத்திருப்பதாகவும், அனுமதி அளித்தால் அவர்களையும் உள்ளே அழைத்து வரக் காத்திருக்கிறேன்" என்றார்.

அவர்களையும் விருந்தில் பங்கேற்க சந்தோஷத்துடன் அனுமதித்தார் டியோ.

விருந்து முடிந்தது. பாபா வருவதாக வாக்களித்துவிட்டு வராமல் போனது ஒரு வாக்கு வழுவல்!' என்று கோபத்துடன் குற்றம்சாட்டி ஷீரடிக்கு கடிதம் ஒன்றை எழுதி அனுப்பினார்.

அதற்கு பாபா தன் பக்தர் ஜோக்கிடம், "விருந்தில் நான் கலந்து கொள்ளாமல் ஏமாற்றிவிட்டதாக டியோ குற்றம்சாட்டி இருக்கிறான். முட்டாள். விருந்தில் கலந்து கொண்டவர்களைச் சரியாகவே அவன் கவனிக்காமல் என்னைக் குற்றம் சுமத்துகிறான். நான்தான் சொன்ன மாதிரியே இரண்டு சாதுக்களுடன் அவன் விருந்தில் கலந்து கொண்டேனே! இதனைத் தெளிவாக அவனுக்கு எழுதி அனுப்பு' என்று உத்தரவிட்டார்.

பதில் கடிதத்தைக் கண்ட டியோ துணுக்குற்றார். அப்படி

யானால் தன்னிடம் நன்கொடை கேட்டு அணுகியதும், விருந்தில் மேலும் இரு சாதுக்களை அழைத்துக் கொண்டு வந்ததும் பாபா என்பது இப்போதுதான் புரிந்தது. பாபாவைச் சரியாகக் கவனிக்காமல் இருந்து விட்டோமே என்ற குற்ற உணர்ச்சி அவரை ஆட்டுவித்தது.

கல்யாண ஆசையும் பணத்தேவையும்

லட்சுமண் கோவிந்த் முங்கேயின் சொந்த ஊர் நாசிக், அவனுக்குத் திடீரென்று திருமணம் செய்து கொள்ளும் ஆசை ஏற்பட்டது. ஆனால் அதற்குப் பணம் நிறைய செலவாகுமே, அதற்கு என்ன செய்வது என்ற கவலையும் தோன்றியது.

ரஹாதா என்னும் கிராமத்தில் வசித்துவந்த அவனது மாமாவைப் பார்த்து பண உதவி கேட்க நினைத்து அங்கு வந்தான். அங்குள்ள மாருதி கோயிலைத் தாண்டி அவன் நடந்து கொண்டிருந்தான்.

அப்போது ரஹாதா வந்திருந்த சாய்பாபா, அக்கோயில் வாசலில் அமர்ந்திருந்தார். அவரைப் பற்றி நிறைய பேருக்குத் தெரிந்திராத சமயம் அது. ஆகவே பலரும் அவரை ஒரு சாதாரண சாமியார் என்றே கருதினர். லட்சுமண் கோவிந்தும் அப்படியே.

ஆனால், பாபா அவனைக் கூப்பிட்டார். 'யார் இந்த ஃபக்கீர்! எதற்காகத் தன்னை அழைக்கிறார்?' என்ற யோசனையுடனேயே அவர் அருகே வந்தான் கோவிந்த்.

''நேற்று முழுவதும் உன்னைப் பற்றித்தான் நான் நினைத்துக் கொண்டிருந்தேன். நீ என்னடாவென்றால் என்னைப் பார்க்காமலேயே போய்க்கொண்டிருக்கிறாயே! சரி, எதற்காக ரஹாதா வந்திருக்கிறாய்?'' என்று கேட்டார்.

தன் திருமணத்திற்குப் பணம் தேவைப்படுவதைப் பற்றி அவன் கூறினான்.

"ஆயிரமோ, இரண்டாயிரமோ போதுமா?" என்று சாதாரணமாகக் கேட்டார் பாபா.

அவனுக்கு இந்தப் ஃபக்கீர் மீது நம்பிக்கை வரவில்லை. இவ்வளவு பணத்தை இவரால் எப்படிக் கொடுக்க முடியும் என்று சந்தேகப்பட்டான்.

பாபா சொன்னார், "கவலைப்படாமல் நாசிக்கிற்குப் போ. எல்லாம் நல்லபடியாக நடக்கும்".

அப்புறம்தான் அவனுக்குத் தெரியவந்தது அவர் சாய் பாபா என்பது.

அவர் ஆணைப்படியே நாசிக்கிற்குச் சென்றான். அங்கு அவனுக்குத் தெரிந்த சிலரிடம் கடன் கேட்டான். அப்போது ஒரு மார்வாடி எதுவும் மறுப்புத் தெரிவிக்காமல் அவன் கேட்ட தொகையைக் கடனாகக் கொடுத்தார்.

இது பாபாவின் அனுசரணையால்தான் கிடைத்தது என்பதைப் புரிந்துகொண்டான். எனவே, தனக்கு திருமணம் முடிந்ததும், தனது புது மனைவியுடன் ஷீரடிக்குச் சென்று பாபாவைத் தரிசனம் செய்து வணங்கி வழிபட்டான்.

❁❁❁

யார் உண்மையான சாது?

சாது ஒருவர் தனது சிஷ்யர்கள் புடைசூழ புனித யாத்திரை சென்றுகொண்டிருந்தார். வழியில் அவர்கள் ஷீரடியை அடைந்தனர்.

"இங்கு சாய்பாபா என்றொரு சாது இருப்பதாகக் கேள்விப்பட்டிருக்கிறேன். வாருங்கள், அவரைப் போய்ப் பார்த்துவிட்டு நமது யாத்திரையைத் தொடர்வோம்" என்றார் அந்த சாது.

உடனே அவரைச் சுமந்து வந்த பல்லக்கினை சீடர்கள் பாபா தங்கி இருக்கும் மசூதியை நோக்கித் திருப்பினர். அவரைப் புடைசூழ குதிரைகளும் வந்து கொண்டிருந்தன.

தனது புகழை நானிலம் நன்கு அறிந்து கொள்ளும்

நோக்கில் கூட்டமாக வந்த அவர் துவாரகா மயியைப் பார்த்தார். அதன் மீது இரண்டு கொடிகள் பறந்து கொண்டிருந்தன.

''ஒரு சாதுவிற்கு கொடி எதற்கு? இப்படியொரு தேவையற்ற பெருமை தேவையா? இப்படிப்பட்ட சாதுவைப் பார்ப்பதற்காக வந்ததை நினைத்து வெட்கப்படுகிறேன். பல்லக்கை நிறுத்துங்கள். நாம் அடுத்த ஊருக்குச் செல்லலாம்" என்று சீடர்களுக்கு ஆணையிட்டார் அந்த சாது.

அப்போது சீடர்களில் சிலர், "கொடி வைத்திருப்பது ஒன்றும் ஆடம்பரமல்ல. அப்படிப் பார்த்தால் நாம் பல்லக்கு, குதிரைகள் என்று ஆரவாரம் செய்தே யாத்திரை நடத்திக் கொண்டிருக்கிறோம். இந்தப் பாபாவை மக்கள் பெரிதும் மதித்துப் போற்றி வருகிறார்கள். ஆக, இவ்வளவு தொலைவு வந்துவிட்டு அந்த மகானைத் தரிசிக்காமல் செல்வது நல்லதல்ல" என்று சீடர்கள் சாதுவிடம் கூறினர்.

அவரும் அரைகுறை மனதுடன் அதற்குச் சம்மதம் தெரிவித்தார். பாபாவைப் பார்த்து நமஸ்காரம் செய்தார் அந்த சாது.

உடனே பாபா, "மசூதியில் கொடிகட்டி வைத்துக் கூத்தடிக்கும் ஒருவனைத் தேடி எதற்காக நீ வரவேண்டும்? இதுபோன்ற வறட்டு ஜம்பங்களுக்கு இடம் கொடுப்பது சரியல்ல. ஆகவே, இந்த மசூதியைத் தேடி இனி ஒருபோதும் வரவே கூடாது. போ, முதலில் இங்கிருந்து போய்விடு" என்று ஆத்திரத்தோடு கத்தினார் பாபா.

அரண்டு போனார் அந்த சாது. பாபா, தான் கருதியது போல அத்தனை சாதாரண மகான் அல்ல என்பதைத் தெளிவாகவே புரிந்து கொண்டுவிட்டார்.

அப்புறம் என்ன?

அனைத்து யாத்திரைத் திட்டங்களையும் கைவிட்டு, பாபாவுடனேயே தங்கி இருக்கத் தொடங்கிவிட்டார்.

❀❀❀

புலிக்கு கருணை

பாபா இப்பூலகை விட்டுப் பிரிந்து செல்வதற்கு சுமார் ஏழு நாட்களுக்கு முன்பு, துவாரகா மயியிக்கு ஒரு மாட்டு வண்டி வந்தது. அதனுள் ஒரு புலி. சங்கிலியால் அதனைக் கட்டியிருந்தார்கள். அது நோய்வாய்ப்பட்டிருப்பது தெரிந்தது. ரணம் தாங்காமல் அந்தப் புலி துடித்துக் கொண்டிருந்தது.

அதனை மெல்லக் கொண்டுவந்து, மசூதி வாசலில் கிடத்தினார்கள். அதனை வேடிக்கைப் பார்க்க பெருங்கூட்டம் கூடியது.

புலியின் சொந்தக்காரர், மிகவும் மெலிந்து, தளர்ந்து காணப்பட்ட பாபாவின் அருகே வந்தார்.

"சில நாட்களாய் இந்தப் புலி ஏதோ நோயினால் பீடிக்கப்பட்டுள்ளது. எத்தனையோ மருத்துவர்களிடம் காண்பித்தாகிவிட்டது. குணமே கிடைக்கவில்லை. தற்போது உங்களிடம் அழைத்து வந்திருக்கிறோம் பாபா. நீங்கள் தான் கருணை கொண்டு ஏதாவது செய்ய வேண்டும்'' என்று பணிவுடன் வேண்டுகோள் விடுத்தார் அந்தப் புலியின் சொந்தக்காரர்.

உடனே பாபா மெலிந்த குரலில், "அதனை அழைத்துக் கொண்டு தன் எதிரே வா" என்று கூறினார்.

அப்படியே தளர்ந்த அந்தப் புலியை மெல்ல, மெல்ல படியேற்றி, பாபாவின் எதிரே கொண்டு வந்தனர். அந்தப் புலி அப்படியே பாபாவின் கண்களையே வைத்த கண் வாங்காமல் பார்த்தது. அந்தப் பார்வையில் அன்பு, பாசம், நேசம், பரிவு போன்றவைகள் பிரகாசமாகத் தெரிந்தன.

அப்புறம் அந்தப் புலி தனது வாலைச் சுழற்றி தரையில் மூன்றுமுறை அடித்தது. அப்படியே துவண்டு மடிந்து தரையில் விழுந்தது. ஆம், அந்தப் புலியின் உயிர் பிரிந்துவிட்டிருந்தது.

வலியினால் வேதனை தாங்காமல் அந்தப் புலி அனுபவித்து வரும் அவஸ்தைகளுக்கு பாபா முடிவு காண்பித்துவிட்டார்.

அங்கிருந்தோர் அனைவரும் இதனைப் பார்த்து கதிகலங்கிப் போயினர்.

அந்தப் புலிக்கு ஷீரடியில் சமாதி நிறுவப்பட்டு இன்னமும் இருந்து வருகிறது.

புத்தகம் வாசிக்காதே

ஒவ்வொரு குரு பௌர்ணமி அன்றும் துவாரகா மயியில் பக்தர்களோடு அமர்ந்திருப்பார் பாபா. அப்போது பக்தர்கள் பாராயணப் புத்தகங்களைக் கையில் எடுத்துவந்து பாபாவிடம் கொடுப்பார்கள். பாபாவின் ஆசீர்வாதம் பெற்று அதிலுள்ள பாராயணத்தைப் படிப்பது அவர்களின் விருப்பமாக இருக்கும்.

புத்தகங்களை வாங்கும் பாபா, அதனை வாங்கிப் பார்த்து பின்னர் அந்தப் புத்தகத்தைத் திரும்பவும் அதே பக்தரிடம் கொடுத்துவிடுவார். அதனைப் பயபக்தியுடன் பெற்றுக் கொண்டு பாராயணம் செய்வார் அந்த பக்தர். சில நேரங்களில் புத்தகத்தை வாங்கிக் கொண்டு, அதனை வேறொரு பக்தரிடம் கொடுப்பார். மற்றவரது புத்தகத்தை இவரிடம் மாற்றிக் கொடுப்பதும் உண்டு. இதற்கு என்ன அர்த்தம் என்பது பாபாவிற்கு மட்டுமே தெரியும்.

இதுபோன்ற ஒரு சூழலில் ஒரு பௌர்ணமி தினம் வந்தது. அன்று எல்லா பக்தர்களும் ஏதோ ஒரு புத்தகத்தைக் கொண்டுவந்து பாபாவிடம் ஆசீர்வாதம் பெற்றுச் சென்றார்கள். ஆனால் ரே என்றொரு பக்தர் மட்டும் புத்தகம் எதுவும் எடுத்துவராமல் பாபாவிடம் ஆசீர்வாதம் பெற வரிசையில் நின்றிருந்தார்.

அவரைப் பார்த்த சாய்பாபா, "நீ செய்வதுதான் சரி. எந்தப் பாராயணத்தையும் படிக்காதே. இந்த ஜனங்கள் அனைவரும் இந்தப் புத்தகத்தில் உள்ள பாராயணத்தில் கடவுளைக் காண்பதாய் நினைக்கிறார்கள். ஆனால் அவைகளில் வெறும் பிரம்மையைத்தான் அவர்கள் காண்பார்கள். ஆனால் உன்

இதயத்தில் என்னை அழுத்தமாக வைத்து உள்ளமும், மனமும் ஒருமுகப்படுத்தினாலே போதும். கடவுளைக் காணமுடியும்" என்றார்.

பலன் கிடைப்பது எப்போது?

பாபாவின் நெருங்கிய பக்தர்களில் குறிப்பிட்டுச் சொல்கிற விதத்தில் ஒருவர்

பாபு சாஹேப் ஜோக்!

நீண்ட நெடுங்காலமாக பாபாவிற்கு பல்வேறு தொண்டுகளைச் செய்து வந்தவர். அவர் எந்தவொரு பிரதிபலனையும் இதுவரை எதிர்பார்த்ததும் இல்லை. பாபாவிடம் கேட்டதும் இல்லை.

ஆனால் திடீரென்று அவருக்குள் ஒரு ஆவல் துளிர்த்தது. பாபாவிடம் கேட்டார்: "இத்தனை காலமாக எதனையும் எதிர்பாராமல் தெளிந்த மனதுடன் உங்களுக்கு நான் தொண்டாற்றி வருகிறேனே பாபா, எனக்கு பாலப்ராப்தி எப்போது வரும்?"

ஜோக் இப்படிக் கேட்டதும் பாபா சற்று நேரம் அவரையே பார்த்தார். அவர் முகபாவனையில் இருந்து அவர் என்ன எண்ணுகிறார் என்பதை ஜோக்கினால் உணர்ந்துகொள்ள முடியவில்லை.

ஆனால் பாபாவே பேசினார்: ''அனைவரின் இதயங்களையும் சந்தோஷப்படுத்தி குதூகலம் அடையச் செய்யும் உனது சேவையை ஒப்புக்கொள்கிறேன். உன் மனமொன்றிய சேவையின் பாலப்ராப்தி, எப்போது நீ என்னைப் போலவே கோவணத்துடன் உணவைப் பிச்சை எடுத்து உண்டு வருகிறாயோ, அப்போது வரும்" என்றார் தீர்க்கமாக.

அதாவது பாபாவைப் போல அனைத்திலும் பற்றினை விட்டொழிந்த பின்னரே பாலப்ராப்தி கிட்டும் என்பது பாபா கூறியதன் அர்த்தம் என்பது ஜோக்கிற்குப் புரிந்தது.

மோசமான நடத்தையுள்ள பெண்

ஸாடே, ஒரு அரசாங்க அதிகாரி. பாபாவின் தீவிர பக்தரும் கூட. அவர் அவ்வூரைச் சேர்ந்த ஒரு பெண்மணியைப் பற்றி நண்பர்கள் கூறக் கேள்விப்பட்டார்.

அழகாக இருக்கும் அவள் ஒரு விலைமாது! ஆனால் அவளும் பாபா மீது அதிக பக்தி கொண்டவள்.

அவளைப் பார்க்கும் ஆவல் ஸாடேக்கு எழுந்தது, சாதாரண மனிதர்களுக்கே உரிய விதத்தில்.

அன்று காலைப்பொழுதில் வழக்கம் போல பாபாவைத் தரிசிக்க மசூதிக்கு வந்தார் ஸாடே. அவர் மனதில் ஓடிய கெட்ட எண்ணம் பாபாவிற்குத் தொலைக்காட்சிப் பெட்டியில் ஓடும் காட்சி போலத் தெளிவாகவே தெரிந்தது.

அதனை வேறுவிதமாக ஸாடேயிடம் கேட்டார் பாபா.

"ஸ்கூலுக்குப் போனாயா?"

இது பாபா கேட்ட கேள்வி. இதற்கு ஒரு அர்த்தம் இருந்தது. அதாவது அந்த விலைமாதுவின் இருப்பிடம் அமைந்துள்ள இடத்திற்கு ஸ்கூல் என்றொரு பெயரும் உண்டு.

ஆனால் இது ஸாடேவிற்குத் தெரிந்திருக்கவில்லை. ஆகவே பாபா கேள்வியின் உள் அர்த்தம் அவருக்குப் புரியவில்லை. எனவே வெகுளித்தனமாகப் பாபாவின் கேள்விக்குப் பதில் கூறினார்.

"என்ன பாபா இப்படி யொரு அபத்தமான கேள்வியைக் கேட்டு விட்டீர்கள்? ஸ்கூலுக்குப் போகாமல் நான் எப்படி ஒரு அதிகாரியாக உயர்ந்திருக்க முடியும்?"

இந்தப் பதிலைக் கேட்ட பாபா உள்ளுக்குள் சிரித்துக் கொண்டார். அப்புறம் இதுபற்றி அவரிடம் வேறு எதுவும் பேசவில்லை.

எனவே பாபாவிற்கு இதைப்பற்றித் தெரியாது என்ற

எண்ணத்துடன் தைரியமாக இரவில் அந்தப் பெண்ணைத் தேடிச் சென்றார் ஸாடே. அவளுடன் அவர் ஏதேதோ பேசிவிட்டு, காம விகார எண்ணங்களுடன் அவளுடன் பழக எத்தனித்தார். அப்போது

சட்டென்று அந்த அறையின் கதவு தானாகத் திறந்தது. வெளியே பாபா!

திடுக்கிட்டுப் போனார் ஸாடே.

'என்ன, நரகத்தை நோக்கி இறங்கிக் கொண்டிருக்கிறாயா?' என்று சைகை மூலமாக பாபா கேட்பது போலிருந்தது. அப்புறம் அவர் மறைந்து போய்விட்டார்.

வெலவெலத்துப் போனார் ஸாடே. தக்க சமயத்தில் பாபா தோன்றி தன்னைப் பெரும் ஆபத்தில் இருந்து காப்பாற்றியதைப் புரிந்து கொண்டார். அதன்பின்னர் 'ஸ்கூல்' பக்கமாகக் கூட அவர் சென்றதே இல்லை.

தட்சிணை வாங்கிய பாபா

அவஸ்தே என்ற பக்தர் ஒருவர் தன் மனைவி மற்றும் மகனுடன் பாபாவைத் தரிசிக்க ஒருசமயம் ஷீரடிக்கு வந்திருந்தார். அவர் இன் டோர் சமஸ்தானத்தில் அதிகாரியாகப் பணிபுரிந்து வந்தார். அவரது மகனுக்குத் திருமணம் நிச்சயமாகி இருந்தது. திருமணச் செலவிற்காகத் தன்வசம் 400 ரூபாய் வைத்திருந்தார். அவஸ்தேயின் மனைவி 300 ரூபாய் வைத்திருந்தார்.

பாபாவைப் பக்திப் பரவசத்துடன் தரிசனம் செய்தனர். அப்போது திடீரென்று பாபா, ''எனக்கு தட்சிணை கொடுப்பீர்களா?" என்று கேட்டார்.

இதனை எதிர்பார்க்காத அவஸ்தே, "பாபா கேட்டு மறுக்கமுடியுமா? கண்டிப்பாகத் தருகிறேன்" என்றார்.

"30 ரூபாய் தட்சிணை கொடு" என்றார் பாபா.

உடனே அப்படியே எடுத்துக் கொடுத்தார் அவஸ்தே.

அப்புறம் அவஸ்தேயின் மனைவியைப் பார்த்து, "நீங்களும் கொடுப்பீர்களா?" என்று கேட்டார் பாபா.

எப்படி மறுக்க முடியும்?

சம்மதித்தார் அவஸ்தேயின் மனைவி. அப்படியே கேட்ட பணத்தையும் கொடுத்தார்.

இப்படி இருவரிடமும் மாறிமாறி தட்சிணைப் பெற்றார் பாபா. சரியாக அவர்களிடம் இருந்த அத்தனை பணத்தையும் பெற்ற பிறகு, அவர்களிடம் தட்சிணை கேட்பதை நிறுத்திக் கொண்டார் பாபா.

பாபா கேட்டு தட்சிணை கொடுத்ததால் மனம் முழுவதும் மகிழ்ச்சி அலை அடித்தாலும், தங்கள் இருவரிடமும் இருந்த அத்தனை பணமும் தட்சிணை கொடுக்கப்பட்டுவிட்டதால், தற்போது ஊருக்குத் திரும்பிச் செல்லக்கூட காசு எதுவும் இல்லாதது அவஸ்தேயின் மனதை கவலை அடையச் செய்தது.

துக்கம் சுனாமியை உள்ளுக்குள் அடிக்க, பாபாவிடம் விடைபெற்றுக் கொண்டு நகர்ந்தார் அவஸ்தே.

அப்போது பாபாவின் நெருங்கிய பக்தரான ஜோக் அவஸ்தையைத் தட்டிக் கொடுத்து குஷிப்படுத்தினார். "பாபா உங்களிடம் இருந்து ஏராளமாகத் தட்சிணைப் பெற்றுக்கொண்டதால் நீங்கள் பெரும் யோகம் செய்தவராகி விட்டீர்கள். நிறையப் பேர் தட்சிணை கொடுத்தும் ஏற்காமல் திருப்பி அனுப்பிவிடும் பாபா, உங்களிடம் இப்படிக் கேட்டு வாங்கி இருப்பதால் நீங்கள் பெருமைக் குரியவர்களாகி இருக்கிறீர்கள். பெரும் அதிர்ஷ்ட சாலி. பொதுவாக அவர் வாங்கும் தட்சிணைக்கு பத்து மடங்கு அதிகமாகத் திருப்பிக் கொடுக்கும் மனம் படைத்தவர் பாபா" என்று மகிழ்ச்சியிடன் கூறினார் ஜோக்.

ஆனால் இந்த மகிழ்ச்சியில் திளைக்கும் மனமில்லா மல் வருத்தத்துடன் காணப்பட்டார் அவஸ்தே.

"சந்தோஷப்படாமல் ஏன் சங்கடத்துடன் காட்சியளிக்

கிறீர்கள்? என்ன பிரச்னை?" என்று கேட்டார் ஜோக்.

"அத்தனை பணத்தையும் பாபா வாங்கிக் கொண்டார். இப்போது கையில் சுத்தமாகக் காசே இல்லை. ஊருக்குத் திரும்பிப் போக வேண்டும். என்ன செய்வது என்று தெரியவில்லை" என்று துக்கம் தொண்டையை அடைக்க மெலிதாகப் பேசினார் அவஸ்தே.

"உங்களுக்கு எவ்வளவு தேவைப்படுகிறது?" "அவசியம் நூறு ரூபாய் வேண்டும்"

"சரி கவலைப்படாதீர்கள். பம்பாய் வியாபாரி ஒருவனுக்கு தனது வியாபாரத்தில் பெரும் நஷ்டம் ஏற்பட இருந்தது. பாபாவிடம் வந்து புலம்பி அழுதான். தனக்கு நஷ்டம் ஏற்படாமல் பாதுகாத்தால், கிடைக்கும் லாபத்தில் நான்கில் ஒரு பங்கு தருவதாக வாக்களித்திருந்தான். அதுபோலவே பாபா, அவனுக்கு நஷ்டம் இல்லாமல் பார்த்துக் கொண்டார். அவனும் வாக்களித்தவாறே, பாபாவிடம் ஆறாயிரம் ரூபாய் பணத்தை அள்ளிக் கொடுத்து விட்டுப் போய்விட்டான். அந்தப் பணத்தில் மூவாயிரம் ரூபாய் இதுவரை செலவாகி இருக்கிறது. மிச்சப் பணம் அப்படியே கோணிப்பையில் இருக்கிறது. அதிலிருந்து நூறு ரூபாய் எடுத்து உங்களுக்குத் தருகிறேன். ஏனென்றால் பாபா அதற்கெல்லாம் கணக்கு கேட்பது கிடையாது" என்று கூறிய ஜோக், அப்படியே பணத்தை எடுத்து அவஸ்தேயிடம் கொடுத்தார்.

அப்போது அவஸ்தேயிடம், "உங்களிடம் இருந்து சுமார் அறுநூறுக்கும் மேலான பணத்தை பாபா பெற்றுக் கொண்டதால், இன்று முதல் உமது சம்பளம் மாதம் ஒன்றுக்கு ஐம்பது ரூபாய் வீதம் அதிகரிக்கும்" என்றார் ஜோக்.

அதனைக் கேட்டு ஏளனமாகச் சிரித்த அவஸ்தே, "எனக்குச் சம்பளம் உயர வாய்ப்பே கிடையாது. ஏனென் றால் எங்கள் அலுவலகத்தில் இருக்கும் உயரதிகாரிகள் யாரும் எனக்கு உதவி செய்வதில் ஆர்வம் இல்லாதவர்கள்" என்றார்.

ஆனால் அதற்கு ஜோக் பதிலேதும் கூறவில்லை. காரணம் பாபாவின் மகிமை இவருக்குத் தெரியவில்லை என்றே நினைத்தார்.

அப்புறம் ஊர் திரும்பிய அவஸ்தே மறுநாள் அலுவலகம் சென்றார். என்ன ஒரு ஆச்சர்யம்! அவருக்கு நடப்பு மாதம் முதல் சம்பளத்தில் ஐம்பது ரூபாய் அதிகரித்திருப்பதாகக் கடிதம் கொடுக்கப்பட்டது.

❀❀❀

25 மாடிக்கு அனுமதி

தேவ் என்ற பக்தர். அவர் தான் செய்யும் எந்தவொரு காரியத்திற்கும் பாபாவிடம் அனுமதி வாங்காமல் செய்வதே கிடையாது என்ற பழக்கத்தை ஏற்படுத்திக் கொண்டிருந்தார்.

அவர் ஒரு ஐந்து மாடிக் கட்டிடம் கட்ட ஆவல் கொண்டார். அதற்கு வேண்டிய பணத்தையும் சேமித்து வைத்திருந்தார். ஆனாலும் பாபாவின் அனுமதி இல்லாமல் எப்படி இந்தக் கட்டிடத்தைக் கட்ட முடியும்?

விரைந்தார் ஷீரடிக்கு . பாபாவின் தரிசனமும் கிடைத்தது. பாபாவின் முன் பக்தியுடன் நின்று, அவரின் பொற்பாதம் தொட்டு வணங்கிய தேவ், மெல்ல தயங்கியவாறு, தனது எண்ணத்தை தெரிவித்தார்.

'பாபா அனுமதி மறுத்தால் என்ன செய்வது? தனது ஆசை நிராசையாகி விடுமே!' என்ற கவலை அவர் முகத்தில் தெளிவாகவே தெரிந்தது.

பாபா அவரையே உற்று நோக்கினார். அவரின் ஆசை சாதாரண மனிதர்களுக்கே படம் பிடிக்கிற மாதிரி தெரிகிறபோது, பாபாவால் எவ்வாறு உணரமுடியாமல் போய்விடும்?

பதில் ஏதும் பேசாமல் தரையில் ஏதோ கோடு கிழித்தார். எண்ணிப் பார்த்தால் அதில் 25 கோடுகள் இருந்தன.

இதற்கு என்ன அர்த்தம்?

அங்கிருந்த யாருக்குமே தெரியவில்லை.

சற்று நேரத்திற்குப் பிறகு பாபா கூறினார், "ஒரு

கோட்டிற்கு ஒரு ரூபாய் வைத்து 25 கோட்டிற்கும் 25 ரூபாய் தட்சிணையாகக் கொடு" என்றார்.

ஆகா! ஐந்து மாடிக் கட்டிடம் கட்ட பாபா அனுமதி வழங்கிவிட்டார். அதற்குத் தட்சிணையாக 25 ரூபாய் கேட்கிறார் என்று நினைத்த தேவ்வின் மனம் சந்தோஷத்தில் ரப்பர் பந்தாகத் துள்ளாட்டம் போட்டது.

சற்றும் யோசிக்காமல் உடனடியாக 25 ரூபாய் பணத்தை எடுத்து தட்சிணையாக பாபாவிடம் கொடுத்து விடைபெற்றார்.

ஊருக்குத் திரும்பிய தேவ், தனது ஆசையை நிறைவேற்றும் விதமாக ஐந்து மாடிக் கட்டிடத்தைக் கட்டத் தொடங்கினார்.

ஆனால் அப்போது ஒரு எதிர்பாராத அதிசயம் நிகழ்ந்தது. ஐந்து மாடியுடன் அந்த கட்டிடம் முடிந்து போகாமல் வளர்ந்து கொண்டே போனது. நண்பர்கள் பலரும் ஏதேதோ யோசனைகள் தெரிவிக்க, 25 மாடி கொண்ட கட்டிடமாக அதனைக் கட்டி முடித்தார் தேவ்.

ஆக, பாபா வரைந்த 25 கோடுகளுக்கான அர்த்தம் அப்போதுதான் புரிந்தது தேவ்விற்கு. அந்தக் கட்டிடம் இன்றளவும் இருந்து வருகிறது.

பேய், பிசாசுகள்

ஷீரடியைச் சேர்ந்த பாபா பக்தர் ஆர்.ஏ.டி. இவர் ஒருநாள் இரவில் வெளியே நடந்து போய்க் கொண்டிருந்தார். கும்மிருட்டு. அவர் மனதிற்குள் சற்று பயம் நிலவியது. எனவே வேகமாக வீட்டை நோக்கி நடைபோட்டார். அப்போது ஒரு மரத்தின் அடியில் ஏதோ ஒரு உருவம் நிற்பது அவருக்குத் தெரிந்தது. கூர்மித்துக் கவனித்தபோது அது மனித உருவமல்ல என்பது புலனாகியது. அப்படியானால்?

அது பேய்! பிசாசு!

அதிர்ந்துபோனார். அச்சத்தில் அவர் இருதயம் வேகமாக அடித்தது. பாபாவை மனதிற்குள் நினைத்து, அவரைப் பற்றிய பாடல்களை உச்சரித்தவாறே வேகமாக வீட்டை நோக்கி நடந்தார்.

மறுநாள் வழக்கம் போலவே பாபாவைத் தரிசனம் செய்யச் சென்றார். அப்போது, "நேற்றிரவு நீ எதைக் கண்டாய்?" என்று பாபா அவரிடம் கேட்டார்.

"ஒரு பேயைப் பார்த்தேன் பாபா" என்றார் நடுக்கத்துடன். இதனை பாபா அறிந்து கொண்டிருப்பது இன்னும் ஆச்சர்யத்தை ஏற்படுத்தியது அவருக்கு.

"அது பேய் கிடையாது, நான் தான்" என்றார் பாபா.

"இல்லை பாபா, அது நீங்கள் இல்லை. அது பேயே தான். நான் நன்றாகவே பார்த்தேன்" என்றார் ஆர்.ஏ.டி.

"நிச்சயமாக அது நானேதான். சந்தேகம் இருந்தால் உன் தாயிடம் போய்க் கேள்" என்றார் பாபா.

அந்தப் பக்தருக்கு பாபாவின் கூற்று பெரும் குழப்பமாக இருந்தது. 'பாபா எப்படி இவ்வாறு அழுத்தம் திருத்தமாகக் கூறுகிறார்?'

வீட்டிற்கு வந்த அந்தப் பக்தர் தன் தாயிடம் இதனைப் பற்றிக் கேட்டார்.

"அனைத்து பேய், பிசாசுகளும் பாபாவின் அதிகாரத் திற்கு உட்பட்டே இயங்குகின்றன" என்றார் அவரின் தாய்.

ஆச்சர்யமாக இருந்தது அவருக்கு திரும்பவும் பாபாவிடம் வந்தார். தன் தாய் கூறியதை வியப்பு விலகாமல் தெரிவித்தார்.

அதற்கு பாபா கூறினார், "அவை எல்லாவற்றிலும் நானே இருக்கிறேன். பூதங்கள் நமக்கு எந்தவொரு தீங்கும் செய்வதில்லை. கடந்த வருடமே இதுகுறித்து நான் உனக்கு விளக்கமாகக் கூறியிருக்கிறேன்" என்றார்.

மனித ஜென்மம் உயர்வானது

ஒருநாள் தனது லெண்டி தோட்டத்தில் பாபா நின்று கொண்டிருந்தார். அப்போது பாபா அங்கு நிற்பதை அறியாத ஒருவன் இன்னொருவனை கோபமாகத் திட்டிக்கொண்டிருந்தான். அவன் வாயில் தவறான வார்த்தைகள் தங்குதடையின்றி வந்து கொண்டிருந்தன.

பாபா அவனை அழைத்தார். அங்கு மனித கழிவை சுவைத்துத் தின்றுகொண்டிருந்த பன்றி ஒன்றினை அவனிடம் காண்பித்தார்.

"அது என்ன செய்கிறது என்று பார்த்தாயா?" என்று கேட்டார் பாபா.

"மனித மலத்தைத் தின்கிறது"

"நம்முடைய மலம் நமக்கு அருவருப்பைத் தருகிறது. ஆனால் பன்றிக்கு அது சுவையாக இருக்கிறது. பார்த்தாயா வேற்றுமையை. ஆனால் இதனைப் புரிந்து கொள்ளாமல் மற்றொருவனைக் கண்டபடி திட்டுகிறாய். ஒரு மனிதன், தனது சகோதரனை, தன் உறவினரை, தன் சிநேகிதனை சினம் கொண்டு பகை கொள்கிறான். ஒருவன் எவ்வளவோ நற்பயன்கள் செய்த காரணத்தால்தான் அவன் மனிதப் பிறவியை அடைகிறான். அப்படிப்பட்டவன், ஷீரடிக்கு வந்தும் திருந்தாமல் இருந்தால் எப்படி?" என்று கேட்டார்.

அவன் வெட்கித் தலைகுனிந்தான்.

வெறி யாருக்கு?

1917 ஆம் ஆண்டு நடந்த சம்பவம் இது.

ஷீரடியில் உள்ள மிகச் சிறிய நாய் அது. திடீரென்று அதற்கு வெறி பிடித்தது. அங்குள்ள பெரிய நாய்களை எல்லாம் துரத்தித் துரத்திக் கடித்தது. மனிதர்களையும் கடிப்பதற்காகப் பாய்ந்தது.

இதனால் கோபமடைந்த அவ்வூர் மக்கள் கையில் கிடைத்த கம்பு, கற்களை எடுத்துக்கொண்டு அதனை அடித்துக் கொல்வதற்காக விரைந்தார்கள். அச்சமடைந்த அந்த நாய், வேகமாக துவாரக மயியை நோக்கி ஓடியது. மக்களும் விடாமல் துரத்திச் சென்றார்கள்.

ஆனால் அது அப்படியே பாபாவை நோக்கிச் சென்று அவர் பின்னால் போய்ப் பதுங்கிக் கொண்டது.

அதனைத் துரத்திக் கொண்டு ஓடிவந்த மக்கள் அது பாபாவின் பின்னால் போய் ஒளிந்து கொண்டதைப் பார்த்ததும் பதறினார்கள்.

''பாபா, ஜாக்கிரதையாக இருங்கள். அந்த நாய்க்கு வெறி பிடித்திருக்கிறது. உங்களைக் கடித்துவிடப் போகிறது. நாங்கள் எப்படியாவது அதனைக் கொன்று விடுகிறோம்" என்று பரபரப்படைந்தனர்.

ஆனால் அந்த நாயைக் கண்டு பயப்படாத பாபா, அந்த மக்களைக் கோபமாகப் பார்த்தார்.

'வெறி பிடித்திருப்பது அந்த நாய்க்கு அல்ல. உங்களுக்குத் தான். முதலில் நீங்கள் அனைவரும் வெளியே போங்கள். ஒரு எளிய ஜந்துவைப் போய் துன்பப்படுத்தி, அதனைக் கொல்லத் துடிக்கிறீர்களே!" என்றார் பாபா.

வந்திருந்த மக்கள் அனைவரும் பிரமிப்புடன் பாபாவைப் பார்த்தனர். 'என்ன ஆயிற்று பாபாவிற்கு?'

ஆனால் மாறாக அவர்கள் அனைவரும் ஆச்சர்யப் படத்தக்க விதமாக அந்த நாய் வெறி தணிந்து சாதுவானது.

பாபாவை சீடராக்கிய மேதாவி

ஜவகர் அலி என்பவர் தன்னை அதிபுத்திசாலி என்று நினைப்பவர், மிகவும் படித்தவர். குரானை மனப்பாடமாக ஒப்பிப்பதில் வல்லவர். அனைவரிடமும் இனிமையாகவும், சாதுர்யமாகவும் பேசிக் கவர்வதில் வல்லவர்.

இதுபோன்ற வித்தைகள் தெரிந்த இவர் ரஹாதா என்ற இடத்தில் வீரபத்திரர் கோயில் அருகில் இருந்தார். அதன் அருகே முஸ்லீம்கள் தொழுகை நடத்துவதற்காக இடம் ஒன்றைக் கட்டிய போது ஏற்பட்ட சர்ச்சையை அடுத்து அங்கிருந்து பக்கத்தில் இருக்கும் ஷீரடிக்கு வந்து சேர்ந்தார் ஜவகர் அலி.

அங்கே துவாரகா மயியில் சாய்பாபாவுடன் தங்க ஆரம்பித்தார். ஆனால் பாபாவைப் பற்றி அவர் ஒன்றும் அறிந்திருக்கவில்லை. ஆகவே, பாபாவை அங்குள்ள மக்களிடம் தன்னுடைய சீடன் என்று 'பந்தா'வாகச் சொல்லிவந்தார்.

இதனைக் கேட்டு பாபா கோபம் அடையவில்லை. மாறாக அவரின் சீடராக இருப்பதற்கு இணக்கம் தெரிவித்தார். குருவிற்கு ஒரு சீடன் எப்படியெல்லாம் விசுவாசமாக இருந்து, அனைத்துக் காரியங்களும் செய்வானோ, அப்படியே ஜவகர் அலிக்கு அனைத்துப் பணிவிடைகளையும் செவ்வனே செய்துவந்தார் பாபா. இது ஷீரடி மக்களுக்கு வருத்தத்தையும், கோபத்தையும் கொடுத்தது. எனினும் பாபாவிற்காகப் பொறுத்துக்கொண்டனர்.

சில நாட்களில் ரஹாதாவிற்குப் புறப்பட்டார் குரு. அப்போது பாபாவையும் தன்னோடு அங்கு வரவேண்டும் என்று உத்தரவிட்டார். பாபாவும் அப்படியே சம்மதித்தார்.

ஜவகர் அலி செய்துவரும் பல்வேறு குற்றச்செயல்களைப் பற்றி பாபா நன்கு தெரிந்து வைத்திருந்தாலும், குருவிற்கு உண்டான மரியாதையைக் கொடுக்க வேண்டும் என்பதில் உறுதியாக இருந்தார்.

அப்புறம், அவ்வப்போது ஷீரடிக்கு பாபாவையும் அழைத்துக் கொண்டு அந்தப் போலி குரு வருவது வழக்கம். எனினும் நிரந்த இருப்பிடமாக ரஹாதாவே இருந்துவந்தது.

இது ஷீரடி மக்களை மிகவும் கவலை கொள்ளச் செய்தது. ஒரு கட்டத்தில் அவர்களின் ஆத்திரம் முற்றியது. 'இனிமேலும் பொறுப்பதற்கில்லை. ஒரு போலி மனிதன் பாபாவைத் தன்

அடிமை போல் மாற்றி வைத்திருப்பதும், ஷீரடியில் அவரைத் தங்கவிடாமல், தங்களிடம் இருந்து பறித்துக் கொண்டு செல்ல முயல்வதையும் இனிமேலும் அனுமதிப்பதில்லை' என்று அவர்கள் தீர்க்கமான முடிவிற்கு வந்தார்கள்.

ஒட்டுமொத்தமாக அத்தனை பேரும் அப்போதே புறப்பட்டு ரஹாதாவிற்குச் சென்றனர். பாபாவிடம் சென்று, ''தாங்கள் ஷீரடிக்கு வரவேண்டும்'' என்று நிர்ப்பந்தம் செய்தார்கள்.

ஆனால் அவர்களிடம் பாபா, ''தயவுசெய்து என்னை வற்புறுத்தாமல் இங்கிருந்து போய்விடுங்கள். வெளியே போயிருக்கும் குரு வரும் நேரம் இது. அவர் மிகவும் கோபக்காரரர். உங்கள் நடவடிக்கையைப் பார்த்தால் கடுமையாக நடந்துகொள்வார்" என்று வேண்டினார்.

ஆனால் அதற்குள்ளாகவே அங்கு ஜவகர் அலியும் வந்துவிட்டார். ஷீரடி மக்களைப் பார்த்ததும் கடும் கோபம் கொண்டு கத்தினார். ஆனால், திரும்பிச் செல்ல மறுத்த அந்த மக்கள், அவரோடு வாக்குவாதத்தில் ஈடுபட்டனர். அதற்கு மேலும் வாதம் செய்தால் தனது போலித்தனம் வெளியே தெரிந்துவிடும் என்பதை உணர்ந்துகொண்ட ஜவகர் அலி, பாபாவுடன் மீண்டும் ஷீரடிக்கே திரும்பிச் செல்வது என்று முடிவெடுத்துவிட்டார்.

அப்படியே ஷீரடிக்கும் திரும்பினார். எனினும் பாபாவைத் தனது சீடர் என்று சொல்லிக்கொண்டேதான் திரிந்தார் ஜவகர் அலி.

இது பாபாவின் பக்தர்களுக்குக் கோபத்தை வரவழைத்தது. இதற்கு முடிவுகட்டத் திட்டமிட்டனர். தேவிதாசர் என்ற ஞானியின் முன் ஜவகர் அலியை நிறுத்தினர். தேவிதாசருக்கு பாபாவின் ஞானம், சக்தி எல்லாமே நன்கு தெரியும். அவர், ஜவகர் அலியிடம் வாக்குவாதத்தில் ஈடுபட்டார். வெறும் வாய் சாமர்த்தியத்தை மட்டும் வைத்துக் கொண்டு அனைவரையும் ஏமாற்றிவந்த அந்தப் போலி குருவால், தேவிதாசர் முன்னால் வாதம் செய்யமுடியாமல் போனது.

இதற்கு மேலும் இங்கிருந்தால் நிலைமை படுமோசமாகி விடும் என்று புரிந்து கொண்ட ஜவகர் அலி, அங்கிருந்து ஓட்டம் பிடித்து, வைஜாபுரி என்ற இடத்தில் போய் தன் லீலைகளை அரங்கேற்றத் தொடங்கினார்.

ஆனால், அதன்பின்னர் பல ஆண்டுகள் கழித்து, ஜவகர் அலி ஷீரடிக்கு வந்து பாபாவின் பாதங்களில் வீழ்ந்து, அவரைத் தனது குருவாக ஏற்றுக்கொண்டார்.

அதிதிக்காகக் காத்திருந்த பக்தர்

பாபாவின் பக்தரான சந்தோர்க்கர், தினந்தோறும் அதிதிகளுக்கு உணவளிப்பதை வழக்கமாகக் கொண்டிருந் தார்.

ஒருநாள் பாபாவிடம், ''நான் தினந்தோறும் காக்கை களுக்கு உணவு வைத்துவிட்டு அதிதிகளுக்காகக் காத்திருப்பேன். ஆனால் அவர்கள் வருவதே இல்லை. ஏன் பாபா இப்படி நடக்கிறது?'' என்று வெகுளித்தனமாகக் கேட்டார் சந்தோர்க்கர்.

"நீ ஏன் இப்படி நடந்து கொள்கிறாய்?" என்று அவரிடம் திருப்பிக் கேட்டார் பாபா.

"நமது சாஸ்திரங்களும், வேதங்களும் இப்படித்தானே பாபா சொல்லி இருக்கிறது. அதைத்தான் நான் கடைப்பிடிக்கிறேன்" என்றார்.

''நானா, சாஸ்திரங்களில் தப்பில்லை. வேதங்களிலும் குற்றம் குறையில்லை. ஆனால் அவைகளின் உண்மையான பொருளை சரியாக நீ புரிந்து கொள்ளாமல் இருக்கிறாய். அதனால்தான் அதிதிகளுக்காகத் தினமும் காத்திருப்பதாக விசனப்பட்டுக் கொள்கிறாய். அதிதி என்பவன் யார்? ஐந்தடி உயரத்தில் பூணூல் அணிந்து கொண்ட பிராமணன் மட்டும்தானா அதிதி? மனித உருவத்தில் மட்டுமல்லாமல்

பறவைகள், விலங்குகள், பூச்சிகள் உருவத்தில் இருப்பதுகூட அதிதிகள் தான். நீ உணவளிக்கும் போது அதனை உண்பதற்காக பசியுடன் யார் அல்லது எது வந்தாலும் அது அதிதி தான். ஐம்பது அல்லது நூறு காக்கைகள் வரும்போது நிறைய அன்னத்தை அவற்றிற்கு வழங்கு. அதனைச் சாப்பிடுவதற்காக உரக்கக் கூப்பிட வேண்டாம். உயிருள்ள எந்த ஜீவன் வேண்டுமானாலும் சாப்பிடட்டும் என்று நினை. உன் மனதை இப்போது முதல் இப்படி மாற்றிக்கொள். அப்படிச் செய்தால், லட்சக்கணக்கான அதிதிகளுக்கு உணவளித்த புண்ணியம் உனக்குக் கிடைக்கும்" என்று பாபா விளக்கமளித்தார்.

நானா சந்தோர்க்கர் தெளிவடைந்தார்.

உயிர் கொடுக்க மறுத்த பாபா

ஒருநாள் ஆட்டுக்குட்டி ஒன்று வெயிலின் உக்கிரம் தாங்காமல் சுருண்டு விழுந்து இறந்தே போனது.

இதனைக் கவனித்த பாபா மெல்ல ஆட்டுக்குட்டியின் அருகே சென்றார். கூடியிருந்த பக்தர்கள் அனைவரும் பாபா என்ன செய்யப் போகிறார் என்பதை ஆவல் ததும்பப் பார்த்தனர். ஆட்டுக்குட்டியின் இறந்த உடலை மெல்லத் தடவிக் கொடுத்தார். சற்று நேரத்தில் இறந்த ஆடு உயிர்பெற்றது.

இது அத்தனை பக்தர்களையும் ஆச்சர்யமடையச் செய்தது.

அதே நேரத்தில் அங்கு ஒரு பெண்மணி தலைவிரி கோலமாக அழுது அரற்றிக் கொண்டு ஓடிவந்தாள்.

பாபாவிடம், "பாபா, என் மகனை நாகப்பாம்பு ஒன்று தீண்டிவிட்டது. அவனை எப்படியாவது காப்பாற்றி அருளுங்கள். தங்கள் கையால் விபூதி கொடுங்கள் பாபா. அவனைக் காப்பாற்றுங்கள்" என்று அலறினாள்.

ஆனால் பாபாவோ அதனைக் கண்டுகொள்ளவே இல்லை. இரக்கமே இல்லாதவர்போல இறுக்கத்துடன் காணப்பட்டார்.

இது பக்தர்களுக்குச் சற்று படபடப்பைக் கொடுத்தது. விபூதி கொடுத்து அவளது மகனைக் காப்பாற்றுமாறு அவர்களும் கெஞ்சினர். ஆனாலும் பாபா சற்றும் அசைந்து கொடுக்கவில்லை.

அவளது மகனும் விஷம் ஏறி மரணமடைந்து விட்டான்.

அப்போது தீட்சித் பாபாவிடம், "இந்தப் பெண்மணியின் அரற்றல் தாங்க முடியவில்லை. மனதைப் பெரிதும் காயப்படுத்துகிறது. எப்படியாவது அவள் மகனைக் காப்பாற்றி அருளுங்கள் பாபா" என்று கெஞ்சினார்.

அப்போது பாபா, "காகா, இதில் நீ சம்பந்தப்படாதே. நடந்தது எல்லாமே நன்மைக்கே.. அவள் மகன் இப்போது வேறொரு உடலுக்குள் பிரவேசித்து விட்டான். அந்தத் தேகத்தில் இருந்துகொண்டு பல்வேறு அற்புதங்களை அவன் நிகழ்த்தப் போகிறான். நிறைய பேருக்கு நன்மைகளைச் செய்யப்போகிறான். அப்படிப்பட்ட அவள் மகன் இந்தப் பாம்பு கடித்த விஷம் ஏறிப்போன உடம்பால் செய்ய முடியாது. அதனை மீறி, அவனை இந்தத் தேகத்திற்குள் மறுபடியும் நான் இழுத்துக் கொண்டுவந்தால், அவன் புதிதாக எடுத்திருக்கும் அந்தத் தேகம் இறந்து போகும். இது தேவையா என்பதை யோசித்துப் பார். உனக்காக நான் அவளது மகனை உயிர்ப்பிப்பது அவசியமா?"

பாபா அவளது மகனை எதற்காக உயிர் பிழைக்க வைக்கவில்லை என்பதன் பொருள் தீட்சித் உட்பட அனைவருக்குமே அப்போதுதான் புரிந்தது.

பெண் உருவில் வந்த காலரா

இந்தச் சம்பவம் நடந்தது 1917 ஆம் ஆண்டு.

பம்பாயைச் சேர்ந்த ஒரு பெண்ணும், அவளது மகனும் பாபாவின் முன் பக்திப் பரவசத்துடன் அமர்ந்திருந்தனர்.

அப்போது பாபா அந்த சிறுவனைப் பார்த்து, "இன்று மதியம் 2 மணிக்கு நீ மீண்டும் என் அருகே வா" என்று ஆணையிட்டார்.

எதற்காக பாபா அவனை மீண்டும் வரச் சொல்கிறார் என்பது அனைவருக்கும் குழப்பத்தைத் தந்தது. ஆனால் ஏதோ ஒரு விஷயம் நடக்கப்போகிறது என்பது மட்டும் அவர்களுக்கு நன்றாகவே புரிந்தது.

பாபா கூறியது போலவே சரியாக 2 மணிக்கு அந்தச் சிறுவன் துவாரகா மயியிக்கு மீண்டும் வந்தான். அவனைத் தன் அருகே அமரச் செய்த பாபா, தன் காலை நன்றாக அழுத்திவிடுமாறு கூறினார். தான் போதும் என்று சொல்லும் வரை அப்படி அழுத்திவிட்டுக் கொண்டே இருக்கவேண்டும் என்றும் கூறினார்.

அதுபோலவே அந்தச் சிறுவனும் பாபாவின் காலை நன்றாக அழுத்திவிட்டுக் கொண்டே இருந்தான்.

மணி மூன்றாகி விட்டது.

அப்போது அங்கு ஒரு பெண்ணின் உருவம் தோன்றியது. பார்ப்பதற்குப் பயங்கரமாக, தலை விரிகோலமாக இருந்தது. அவளது நாக்கு நாயின் நாக்கு போல மிக நீண்டு தொங்கிக் கொண்டிருந்தது.

திடீரென்று அந்தப் பெண் உருவம் மதில் சுவரைத் தாண்டி வந்து, அந்தச் சிறுவனை நெருங்கியது.

உடனே பாபா, "உனக்கு என்ன வேண்டும்?" என்று கேட்டார்.

'எனக்கு இந்தப் பையன் வேண்டும்" என்று அந்த உருவம் ஆக்ரோஷமாகக் கத்தியது.

அதற்கு பாபா, "இந்தப் பையனை நான் உனக்குத் தர மாட்டேன்" என்று உறுதியாகத் தெரிவித்தார்.

''முடியாது, எனக்கு இந்தப் பையன் கண்டிப்பாக வேண்டும்" என்றவாறே , பாய்ந்து அந்தச் சிறுவனை நோக்கி ஓடிவந்தது அந்தப் பெண் உருவம்.

கடும் கோபம் வந்தது பாபாவிற்கு. அந்தச் சிறுவனைத் தமது கையால் நன்றாகப் பிடித்துக் கொண்டு, அந்தப் பெண்ணின் மார்பில் ஒரு உதை விட்டார். அவள் அலறிக்கொண்டே அந்த இடத்தைவிட்டு ஓடியே போய்விட்டாள்.

பின்னர் அந்தச் சிறுவனை நோக்கி, "பையா, அந்தப் பெண்ணை நீ பார்த்தாயா?" என்று பரிவோடு கேட்டார் பாபா.

'ஆமாம்' என்ற மாதிரி தன் தலையை அசைத்தான் அவன். காரணம் அவன் மிரண்டு போயிருந்தான்.

"அப்போது நீ என்ன உணர்ந்தாய்?"

"பயமாக இருந்தது. மயக்கம் வந்தது போலிருந்தது. என் தேகம் சுரணை இல்லாமல் கல் போல இருப்பதை உணர்ந்தேன்" என்றான் அந்தச் சிறுவன்.

அப்போதுதான் பாபா கூறினார், ''வந்தது உண்மையிலேயே பெண் அல்ல. அவள் காலரா நோய்." என்றார். அத்தனை பேரும் அதிர்ந்து போயினர்.

மறுநாள் காலையில் அந்தச் சிறுவனையும், தாயையும் அச்சப்படாமல் தங்கள் ஊருக்குச் செல்ல அனுமதி கொடுத்தார் பாபா.

பார்வையை வெறுத்த குருடன்

பார்வை இழந்த பக்தன் ஒருவன் ஒருசமயம் ஷீரடிக்கு வந்திருந்தான். பாபாவை வந்து தரிசனம் செய்து, தனக்கு பார்வை கிடைக்க அருள்புரியுமாறு வேண்டினான்.

ஆனால் பாபா அவனது வேண்டுதலுக்கு இசைய வில்லை. பார்வை வழங்க மறுத்துவிட்டார்.

இதனால் மனதிற்குள் சுக்கல் சுக்கலாக நொறுங்கிப் போன அவன், மசூதியில் இருந்த பாபாவின் பக்தரான உபாசினி மகராஜிடம் சென்றான். தனது ஆசையை பாபாவிடம் எடுத்துச் சொல்லுமாறு அவரிடம் வேண்டினான்.

அவரும் அப்படியே பாபாவிடம் சென்று அவனுக்குப் பார்வை வழங்குமாறு மன்றாடினார்.

ஆனால் பாபாவோ, "இன்னும் சொற்ப நாட்களே உயிர் வாழப்போகும் அவனுக்குப் பார்வை கிடைக்கச் செய்வது சரியல்ல. அப்படிச் செய்தால் அது வீண் ஆசைகளைத் தூண்டும்" என்று கூறினார்.

இது மகராஜுக்கும், அந்தப் பார்வை இழந்தவனுக்கும் அதிர்ச்சியைக் கொடுத்தது. எனினும் அந்த அதிர்ச்சியில் இருந்து மீண்ட மகராஜ், அவனிடம், "பாபாவின் வாக்கு பொய்ப்பதில்லை. அதில் நிச்சயம் உண்மை இருக்கும். ஆகவே, நீ ஊனக் கண்ணைத் திரும்பப் பெறுவதற்கு ஆசைப்படுவது தேவையற்றது. ஞானக்கண்ணைப் பெறுவதற்கு பாபாவின் அருளை நாடு" என்று யோசனை தெரிவித்தார்.

அவனும் அப்படியே பாபாவிடம், "தனக்கு ஞானக்கண் வழங்கி அருளுங்கள்" என்று கேட்டான்.

உடனே, அவனைத் தம்முடன் அந்த மசூதியிலேயே ஒரு மாத காலம் தங்கி இருக்குமாறு உத்தரவிட்டார்.

அவனும் மகிழ்ச்சியோடு அங்கேயே தங்கினான். பாபாவின் அருளுரைகளைக் கேட்டு இன்புற்றான்.

சரியாக ஒரு மாதம் முடிவடைந்தது. திடீரென்று அவன் மரணமடைந்தான்.

பாபா சமாதி நிலை அடைந்த பிறகும் தன் பக்தர்களுக்கு உதவி வருகிறார் என்பதே உண்மை . இன்றளவும் ஷீரடியில் பக்தர்கள் குவிந்த வண்ணம் இருக்கின்றார்கள். பாபாவின் சமாதியில் வீழ்ந்து வணங்கி தங்கள் கவலைகளுக்கும், கஷ்டங்களுக்கும் தீர்வைப் பெற்று நிம்மதி அடைகின்றனர். அது பற்றிய ஒருசில உண்மை நிகழ்வுகளை இப்போது நாம் பார்க்கலாம்.

எதிர்பார்க்காத தொலைபேசி

ராமசுந்தரம். சென்னை அடையாறைச் சேர்ந்த இவர் பாபாவின் தீவிர பக்தர். மருந்து, மாத்திரைகள் தயாரிக்கும் நிறுவன அதிபர். தன் தொழில் நிமித்தமாக அடிக்கடி பல்வேறு நாடுகளுக்கும் பறந்து கொண்டிருப்பவர்.

அப்படித்தான் ஒருமுறை கொழும்பு சென்றிருந்தார். அங்கு மருந்து விற்பனையில் பெரிய ஏஜென்டான ராஜீவ் நானயக்கராவைச் சந்தித்துத் தன் மருந்துப் பொருட்களுக்கு ஆர்டர் எடுக்க முயற்சித்தார். அந்த ஆர்டர் கிடைத்து விட்டால், இவரது தொழில் வர்த்தகம் அங்கு பெருமளவில் விரிவடைந்துவிடும்.

ஆனால் ராஜீவ், இவரது மருந்துப் பொருளில் இன்னும் சில மாற்றங்கள் செய்ய வேண்டும் என்று வற்புறுத்தினார். மேலும், ஒருசில தினங்களில் தொலைபேசி மூலம் தனது ஆர்டரைக் கொடுப்பதாகவும் கூறி ராமசுந்தரத்தை அனுப்பி வைத்தார்.

ஆயிற்று. ஒன்றல்ல, இரண்டல்ல, மேலும் சில மாதங்கள் ஓடிற்று. ராஜீவிடம் இருந்து எந்தவொரு தொலைபேசியும் வரவே இல்லை. இது ராமசுந்தரத்திற்கு பெரும் கவலையை அளித்தது. இதனால், இலங்கையில் அவரது வணிகப் பெருக்கத்திற்குப் பெரும் பின்னடைவு ஏற்பட்டது.

ஒருநாள் சென்னை ஓ.எம்.ஆர். சாலையில் தனது காரில் சென்று கொண்டிருந்தார். அப்போது குறுக்கிட்ட சிக்னலில்

இவரது கார் நின்று கொண்டிருந்தது.

'ராஜீவ் ஏன் தொடர்பு கொள்ளவே இல்லை?' என்ற கவலை இவர் மனதில் அழுத்தமாக ஓடியது. திடீரென்று பாபாவிடம் இதுபற்றி பிரார்த்தனை செய்தால் நல்லது என்றும் அவருக்குத் தோன்றியது. காரில் இருந்தவாறே, தன்னிடம் இருந்த பாபாவின் படத்தை எடுத்து அவரையே பார்த்தவாறு தன் கவலையை வெளிப்படுத்திப் பிரார்த்தனை செய்தார் ராமசுந்தரம்.

ஒருசில நொடிப் பொழுதில் சிக்னலில் பச்சை விளக்கு எரிந்தது. இவர் காரை ஓட்டுநர் செலுத்தத் தொடங்கினார்.

அதே சமயம் இவரது செல்பேசியில் மணியடித்து, விளக்கு எரிந்தது. எடுத்துப் பார்த்தார். ராஜீவ் என்ற பெயர் மின்னியது.

சந்தோஷ அதிர்ச்சியாய் அதனை எடுத்து தனது காதில் பொருத்தினார்.

"ராமசுந்தரம் எப்படி இருக்கிறீர்கள்?" என்று குசலம் விசாரித்தார் ராஜீவ் கொழும்புவில் இருந்து.

நன்றாக இருப்பதாகப் பதில் கூறினார் ராமசுந்தரம்.

"உங்கள் மருந்து தயாரிப்புகள் எனக்கு உடனடியாகத் தேவைப்படுகிறது. அனுப்பி வையுங்கள். அதில் நான் ஏற்கெனவே செய்யுமாறு கூறியிருந்த மாற்றங்களைப் பற்றிக் கவலைப்பட வேண்டாம். நீங்கள் காண்பித்த அதே மருந்துப் பொருட்களையே அனுப்புங்கள்" என்றார் ராஜீவ்.

ராமசுந்தரத்திற்கு எதுவுமே சற்று நேரம் புரியவில்லை. ஆகாயத்தில் பறப்பது போன்ற ஒரு சந்தோஷம் தான் எதிர்பார்த்ததற்கும் மேலாகவே ஆர்டர் கிடைத்தது. அவர் தொழில் மேலும் வளமடைந்தது.

இந்தச் சம்பவம் நடந்தது 2009 ஆம் ஆண்டு பிப்ரவரி மாதவாக்கில்!

❀❀❀

காணாமல் போன மோதிரம்

இதே ராமசுந்தரத்தின் வாழ்க்கையில் மற்றுமொரு மறக்க முடியாத அனுபவம்.

இதே 2009 ஆம் ஆண்டில் இவரது திருமண நாள் அன்று தனது மனைவியுடன் கொடைக்கானல் சென்றிருந் தார். அங்கு ஒரு விடுதியில் தங்கி ஆனந்தமாகப் பொழுதைக் கழித்தார்.

மறுநாள் விடிந்தது. குளியலறை சென்றுவிட்டு திரும்பிய ராமசுந்தரம், உடைகளை மாற்றிவிட்டு மனைவியுடன் வெளியே செல்ல முயன்றபோது பார்த்தால்

அவர் விரலில் இருந்த மோதிரத்தைக் காணவில்லை. திருமணப் பரிசாக அவரது மனைவி அளித்திருந்த அன்பளிப்பு. இரண்டு சவரன் எடை உடையதுதான் என்றாலும், மனைவியின் ப்ரியமும், பாசமும் அதில் இருப்பதாக அவர் நினைத்ததால், மோதிரம் காணாமல் போனது அவரை மிகவும் கவலையடையச் செய்தது.

அறை முழுவதும் அவரும், அவரது மனைவியும் ஒரு இடம் விடாமல் தேடினார்கள். காணவில்லை. குளியலறையில் நன்றாகத் தேடினார்கள். அங்கும் கிடைக்கவில்லை.

எங்கே போயிற்று?

தனது அறைக்கு வந்த விடுதி ஊழியர்களை வரவழைத்துக் கேட்டார்கள்.

யாருமே எடுக்கவில்லை என்பது தெரிந்தது.

அப்படியானால் மோதிரம் எங்கேதான் போயிற்று?

குளியலறையில் விழுந்து காணாமல் போய்விட்டிருக் கும் என்றுதான் ராமசுந்தரத்திற்குத் தோன்றியது. 'சரி, அதைப் பற்றிக் கவலைப்படாமல் இருப்பதே நல்லது' என்று நினைத்தார்.

ஆனாலும் அவரால் வெளியே செல்ல முடியவில்லை. மனம் முழுவதும் கவலைச்சுமையால் அழுந்தி வலித்தது.

கட்டிலில் சாய்ந்தபடியே, பாபாவின் படத்தை எடுத்தார். அவரையே நினைத்தார். சாதாரண ஒரு தங்க மோதிரத்திற்காக பாபாவிடம் பிரார்த்தனை செய்வதற்காக முதலில் அவரிடம் மன்னிப்புக் கோரினார். எனினும் மனைவியின் அன்பளிப்பு என்பதால் அதனை இழக்க தனக்கு மனம் வரவில்லை என்று பாபாவிடம் கூறினார்.

அவரது பிரார்த்தனை முடிந்த அடுத்த நொடிப்பொழுது அவரது அறையின் கதவு தட்டப்பட்டது. அங்கே விடுதி ஊழியர் ஒருவர். கிறிஸ்துவ மதத்தைச் சேர்ந்த அவர் அங்கு சுமார் இருபது ஆண்டுகளுக்கும் மேலாக பணி செய்து வருகிறார்.

"ஐயா, உங்கள் மோதிரம் காணாமல் போனதாக சொன்னீர்களாம். நான் உள்ளே வந்து தேடிப்பார்க்க லாமா?" என்று அனுமதி கோரினார்.

"அறைக்குள் நான் தேடிப்பார்க்காத இடமே இல்லை. அப்படியிருந்தும் அந்த மோதிரம் கிடைக்கவில்லை. நீங்கள் மட்டும் தேடிக் கண்டுபிடித்துக் கொடுக்கமுடியுமா என்ன?" என்று நொந்துபோய் பேசினார் ராமசுந்தரம்.

"இப்படி எத்தனையோ பேருக்கு நான் தேடிக் கொடுத்ததுண்டு. என்னை நீங்கள் அனுமதித்தால் எடுத்துத் தருகிறேன்" என்றார் அந்த ஊழியர்.

ராமசுந்தரமும் அரைகுறை மனத்துடன் அவரை அனுமதித்தார்.

முதலில் கட்டிலில் நன்றாகத் தேடினார். தலையணைக் குள், மெத்தைக்குள் என்று முழுவதுமாகத் தேடினார். கட்டிலின் ஓரமாக சுவர் அருகே அந்த ஊழியர் தேடியபோது, மோதிரம் அங்கே ஜொலித்துக் கொண்டிருந்தது.

எடுத்து ராமசுந்தரத்திடம் கொடுத்தார்.

அப்போது அவர் விடுதி ஊழியராக ராமசுந்தரத்திற்குத் தெரியவில்லை. பாபாவே வந்து எடுத்துக் கொடுத்த தாகத்தான் தோன்றியது.

இதுபோன்ற அற்புதங்கள் பலவற்றை ஓசைப்படாமல் நிகழ்த்திக் காட்டியவர், காட்டுகிறவர் சாய்பாபா.

அவர் செய்யும் அற்புதங்கள் அனைத்தும் நிகழ்த்தும் வேளையில் அற்பமாகவும், பைத்தியக்காரத்தனமாகவுமே பிறருக்குத் தோன்றும். அவர் பேச்சு அனைத்துமே சம்பந்தா சம்பந்த மில்லாமல் இருக்கும். மகான் என்று கருதப்படும் ஒருவர் ஏன் இப்படி நடந்து கொள்கிறார் என்பது போலவே இருக்கும்.

அவர் மீது முழுமையான பக்தி கொண்டவர்கள் மட்டுமே, பாபா எதனைச் செய்தாலும் அதற்குப் பின்னால் ஒரு பெரும் விடை இருக்கும், ஒரு மனிதாபிமான செயல் இருக்கும், என்று கருதி பொறுமையாகக் காத்திருப்பார்கள்.

அப்படியே, சில தினங்களிலேயே அதற்கான விடை தெரியவரும்.

இப்படி பாபா செய்த அற்புதங்கள் இன்றும் தொடர்ந்து கொண்டிருக்கிறது என்பதே சத்தியம். அவரை நினைத்து, அவர் உருவை மனதிற்குள் கொண்டுவந்து, ஒருமுகப்படுத்தி, பிரார்த்தனை செய்தால், அது நிறைவேறும்.

ஆனால் பாபா கூறியது போல, பிரம்மனால் கூட மாற்ற முடியாத பூர்வ ஜென்ம பலன்களை நாம் அனுபவித்தே ஆக வேண்டும். அதற்கு பாபாவைக் குறை கூறுவது அறிவீனம்.

பாபாவின் அருளுரைகள்

பாபா தனது பக்தர்களுக்கு அவ்வப்போது அருளுரைகள் வழங்குவது உண்டு. அவை அனைத்தும் சத்தியம். அவை சொல்லப்படுகிற நேரத்தில் சாதாரணமானவையாகவே இருந்தபோதிலும், அது எத்தனை சத்தியமான வார்த்தைகள் என்பதைக் காலம் நிரூபித்தது. நிரூபித்துக் கொண்டும் இருக்கிறது,

* அவற்றில் பாபா அளித்த பதினோறு சத்தியங்களைப் பற்றி முதலில் நாம் பார்க்கலாம்.

1. ஷீரடி மண்ணில் யார் தனது காலடியைப் பதிப்பிக் கின்றாரோ அவரது துன்பங்களுக்கு இங்கே முடிவு காணப்படுகிறது.

2. இழிந்த, துயரத்தால் பாதிக்கப்பட்டவன் எனது சமாதியின் படிகளில் ஏறிய அடுத்த நொடிப் பொழுதி லேயே, சந்தோஷமும், உற்சாகமும் அடைந்தவனாகி விடுகிறான்.

3. எனது உடல் இம்மண்ணை விட்டு அகன்றாலும், எனது சுறுசுறுப்பும், உறுதியான ஆற்றலும் எப்போதும் போலவே இயங்கிக் கொண்டிருக்கும்.

4. எனது சமாதியை வணங்கும் பக்தர்களின் தேவைகள் நீங்கும். அவர்கள் ஆசிர்வதிக்கப்படுவர்.

5. நான் சமாதிக்குள்ளிருந்தாலும் எனது பக்தர்களை எப்போதும் உறுதியுடன் காத்து வருவேன்.

6. சமாதிக்குள் இருந்தும் நான் பக்தர்களிடம் பேசுவேன். அவர்களுக்கு நல்வழியைக் காண்பிப்பேன்.

7. என்னிடம் வந்து சேர்பவர்கள், என்னைச் சரணடைபவர்கள், என்னைத் தஞ்சம் அடைபவர்கள் ஆகியோருக்கு நான் என்றென்றும் உதவியும், வழிகாட்டுதலும் செய்து வருவேன்.

8. நீ என்னைப் பக்திப் பரவசத்துடன் பார்த்தால், நானும் உனக்குக் கருணை காட்டுவேன்.

9. உன்னுடைய சுமைகளை நீ என்னை நோக்கி எறிந்தால், அதனைத் தாங்கிக் கொள்ள நான் தயாராக இருக்கிறேன்.

10. நீ என்னிடம் உதவியும், அறிவுரையும் கேட்டு வணங்கினால், நான் அதனை அள்ளி வழங்குவேன்.

11. உனது இல்லத்தில் என்னை வைத்து வணங்கினாலும் உனக்கு வேண்டியதை நான் தருவேன்.

இவையெல்லாம் பாபா, சமாதி அடைவதற்கு முன்பே பக்தர்களுக்கு அறிவித்த உறுதிமொழிகள்.

பாபாவின் இந்த அறிவுரைகள் இன்றும் மெய்ப்பிக்கப்பட்டு வருகிறது. தன் வாக்கில் வழுவாமல் சத்தியம் காத்து நிற்கிறார் சாய்பாபா.

மேலும் பாபா அவ்வப்போது பக்தர்களுக்கு வழங்கிய அருளுரைகள் சிலவற்றைக் காணலாம்.

ௐ நீங்கள் எங்கு வேண்டுமானாலும் இருங்கள். என்ன வேண்டுமானாலும் செய்யுங்கள். ஆனால் அவை அனைத்தும் எனக்குத் தெரியும் என்பதை மட்டும் ஒருபோதும் மறந்துவிடாதீர்கள். இந்த உலகில் அசையும்

மற்றும் அசைவற்ற அனைத்து உயிரினங்களையும் நான் நேசிக்கிறேன். அதனை அரவணைத்துக் காத்து வருகிறேன். இந்தப் பிரபஞ்சத்தைக் கட்டுப் படுத்துபவன். ஆட்டுவிப்பவன். அனைத்து வர்க்கங் களின் மூலமாதா நானே. முக்குணங்களும் நானே அனைத்து உணர்ச்சிகளையும் உந்துபவனும் நானே படைத்தல், காத்தல், அழித்தல் ஆகிய எல்லாமும் நானே. என்பால் தன் கவனத்தைத் திருப்புபவனை கடுகளவும் துன்பம் அண்டாது.

ௐ உங்களுக்கு ஏதாவது வேண்டும் என்றால் கடவுளிடம் தயங்காமல் கேளுங்கள். இவ்வுலகில் இருந்துவரும் வறட்டுக் கௌரவத்தை விட்டொழியுங்கள். கடவுளிடம் நீங்கள் கேட்பது அன்பும், ஆசியுமாக இருக்கட்டும். அவனது சன்னிதானத்தில் உங்களுக்கு கௌரவமான இடம் கிடைக்கப் பாடுபடுங்கள்.

ௐ உணவு, உடைகளைப் பொறுத்தமட்டில் வறுமையோ, இல்லாமையோ என் பக்தனின் வீட்டில் இருக்கவே இருக்காது. உங்கள் மனதை எப்போதும் என் மீது ஸ்திரமாய் வைத்திருங்கள். என்னையே முழுமனதாய் வழிபடுங்கள். உங்களின் நலன்களைக் காப்பதையே என் முக்கியப் பணியாக நான் கொண்டிருக்கிறேன் என்பதை உணருங்கள்.

ௐ நீங்கள் தொலைதூரமோ அல்லது எங்கெங்கோ என்னைத் தேடி அலைய வேண்டாம். உங்களின் நாமத்தையும், ரூபத்தையும் நீக்கினால் உங்களுள்ளும் அதைப் போன்ற ஜீவராசிகளுக்குள்ளும் உளதாயிருக்கும் உணர்வு நிலை காணல் பெறுகிறது. அது நானேயாகும். இதை உணர்ந்து கொண்டு உங்களிடத்தும், எல்லா ஜீவராசிகளிடத்தும் என்னைக் காண்பீர்களாக. இதை நீங்கள் பயிற்சித்துப் பார்ப்பீர்களானால், சர்வ வியாபகத்தை உணர்ந்து என்னுடன் ஒன்றாகும் நிலையை நீங்கள் பெறுவீர்கள்.

ௐ நீ எப்போதும் சத்தியத்தை நாடி இருக்க வேண்டும்.

அப்போதுதான், நான் உன்னோடு சதா சர்வ காலமும் இருக்கமுடியும்.

ௐ எவனொருவன் தன் மனதில் என்னையே எண்ணி, எனக்கு அளிக்கப்படாத அன்னத்தை அவனும் அண்டாமல் நீக்குகிறானோ அவனுக்கு நான் அடிமை.

ௐ பசி மற்றும் தாகத்தைப் பொறுத்துக் கொண்டு, என்னைத் தவிர வேறு எதையுமே முக்கியமானதாக நினைக்காமல் எவனொருவன் இருக்கிறானோ அவனுக்கு நான் அடிமை.

ௐ எவனொருவன் தன் மனைவி, மக்கள், பெற்றோர், உற்றார், உறவினர் போன்றோர் மீதுள்ள பற்றுதலை என் மீது திருப்புகிறானோ, என்னையே நேசிக்கிறானோ, அவன் தான் என் உண்மையான நண்பன். கடலில் கலக்கும் நதிபோல என்னுள் அவன் கலந்துவிடுகிறான்.

ௐ என் உண்மையான பக்தன், என்னை உன்னிலும், தன்னிலும், சகல உயிர்களிடத்திலும் காண்கிறான். ஆகையால் சர்வத்தையும் அவன் தனது குருவாகவே நினைக்கிறான். அவனே நானாகிறான்.

ௐ குருவிடம் பரிபூர்ண விசுவாசமுடையவனாக இரு. குருவே தெய்வம் என்பதை மனதார நினை.

ௐ உன் வேண்டுகோளையும், லட்சியத்தையும், அபிலாஷைகளையும் என்னிடம் தைரியமாகக் கூறு. இப்படி என்னை மனதார ஏற்றால் உனக்கு நான் காட்சி தருவேன்.

ௐ எவனொருவன் பக்தியுடன் முழு உள்ளத்தையும் என்னிடத்தில் வைக்கிறானோ, அவனது தேகம், மற்றும் ஆத்மாவிற்கு எந்த ஆபத்தும் வராது. தைரியமாக இருக்கலாம்.

ௐ எவனொருவன் எப்பொழுதும் என்னையே நினைத்து, என்னையே தொழுது வருகிறானோ, அவன் கடவுளை

அடைகிறான். எவனொருவன் என்னை சுதனாகவும், புத்தனாகவும் நினைத்துத் தொழுகிறானோ அவன் என்னையே அடைகிறான்.

ௐ எவன் என் நாமத்தை நாள் தோறும் ஜெபித்து வருகிறானோ, அவன் முக்தி பேறு அடைகிறான்.

ௐ ஆடம்பரங்களையும், வெளித்தோற்றத்தையும் கண்டு நான் ஏமாறுவதே இல்லை. எவனொருவன் உள் மனத்தில் 'சாயி' என்று மாத்திரம் சொல்லி வருகிறானோ, அவனே உண்மையான பக்தன். அவனிடமே நான் வசிக்கிறேன்.

ௐ பக்தர்களாகிய நீங்கள் அனைவரும் என் குழந்தைகள். நான் உங்கள் பிதா. என்னிடமிருந்தே ஒவ்வொன்றையும் நீங்கள் அடைய வேண்டும்.

ௐ எனது பக்தனை நான் ஒருபோதும் மறக்கமாட்டேன். அவன் இரண்டாயிரம் மைல்களுக்கு அப்பால் இருந் தாலும் அவன் என் பக்தன். அவனையே நினைத்திருப் பேன். அவனுக்கு வேண்டியதைச் செய்து கொடுத்துக் கொண்டே இருப்பேன்.

ௐ ஒருவரிடமும் நான் கோபம் கொள்வதில்லை. தான் பெற்றெடுத்த குழந்தைகள் மீது எந்தவொரு தாயாவது கோபம் கொள்வாளா? தன்னை வந்தடையும் நதிநீரை, எந்தவொரு கடலாவது திரும்பவும் நதிக்கே திருப்பி அனுப்புமா? நான் பக்தியை விரும்புகிறேன். நான் என் பக்தனின் அடிமை.

ௐ உள்ளன்போடு பக்தன் ஒருவன் என்னை நினைத்த மாத்திரத்திலேயே நான் அங்கு பிரசன்னமாகி விடுகிறேன். பிரயாணம் செய்ய எனக்கு எந்தவொரு வாகன வசதியும் தேவையில்லை.

ௐ ஆசீர்வாதம் செய்வதே என் முக்கிய காரியம்.

ௐ நான் கங்காபுரத்திலும், பண்டரிபுரியிலும், எல்லா இடங்களிலும் இருக்கிறேன். பூகோளத்தின் ஒவ்வொரு

அணுவிலும் நான் இருக்கிறேன். எல்லாப் பிரபஞ் சங்களும் என்னில் இருக்கிறது.

ॐ நீ வணங்கும் தெய்வம் எதுவோ அதையே எப் பொழுதும் அண்டி இரு. விரைவில் கடவுள் உன்னை ரட்சிப்பார்.

ॐ நான் உருவம் இல்லாதவன். நான் எல்லாவற்றிலும், எல்லாவற்றையும் கடந்தும் இருக்கிறேன். எறும்பு, ஈ, அரசன், ஆண்டி என்று இன்னும் காணப்படும் சர்வமும் நானே.

ॐ எவனொருவன் சாய்பாபா ஷீரடியில் மட்டுமே இருப்பதாக நினைக்கின்றானோ, அவன் முற்றிலும் பாபாவை அறியாதவன்.

ॐ கடவுள் எல்லா இடத்திலும் தன் பிரதிநிதிகளை வைத்திருக்கிறார். அவர்கள் அளவற்ற சக்தி படைத்தவர்கள். எனக்கு அபார சக்தி உண்டு.

ॐ ஷீரடியில் இருந்து ஆயிரக்கணக்கான மைல்களுக்கு அப்பால் இருக்கும் என் பக்தன் ஒருவன் இறக்க நேரிட்டாலும், அவன் உயிர் பிரிந்த அடுத்த நொடியே அவனை என்னுடன் சேர்த்துக் கொள்கிறேன்.

ॐ என் பக்தன் ஒருவன் கெட்டொழிய நான் விடவே மாட்டேன். என்னிடம் ஒப்படைக்கப்பட்டவர்களைக் குறித்து ஆண்டவனுக்கு நான் உத்தரவாதி ஆகிறேன்.

ॐ கடவுளின் உத்தரவு இல்லாமல் என்னால் ஒன்றும் செய்ய முடியாது.

ॐ நான் தேகமும் இல்லை. இந்திரியங்களும் இல்லை. நான் இவைகள் எல்லாவற்றின் சாட்சியாக இருக்கிறேன். நான் எதுவும் செய்வதில்லை. எதையும் வாங்குவதும் இல்லை.

ॐ என்னை அறிய வேண்டுமானால், நான் யார் என்பதை இடைவிடாமல் சிந்தித்திருக்க வேண்டும். நான் யார்? நான் எங்கே இருக்கிறேன்? நீ எங்கே இருக்கிறாய்?

எல்லா உலகமும் எங்கே இருக்கிறது? நம்முடைய உண்மை நிலையை நாம் அறிய வேண்டும்.

ௐ யாரையும், அவன் பகையாளி என்று சொல்லாதே. யார் யாருக்குப் பகைவன்? யாரிடமும் விரோதத் தன்மை கொண்டிருக்காமல் எல்லோரும் ஒன்றே என்று நினை.

ௐ மக்கள் தங்களை மற்றவர்களிடம் இருந்தும், தங்களுடைய சொத்துக்களை மற்றவர்களின் சொத்துக்களில் இருந்தும் வேறுபடுத்திப் பார்க்கிறார்கள். இது தவறு. நான் உன்னுள் இருக்கிறேன். நீ என்னுள் இருக்கிறாய். உன்னையும் என்னையும் பிரித்திருப்பது இந்தச் சுவர்தான். அதனை இடித்துத் தள்ளும். பிறகு ஒருவருடைய முகத்தை மற்றவர் தெளிவாகப் பார்க்கலாம். சாதுக்கள் இவ்வித வேற்றுமையை ஒப்புக் கொள்வதில்லை. என்னை வணங்க வேண்டுமானால், இவ்வித வேற்றுமையை அகற்றிவிடும். இப்படியே இடைவிடாது நீ சிந்தித்தால், அதன் உண்மையை உணர்வாய். வேதசாஸ்திரங்களை நன்றாக ஆய்ந்து, ஆத்மா ஒன்றா அல்லது பலவா என்பதை அறிந்து உணர்ந்துகொள்.

ௐ நீ நானே. நானே நீ. உனக்கும் எனக்கும் எந்த வித்தியாசமும் கிடையாது. எதனால் நீ ஆக்கப்பட்டிருக்கிறாயோ, அதனாலேயே நானும் ஆக்கப்பட்டிருக்கிறேன்.

ௐ சம்சாரம் பலவகையானது. அது தேகத்தின் மேற்புரம் போன்றது. காமக்குரோதங்களால் ஆனது. மனதிற்குரியதும், தேகத்திற்குரியதுமான எல்லாவற்றாலும் உண்டானது சம்சாரம். காட்டிற்குப் போய் விடுவதனாலேயே, நீ சம்சாரத்தில் இருந்து தப்பிவிட முடியாது. உன்னுடைய தற்காலிக நிலை உன்னாலேயே ஏற்படுத்திக் கொள்ளப்பட்டது. அதுகுறித்து வருத்தம் கொள்வதால் என்ன பயன்? இந்தத் தேக ப்ராப்தமானது முன் ஜென்மங்களில் உன்னால் செய்யப்பட்ட கர்மங்களின் பலனே ஆகும். அதற்கேற்ற விதத்திலேயே உன்னுடைய தேகம் உண்டானது. எல்லா மனிதர்களும்

உருவத்தில் வித்தியாசப்படுகின்றனர். ஏன்? அதற்குக் காரணம் முன் ஜென்ம கர்மமே. பிராணி வர்க்கங்களின் உடல் தோற்ற வித்தியாசத்திற்கும் இதுவே காரணம். எனவே, கர்ம பலன்களை அனுபவிக்காமல், நீ அதை விலக்குதல் முடியாது.

ௐ சுகமும் துக்கமும் வெறும் பிரமை. உலக சுகத்தின் வெறும் தோற்றம், ஆனந்தம் இல்லை. சம்சாரி அதனை உண்மையான ஆனந்தம் என்று நம்புவதால் அதனிடம் பலாத்காரமாக அவன் இழுக்கப்படுகிறான். ஒவ்வொருவருடைய பிராப்தப்படி, ஒருவன் பஞ்சாமிர்தம் சாப்பிடுகிறான். ஒருவன் பழைய சோறு சாப்பிடுகிறான். இப்படி நடப்பதால், பழைய சோறு சாப்பிடுபவன் சந்தோஷமற்றவன் என்றும், பஞ்சாமிர்தம் சாப்பிடுபவன் செழிப்பும், ஆனந்தமும் உடையவன் என்ற மனோபாவத்தை அடைகிறான். ஆனால் இவைகளில் எதனைச் சாப்பிட்டாலும் பசியாற்றப்படுகிறது என்பதே உண்மை.

ௐ முக்தியே உண்மையான பேரின்பம். ஜனன மரணத்தில் ஊர்ந்து போவது துக்ககரமானது. சம்சாரத்தின் சுகதுக்கமானது பொய்யாகும்.

ௐ செல்வம் அத்யாவசியமானது. ஆனால் செல்வம்தான் முக்கியம் என்று அதனிடம் சிக்கிக்கொள்ளாதே. கருமியாக இராதே. தயாள குணத்தை வளர்த்துக் கொள். ஆனால் வீண் செலவு செய்யாதே.

ௐ ஞான மார்க்கம் ராம பழம் போன்றது. பக்தி மார்க்கம் சீதா பழம் போன்றது. சீதா பழம் சுலபமாய் அடையத் தகுந்தது. மிகுந்த ருசியாகவும் இருக்கும். ஆனால் ராம பழம் சுலபமாய் அடையக் கூடியது அல்ல. இது மரத்திலேயே பழுக்க வேண்டும். பழுத்த பிறகே பறிக்க வேண்டும். அப்படி இல்லாமல் அது கீழே விழுந்தால் கெட்டுப் போய்விடும். அப்படித்தான் ஞானி என்பவன் விழுந்தால் சீர்குலைந்து போய் விடுவான்.

ௐ மனம் அமைதியற்றது. அதை நிலையாகச் செய்ய முயல வேண்டும். எப்படி ஈயானது பறந்து எல்லாப் பொருட்களின் மீது அமர்ந்தாலும் நெருப்பைக் கண்டதும் எப்படி விலகித் திரும்பி விடுகிறதோ, அப்படித்தான் அடக்கப்படாத மனமும், இந்திரிய விஷயங்களை விரும்பி அதிலேயே அமிழ்ந்துவிடுகிறது. ஆனால் பிரம்மத்தைக் கண்டதும் தன் முகத்தைத் திருப்பிக் கொள்கிறது. இப்படி அடங்காத மனம் எது வரையில் கடவுளிடம் லயிக்கவில்லையோ, அதுவரையில் புனர்ஜென்மம் தவிர்க்க முடியாது.

ௐ தினமும் சித்தர்களின் தரிசனம் வேண்டும். நீதி நெறியுடன் கூடிய வாழ்வு வாழ வேண்டும். அப்படி இருந்தால் உயிர் விடும்போதும் நீ பரிசுத்தமாகவே இருப்பாய். மரணமடையும் தருவாயில் எவ்வித இச்சையும் பெற்றிராதே. மனதை உன் இஷ்ட தேவதையிடம் இருத்தி ஒருமுகப்படுத்தி இரு. மோட்சம் அடைவாய்.

ௐ சிலர் தம்மை ஞானிகள் என்று பிறர் மெச்ச வேண்டும் என்பதற்காகவே புண்ணிய யாத்திரைகள் செய்கின்றனர். ஆனால் ஹரி யார்? எப்படி இருப்பார்? எங்கு இருக்கிறார்? என்றெல்லாம் அறிய மாட்டார்கள். இவர்கள் உண்மையான பக்தியுடன் யாத்திரை செல்வது கிடையாது.

ௐ கடவுள் கடவுள் என்று ஏன் பேசுகிறாய்? கடவுள் என் சட்டைப்பையில் இருக்கிறார். அவர் ஆகாயத்திலும் இல்லை. பாதாளத்திலும் இல்லை, அவர் எப்போதும் உன் அருகிலேயே இருக்கிறார். அவரைத் தேடுவதற்கு எவ்விடத்திற்குப் போகிறாய்?

ௐ காலம் மோசமான திசையை நோக்கியே சென்று கொண்டிருக்கிறது. மக்கள் தீங்கான விஷயத்தையே எண்ணுகிறார்கள். மற்றவரைக் குறித்தும் தீங்காகவே பேசுகிறார்கள். இதனால் மக்கள் விசுவாசிக்காதவர் களாகிறார்கள். அவர்கள் அநேகமாக துன்மார்க்கத் திசையை நோக்கியே செல்லத் தூண்டப்படுகிறார்கள்.

ஜனங்கள் கெட்டவர்களாகி இருக்கிறார்கள். பணத்திற்காக என்னை அலட்டுகிறார்கள். வெட்கங் கெட்டவர்களாகவும் இருக்கிறார்கள். இதனை நான் வெறுக்கிறேன்.

ௐ உன் குரு மீது முழுமையான விசுவாசத்துடன் இரு, மற்ற குருமார்களை விடவும் உன் குரு குறைவான சக்தியைப் பெற்றிருந்தாலும்.

ௐ குருவானவர் தாமே உன் குரு என்று சொல்லிக் கொள்ள மாட்டார். ஆனால் அவரை நீ குருவாகப் பாவிக்க வேண்டும். அவரிடத்தில் முழுமையான நம்பிக்கை வைக்கவேண்டும். ஒரு சிறிய கல்லை எடுத்துக்கொண்டு, அதை உன் குருவாக நினை. உன் கருத்துக்களும், அபிலாஷைகளும் நிறைவேறுகிறதா இல்லையா பார்.

ௐ தண்ணீரை பாசி மூடிமறைத்துக் கொண்டிருப்பது போல, ஞானத்தை அஞ்ஞானம் மறைத்திருக்கிறது. பாசியை அகற்று. சுத்தமான தண்ணீர் உனக்குக் கிடைக்கும். வெளித்தோற்றமே உண்மையானது என்னும் மனோபாவம் வெறும் பிரமை. இதுதான் ஞானத்தை மறைக்கும் திரை. அதனைக் கிழித்தெறி.

ௐ மனிதனின் விகார எண்ணங்கள் ஆறு வகைப்படும். அதில் ஒன்று பொறாமை. பிறருடைய லாபத்தையோ, சந்தோஷத்தையோ, வளர்ச்சியையோ கண்டு சகிக்க முடியாதிருப்பது. எனவே ஒருவனைப் பற்றி நாம் இழிவாய்ப் பேசி அற்ப சந்தோஷம் கொள்கிறோம். இது நல்லதா என்பது பற்றி நாம் சற்றும் யோசிப்பதே இல்லை. அவன் வளர்ச்சி அடைந்தால் நாம் என்ன நஷ்டத்தை அடைகிறோம்? அவன் நன்மை அடைந் தால் அவனுடன் சேர்ந்து நாமும் சந்தோஷப்படலாம். நம்மையும் அதிர்ஷ்டமுடையவர்களாகக் கருதலாம். அல்லது நாமும் கடும் முயற்சி செய்து நல்ல நிலைமையை அடைய முயற்சிக்கலாம். அதுதான் நமது எண்ணமாகவும், தீர்மானமாகவும் இருக்க வேண்டும். நம்முடையதை அவன் என்ன எடுத்துக்

கொண்டு போனான்? யோசிக்க வேண்டும். அவன் செய்த கர்மத்தின் பலனாக அவன் சுபிட்சத்தை அடைந்தான். அதில் நாம் ஏன் வருத்தப்பட வேண்டும்? நாம் ஏன் மனம் நோவு கொள்ள வேண்டும்? ஆகவே, பொறாமையை முதலில் அடக்கு.

ௐ கடவுளிடம் உறுதியாக விசுவாசத்துடன் இருப்பவர்கள் எவரும், எதிலும் குறையுடன் இருக்க மாட்டார்கள்.

ௐ கடவுள் கொடுக்கும் எதுவும் வற்றிப்போவதில்லை. மனிதன் கொடுப்பது நிலைத்திருப்பதில்லை.

ௐ எதை உண்போம், எதைக் குடிப்போம் என்று கவலைப்படாதிருங்கள். இவைகள் எல்லாம் அஞ் ஞானிகளின் தேடல் ஆகும். இவைகள் எல்லாம் உங்களுக்கு வேண்டியவைகள் என்று உங்கள் பரமபிதா நன்கு அறிந்திருக்கிறார். பறவைகளைப் பாருங்கள். அவைகள் விதைக்கிறதும் இல்லை. அறுப்பதும் இல்லை. களஞ்சியங்களில் சேமித்து வைப்பதும் இல்லை. அவைகளையும் பரமபிதா பிழைக்க வைக்கிறார். அவைகளைக் காட்டிலும் நீங்கள் எத்தனை முக்கியத்துவம் வாய்ந்தவர்கள்! ஆகவே கவலைகளை விட்டுத்தள்ளுங்கள்.

ௐ எவருடனும் போராடாதே. பழிவாங்கத் துடிக்காதே. பிறரை ஏசாமல் இரு. உன்னைப் பற்றி எவராகிலும் விரோதமாகப் பேசினால், கலக்கமடையாமல் அமைதியாக இரு. அவனுடைய சொற்கள் உன் தேகத்திற்குள் ஊடுருவல் செய்யாது. பிறருடைய அவதூறுகள் அவர்களைத்தான் பாதிக்கும். உன்னை ஒன்றும் செய்யாது. உன்னுடைய செயல்கள் தான் உன்னைப் பாதிக்கும்.

ௐ நாம் சத்தியவான்களாகவும், நீதிமான்களாகவும், சன்மார்க்கராகவும் இருக்க வேண்டும். எது சரி, எது தவறு என்பதைப் பகுத்தறிய வேண்டும். ஒவ்வொரு வரும் அவரது கடமையைச் செய்து வரவேண்டும்.

கருமத்தைச் செய்பவர் கடவுள் என்பதை உணர வேண்டும். அனைத்து நடவடிக்கைகளும் அவருடையதே என்பதைப் புரிந்து கொள்ள வேண்டும்.

ௐ உன் பெற்றோர்களின் சொல்படி நட. உன் தாயாருக்கு சகாயமாக இரு. உண்மையே பேசு.

ௐ எதைத் தாராளமாக நான் கொடுக்கிறேனோ அதை என்னிடம் இருந்து பெற்றுக்கொள்ள ஒருவரும் இஷ்டப்படுவதில்லை. ஆனால், எதை நான் கொடுக்க முடியாதோ, அதையே என்னிடமிருந்து அடைய ஆசைப்பட்டு என்னை நிர்ப்பந்தம் செய்கின்றனர்.

ௐ உங்கள் ஊழியன் நான். உங்களுக்குக் கடன்பட்டவன். உங்கள் தரிசனத்தால் நான் பரிசுத்தமானவன் ஆனேன்.

ௐ ஒருவன் யாரிடமாவது கோபம் கொண்டால், எனக்கு சுருக்கென்று வலிக்கிறது. ஒருவன் மற்றொருவனைக் கண்டபடி திட்டினால், நான் வெறுப்படைகிறேன். ஒருவன் தைரியமாக அந்த அவதூறுகளைத் தாங்கிக் கொண்டால், நான் திருப்தி அடைகிறேன்.

ௐ உன் மனைவியிடம் உள்ள காமத்தை ஓர் அளவிற்குள் அடக்கி வை. பிறன் மனைவியிடம் காமம் கொள்ளாதே. இல்லற இன்பம் தோஷமில்லை. ஆனால் அதில் அடிமையாகக் கூடாது. காமத்தில் மூழ்கி இருப்பவருக்கு முக்தி கிடைக்காது. காமம் உள்ளத்தின் சம நிலையையும், பலத்தையும், உறுதியையும் அழிக்கிறது. கற்றோரையும் கசக்கிவிடும்.

ௐ இச்சைகளை அடக்கவேண்டும். நீ அவைகளின் எஜமானனாக இருக்க வேண்டுமே ஒழிய, அவை களுக்கு அடிமையாகக் கூடாது.

ௐ பிறப்பும் இறப்பும் கடவுளின் லீலை. உண்மையில் ஒருவரும் பிறப்பதும் கிடையாது. இறப்பதும் கிடையாது. உன் அகக்கண்ணினால் பார். பிறகு நீயே கடவுள் என்பதை அறிவாய். பழைய துணியை நாம் எறிந்து

விடுவது போல, கடவுளால் தேகம் எறியப்படுகிறது.

ௐ எந்த ஒரு உருவத்தையும் நினைத்து ஒருவன் தியானம் செய்யலாம். அப்போது தியானம் செய்யப்படும் உருவம் மறைந்த நிலை ஏற்படுகிறது. அதுபோன்ற நிலைதான் அவனைப் பரிபூரணமாக பிரம்மத்துடன் ஒன்றிணையச் செய்கிறது.

ௐ எத்தனை செல்வமும், பணமும் ஒருவன் வைத்திருந் தாலும், அவனுக்கும் பசி எடுக்கும். தாகம் எடுக்கும். அதுபோலவே, ஒருவன் எவ்வளவு கற்று தேர்ந்து மேதையாக இருந்தாலும், அவனுக்கும் கர்ம பலன்கள் உண்டு.

ௐ பூணூல் அணிவதால் மட்டும் ஒருவன் பிராமணன் ஆகிவிட முடியாது. சிலர் அதனைக் கழற்றிவிட்டு அலையவும் செய்கிறார்கள்.

ௐ கடவுளை ஒன்பது வகைகளில் வழிபடலாம்.

ௐ முதலாம் வகை என்பது கடவுளின் லீலைகள், அவதாரப் புருஷர்கள் மற்றும் சாதுக்கள் பற்றிய விருத்தாந்தங்களைக் கேட்பது.

ௐ இரண்டாம் வகை என்பது கடவுளின் திருமந்திரத்தை இடைவிடாமல் உச்சரித்துக்கொண்டே இருப்பது. மூன்றாம் வகை, கடவுளின் திருநாமத்தை எண்ணி தியானம் இருப்பது.

ௐ நான்காம் வகையானது, கடவுளின் பாதாரவிந்தங்களில் பணிந்து விழுந்து வணங்கி சேவை செய்வது.

ௐ ஐந்தாம் வகை என்பது ஆண்டவனை அர்ச்சனை செய்து அனுதினமும் அவனுக்குப் பூஜைகள் செய்வது.

ௐ ஆறாம் வகை, இறைவனைக் கைகூப்பித் தொழுவது.

ௐ ஏழாம் வகை என்பது கடவுளுக்கும், கடவுளின் அடியார்களுக்கும் சேவை புரிவது.

ௐ எட்டாம் வகையானது, கடவுளோடு எப்போதும்

நல்லுறவுடன் தோழமை கொள்வது.

ஒன்பதாம் வகை, ஆத்மாவை இறைவனிடம் அர்ப்பணிப்பது.

ௐ கடவுளை வழிபடுவதில் இரண்டு நிலைகள் உண்டு. முதல் நிலை என்பது, கடவுளை உருவங்களால் வழி படுவது ஆகும். மனதை ஒரு நிலைப்படுத்தி வணங்கு. அப்போது உன் மனத்தில் பக்திப் பரவசத்துடன் கூடிய எல்லையில்லா ஆனந்தம் ஊற்றாகப் பெருகும். அடுத்து, கடவுளைப் பற்றிய சாஸ்திரங்கள், புராணங்களைப் படி. வேதம் கூறும் நல்ஒழுக்கங்களைக் கடைப்பிடி. அதில் வெற்றி கிடைக்கும். அப்புறம் கடவுள் நம் வசப்பட்டுவிடுகிறார். அப்போது கடவுளைத் திருப்திகரமாகப் பார்த்து நீ மனம் குளிரமுடியும்.

ௐ பழங்கள் செடியில் அதிகமானால் அந்த செடி அதற்கேற்ப வளைந்து கொடுப்பது போல, ஏராளமான செல்வம் படைத்திருந்தால், அதனை இல்லாதோர்க்குத் தானம் செய்ய வேண்டும்.

ௐ காமம், குரோதம், லோபம், மோகம், மதம், மாச்சரியம் என்ற ஆறு வகை விரோதிகள் உண்டு. இவை அனைத்தும் மாயையின் தோற்றமே. இதனை வைராக்கியத்தால் வெல்ல வேண்டும். அதில் வெற்றி அடைந்துவிட்டால், மனதில் ஆசை உற்பத்தி ஆகாது. அதன்பின்னர் இன்பம், துன்பம் போன்ற எதுவும் உன்னை ஒருபோதும் பாதிக்காது.

ௐ சேவை என்பது ஒருவரது பாதத்தைப் பிடிப்பது அல்ல. உடல், உள்ளம், பொருள் எல்லாவற்றையும் அர்ப்பணிப்பதே உண்மையான சேவை ஆகும்.

ஷீரடி சாயி பாடல்கள்

பாபாவின் சரிதை, பாபாவின் நெருங்கிய பக்தர்கள், பாபாவின் அற்புதங்கள், பாபாவின் அருள்வாக்கு அனைத்தும் அறிந்து கொண்டோம். இதுபோன்ற மகாமகான் ஷீரடி சாய்பாபாவை போற்றி வணங்கி, அவரையே நினைந்துருகி, அவர் புகழ் பாடி இருப்பது தற்போது நமது முக்கிய கடமையாகவும், கட்டாயமாகவும் உள்ளது. அப்படி பகவான் பாபாவை நமஸ்கரிக்க, நம் நாவில் உச்சரிக்க அநேக பக்தர்களுக்கும் இந்த ஸ்லோகங்கள் உதவக்கூடும்.

❊❊❊

ஸ்ரீ சாயிபாபா சாலிஸா

பஹலே ஸாயி கே சரணோம மேம்
அப்னா ஷீஸ்ஜுகாவூம் மைம்
கைஸே ஷிர்டீ ஸாயி ஆயே
ஸாரா ஹால் பதாவூம் மைம்.||

கௌன் ஹை மாதா, பிதா கௌன் ஹை
யஹ் நா கிஸினே பீ ஜானா
கஹாங் ஜன்மா ஸாயினே தரா,
பிரஷ்ன பஹேலி ரஹா பனா||

கோயி கஹே அயோத்யா கே
யே ராமச்சந்திர பகவான் ஹை
கோயி கஹ்தா ஸாயிபாபா
பவன்புத்ர ஹனுமான் ஹை ||

கோயி கஹ்தா மங்கல் மூர்த்தி
ஸ்ரீ கஜானன் ஹை ஸாயி
கோயி கஹ்தா கோகுல் மோகன்
தேவகி நந்தன் ஹை ஸாயி ||

ஷங்கர் சமஜ் கே பக்த் கோயி
தோ பாபா கோ பஜ்தே ரஹ்தே
கோயி கஹ அவதார் தத் கா
பூஜா ஸாயி கீ கர்தே ||

குச் பீ மானோம் உன்கோ தும்
 பர் ஸாயி ஹை சச்சே பகவான்
படே தயாளு தீன்பந்து
 கித்னோம் கோ தியா ஜீவன்தான் ||

கயீ பரஸ் பஹலே கீ கட்னா
 துமேம் சுனாவூம் மைம் வஹ் பாத்
கிஸி பாக்யசாலி கீ ஆயீ
 ஷிர்டீ மேம் தீ ஏக் பாராத் ||

ஆயா ஸாத் உசீ கே தா
 பாலக் ஏக் பகுதி சுந்தர்
ஆயா ஆகர் வஹீம் பஸ் கயா
 பாவன் ஷிர்டீ கியா நகர் ||

கயீ தினோம் தக் ரஹா பட்கா
 பிக்ஷா மாங்கி உஸ்னே தர் தர்
அவுர் திகாயீ ஐஸி லீலா
 ஜஹ் மேம் ஜோ ஹோ கயி அமர்||

ஜய்ஸே ஜய்ஸே உமர் படீ
 பட்தீ ஹீ வைஸே ஷான் கயீ
கர் கர் கோனே லகே நகர் மேம்
 ஸாயி கா குண்கான் கயீர்||

திக் திகாந்த் மேம் லகா கூஞ்ச் னே
 ஸாயி கா ஃபிர் தோ ஷாப் நாம்
தீன் துகீ கே ரக்ஷா கர்னே
 யஹீ ரஹா பாபா கா நாம்||

பாபா கா சரணோம் மேம்
 கிர்கர் ஜோ கஹ்தா மைம் ஹம் நிர்தன்
தயா உஸீ பர் ஹோதி
 உன்கீ ஹுல் ஜாதே து:க் கே பந்தன்||

கபீ கிஸீ னே பிக்ஷா மாங்கி
 தோ பாபா முச்கோ சந்தான்
'யேவ மஸ்து' தப் கஹ்கர்
 ஸாயி தேதே உன்கோ யே வர்தான்||

ஸ்வயம் து:கீ பாபா ஹோ ஜாதே
 தீன் து:கீ ஜன் கா லாக் ஹால்
அந்த கரண் ஹீ ஸாயி பாபா கா
 ஸாகர் ஜய்ஸா ரஹா விஷால்||

பக்த் ஏக் மதராஸி ஆயா
கர் கா பகுதி படா தன்வான்
மால் கஜானா பேஹத் உஸ்கே
கேவல் நஹீம் பாஸ் சந்தான்||

லகா மனானே ஸாயிநாத் கோ
பாபா முச்பர் தயா கரோ
ஜாஞ்ஜா ஸே ஜான்க்ரிதா நையாகோ
தும்ஹீ அப் தோ பார் கரோ||

குல் தீபக் கே பினா
அந்தேரா சாயா ஹை கர் மேம்
இஸிலியே ஆயா ஹூம்
பாபா ஹோ சரணாகத் தேரே ||

குல் தீபக் கே பினா
வ்யர்த் ஹை ஸாரீ தௌலத் மாயா
ஆஜ் பிகாரி பன் கர்
பாபா சரண் தும்ஹாரீ ஆயா||

தேதோ முஜ்கோ புத்ர தான்
மைம் ருனீ ரஹும் ஜீவன் பர்
அவுர் கிஸீ கீ ஆஸ் ந முஜ்கோ
சிர்ஃப் பரோஸா ஈ தும் பர்||

அனுநய வினய பகுத் கீ உஸ்னே
சரணோம் மேம் தர் கர் ஷீஸ்
தப் ப்ரஸன்ன ஹோகர் பாபா னே
தியா பக்த் கோ யஹ் ஆஷிஸ்||

அல்லாஹ் பலா கரேகா தேரா
புத்ரு ஜன்ம ஹோ தேரே கர்
க்ருபா கரேகா வஹ் தும் பர்
அவுர் தேரே உஸ் பாலக் பர் ||

அப் தக் நஹீ கிஸீ னே பாயா
ஸாயி கீ க்ருபா கா பார்
புத்ரு ரத்ன தே மதராஸி கோ
தன்ய கியா உஸ்கா சன்ஸார் ||

தன் மன் ஸே ஜோ பஜே
உஸீ கா ஜக் மேம் ஹோதா ஹை உதார்
சச்கோ ஆஞ்ச் நஹீம் ஹை கோயீ
ஸதா ஜூட் கீ ஹோதீ ஹார்||

மைம் ஹூம் ஸதா ஸஹாரே உஸ்கே
ஸதா ரஹுங்கா உஸ்கா தாஸ்
ஸாயி ஜைஸா ப்ரபு மிலா ஹை
இத்னீ கம் க்யா உஸ்கீ ஆஸ்||

மேரா பீ இக் தின் தா ஜஸா
மில் தீ ந தீ முஜே ரோடீ
தன் பர் கப்டா நஹீ பசி
தீ கேவல் ஏக் லங்கோட்டி ||

ஸரிதா சன்முக் ஹோனே பர் பீ
மைம் ப்யாஸா கா ப்யாஸா தா
துர்தின் மேரா மேரே ஊபர்
தவாக்னி பரஸ்தா தா||

தர்த்தீ கே அதிரிக்த் ஜகத் மேம்
மேரே குச் அவலம்ப் நா தா
பனா பிகாரி மைம் துனியா மேம்
தர் தர் டோகர் காதா தா||

ஐஸே மேம் இக் மித்ரு மிலா
ஜோ பரம் பக்த் ஸாயி கா தா
ஜாஞ்ஜலோ ஸே முக்த் மகர்
இஸ் ஜகத் மேம் வஹ் முஜ்ஸா தா||

பாபா கே தர்ஷன் கீ ஹாதிர்
மில் தோனோம் நே கியா விசார்
ஸாயி ஜைய் ஸே தயா மூர்த்தி கே
தர்ஷண் கோ ஹோகயே தையார்||

பாவன் ஷிர்டீ நகரி மேம்
ஜாகர் தேகீ மத்வாலி மூர்த்தி
தன்ய ஜனம் ஹோ கயா கீ
ஹம்னே ஜப் தேகீ ஸாயி கீ மூர்த்தி ||

ஜப் ஸே தர்ஷன் பாயே ஹம்னே
ஸாரா து:க் கஃபூர் ஹோ கயா
ஸங்கட் ஸாரே மிடே அவுர்
து:க் பீ ஸாரே தூர் ஹோ கயா||

மான் அவுர் ஸம்மான் மிலா
பிக்ஷா பீ பாயி பாபா ஸே
ப்ரதிபிம்பித் ஹோ உடே ஜகத் மேம்
ஹம் ஸாயி ஆபா ஸே||

பாபா னே ஸம்மான் தியா ஹை
மான் தியா ஜீவன் மேம்
இஸ்கா ஹீ ஸம்பால் லே மைம்
ஜாஊம் ஹஸ்தா ஜீவன் மேம்॥

ஸாயி கீ லீலா கா மேரே
மன்பர் ஐஸா அஸர் ஹுஆ
லகோதா ஜக்தி கே கண்கண் மேம்
ஜைஸே ஹோ வஹ் பரா ஹுஆ ॥

காஷிராம் பக்த் பாபா கா
இஸ் ஷிர்டீ மேம் ரஹ்தா தா
மைம் ஸாயி கா ஸாயி மேரா'
வஹ் துனியா ஸே கஹ்தா தா॥

ஸீகர் ஸ்வயம் வஸ்த்ர பேச்தா
க்ராம் நகர் பாஸாரோம் மேம்
ஜான்க்ரிதா உஸ்கி ஹ்ருத் - தன்ரி தீ
ஸாயி கீ ஜன்காரோம் மேம்॥

ஸ்தப நிஷா, தே ஸோயா
ரஜினி - அஞ்சல் சாந்த்-ஸிதாரே
நஹீம் ஸுஜ்தா ஹாத் ஹாத் கோ
கஹன் தினீர் கே மாரே॥

வஸ்த்ர பேச்கர் லௌட் ரஹா தா
ஹாய்! ஹாத் ஸே 'காஷ்'
தா விசித்ர ஸந்யோக் கீ
உஸ் தின் ஆதா வஹ் ஏகாகீ॥

கேர் ராஹ் மேம் கடே ஹோ கயே
உஸே குடில் அன்யாயி
'மாரோ காடோ லுடோ'
இஸ் கீ த்வனி ஹீ படி ஸுனாயீ ॥

லூட்-பாட் கர் உஸே வஹாங் ஸே
குடில் ஹோ கயே சம்பத்
ஸங்க்யா ஹோ பைடே தா
காஷி ஆகாதோம் ஸே மர்மஹாத் ॥

பகுத் தேர் தக்க படா ரஹா
வஹ் வஹீம் உஸீ ஹாலத் மேம்
ஜானே கப் குச் ஹோஷ் ஹோ
உடா உஸோ உஸ் மொஹலத் மேம்॥

அஞ்சானே ஹி உஸ்கே முஹ் ஸே
நிகல் படா தா 'ஸாயி'
ஜிஸ்கி ப்ரதித்வனி ஷிர்டீ மேம்
பாபா கோ படீ ஸுனீ||

சூஞ்ப்தா ஹோா உடா மானஸ் உன்கா
பாபா கயே விகல் ஹோா
லக்தா ஜய்ஸே ஸாரீ கட்னா
கடீ உன்ஹீ - ஸன்முக் ஹோா||

உன்மாதி ஸே இதர் - உதர் தப்
பாபா லகே படக் னே
ஸன்முக் ஜோ பீ சீஸே ஆயி
உன்கோ லகே படக் னே||

அவுர் ததக்தே அங்காரோந் மேம
பாபா னே கர் டாலா
ஹுயே ஸஷங்கித் ஸபீ வஹாந்
லாக் தாண்டவ் ந்ருத்ய நிராலா||

சமஜ் கயே ஸப் லோக் கி
கோயீ பக்த் படா ஸங்கட் மேம்
ஷுப்தா காயே தே ஸபீ வஹாந்
பர் படே ஹுயே விஸ்மய மேம்||

உஸே பசானே கே ஹி காதிர்
பாபா ஆஜ் விகல் ஹை
உஸ்கி ஹீ பீடா ஸே
பீடித் உன்கா அந்த: ஸதல் ஹை||

இத்னே மேம் ஹீ விதி னே
அப்னீ விசித்ரதா திகலாயி
லாக் கர் ஜிஸ்கோ ஜனதா கீ
ச்ரத்தா - சரிதா லஹராயி||

லேகர் ஸங்க்யாஹீன் பக்த் கோ
காடி இக் வஹாந் ஆயி
ஸன்முக் தேக் பக்த் கோ அப்னே
ஸாயி ஆங்க் பர் ஆயி||

ஷாந்த், தீர், கம்பீர் சிந்து - ஸா
பாபா கா அந்த:ஸ்தல்
ஆஜ் ந ஜானே க்யோம் ரஹ்ரஹ்கர்
ஹோா ஜாதா தா சஞ்சல் ||

ஆஜ் தயா கீ மூர்த்தி
ஸ்வயம் தா பனா ஹுஆ உபசாரி
அவுர் பக் கேலியே ஆஜ் தா
தேவ் பனா ப்ரதிபாரி ||

ஆஜ் பக்தி கீ விஷம் பரீக்ஷா மேம்
ஸஃபல் தா காஷி
உஸ்கே ஹீ தர்ஷன் கீ ஹாதிர்
உம்டே நகர் நிவாஸி||

ஜப் பீ அவுர் ஜஹாந் பீ
கோயி பக்த் படே ஸங்கட் மேம்
உஸ்கி ரக்ஷா கர்னே
பாபா ஆதே ஹை பல்பர் மேம்||

யுக்-யுக் கா ஹே ஸத்ய
நஹீ ஹை கோயி நயி கஹானி
ஆபத்க்ரஸ்த் பக்த் ஹோதா
தோ ஆதே அந்தர்யாமி ||

பேத்பாவ் ஸே பரே பூஜாரி
மானௌதா கே ஸாயி
ஜித்னே ப்யாரே ஹிந்து - முஸ்லீம்
உத்னே ஸிக் - ஈஸாயி||

பேத்பாவ் மந்திர் மஸ்ஜித் கா
பாபா னே தோட் டாலா
ராம் - ரஹீம் ஸபீ தே உன்கே
க்ருஷ்ண அவுர் அல்லாஹ் தாலா||

கூஞ்சா கண்டே கி ப்ரதித்வனி ஸே
மஸ்ஜித் கோனா - கோனா
மிலே பரஸ்பர் ஹிந்து - முஸ்லீம்
ப்யர் படா தின் தூனா||

சமத்கார் தா கித்னா ஸுந்தர்
பெஹ்சான் இஸ் காயாநே தீ
அவுர் நீம் ஸே கடுவாஹட் மேம்
மிடாஸ் பாபா னே பர்தி||

ஸப்கோ னே தியா ஸாயி னே
ஸப்கோ மஹதி ப்யார் தியா
ஜோ குச் ஜிஸ்னே பீ சாகா
பாபா னே உஸ்கோ வஹீ தியா||

ஐஸீ ஸ்நேஹ்ஷீல் பஜன் கா
நாம ஸதா ஜோ ஜபா கரே
பர்வத் ஜைஸே து:க்ந க்யோம் ந ஹோ
பல்பர் மேம் வஹ் தூர் கரே!!

ஸாயி ஜைஸா ஆதா ஹம்னே
அரே! நஹீந் தேகா கோயி
ஜிஸ்கி கேவல் தர்ஷன் ஸே ஹீ
ஸாரீ விபதா தூர் கயீ!!

தன்மேம் ஸாயி, மன்மேம் ஸாயி,
ஸாயி ஸாயி பஜா கரோ
அப்னே தன்கீ ஸுத்தி - புத்தி கோகர்
நாம் உஸிகா லியா கரோ!!

ஜப் தூ அப்னீஸு தீ கோ தாஜ்கர்
பாபா கீ ஸுதீ கியா கரேகா
அவுர் ராத் தின் பாபா - பாபா ஹீ
கேவல் ரடா கரேகா!!

தோ பாபா கோ அரா! விவஷ் ஹோ
ஸுதீ தேரி லேனி ஹோகி
தேரி ஹர் இச்சா பாபா கோ
பூரி ரீ கர்னீ ஹோகீ !!

ஜங்கல் - ஜங்கல் படக் னே பாகல்
அவுர் டூண்ட் னே பாபா கோ
ஏக் ஜகஹ் ஷிர்டீ மேம்
கேவல் பாயேகா தூ பாபா கோ!!

தன்ய ஜகத் மேம் ப்ராணி வஹ் ஹை
ஜிஸ்னே பாபா கோ பாயா
து:க் மேம் ஸுக் மேம் ஆதா
ப்ரஹர் ஹீ ஸாயி கா ஹீ குன்காயா!!

கிரே ஸங்கட்டோம் கே பர்வத்
சாஹே பிஜ்லி டூட் படே
ஸாயி கா ஹி நாம் ஸதா லோ
ஸப் கே ஸன்முக் ரஹோ அடே!!

இஸ் புட்டே கி கராமத் ஸுன்
தும் ஹோ ஜாவோகே ஹைரான்
டங்க் ரஹ் கயே ஜிஸ்கோ ஸுன்கர்
ஜானே கித்னே சதுர் ஸுஜன்!!

ஏக் பார் ஷிர்டீ மேம்
ஸாதூ டோங்கி தா கோயி ஆயா
போலி - பாலி நகர் - நிவாஸி -
ஜனதா கோ தா பர்மாயா ||

ஜடீ - பூடியாந் உன்ஹேந் திகாகர்
கர்னே லகா வஹாந் பாஷன்
கஹ்னே லகா ஸுனோ ச்ரோத்தாகன்
கர் ஹை மேரா வ்ருந்தாவன் ||

ஔஷதி மேரே பாஸ் ஏக் ஹை
அவுர் அஜப் ஹை இஸ்மேம் ஷக்தி
இஸ்கே சேவன் கர்னே ஸே ஹி
ஹோ ஜாதி து : கோம் ஸே முக்தி||

அகர் முக்த ஹோனா சாஹோ தும்
ஸங்கட் ஸே, பீமாரி ஸே
தோ ஹை மேரா நம்ரு நிவேதன்
ஹர் நர் ஸே ஹர் நாரீ ஸே||

லோ கரிதோ தும் இஸ்கோ
இஸ்கி ஸேவன் வித்யா ஹை ஞாரீ
யத்ய பீ துச்ச வஸ்து ஹை யஹ்
பர் குண் ஹை இஸ்மேம் அதிபாரி||

ஜோ ஹை சந்ததி ஹீன் யஹாங் யதி
மேரி ஔஷதி கோ காயே
புத்ரு- ரத்ன ஹோ ப்ராப்தி அரே!
வஹ் மன் சாஹே ஃபல் தோ பாயே||

ஔஷதி மேரி ஜோனா கரீதே
ஜீவன் பர் பச்தாயேகா
முஜ் ஜைஸா ப்ராணி ஷாயத் ஹீ
அரே யஹாங் ஆப் ஆ பாயேகா||

துனியா தோ தின் கா ஹை மேலா
மௌஜ்_மஜா தும் பீ கர் லோ
இஸ்ஸே மில் ஜாயகா ஸப் குச்
தும் பீ அரே! இஸே லே லோ||

ஹைரானி பட்தி ஜனதா கீ
லாக் இஸ்கீ காரிஸ்தானீ
ப்ரமுதித் வஹாங் பீ மன் ஹீ மன் தா
லாக் லோகோங் கீ நாதா||

கபர் ஸுனானே பாபா கோ தப்
கயா தௌட் கர் ஸேவக் ஏக்
ஸுன்கர் ப்ருகுடி தனே அவுர்
விஸ்மாரண் ஹோா கயா ஸபி விவேக்!!

குஹுகும் தியா ஸேவக் கோ
ஸத்வார் பகட் துஷ்ட் கோ லே ஆவோ
ஜா ஷீர்டி கீ ஸீமா ஸே
கப்டி கோ தூர் பகா ஆவோ!!

மேரே ரஹ்தே போலி-பாலி
ஷீர்டி கீ ஜனதா கோ
கௌன் நீச்சா ஜஹா ஹை ஜோ
ஸாஹஸ் கர்தா ஹை சல்னே கோ!!

பல்பர் மேம் கப்டி
டோங்கி கோ ஐஸே நீச் லுடேரே கோ
மஹா நாஷ் கே மஹா கர்த் மேம்
பஹுஞ்சா தூம் ஜீவன் பர் கோ !!

தனிக் மிலா ஆபாஸ் மதாரி
க்ரூர் குடில் அந்யாயி கோ
கால் நாச்தா ஹை அப் ஸர் பர்
குஸ்ஸா ஆயா ஸாயி கோ!!

பல்பர் மேம் ஸப் கேல் பந்த் கர்
பாகா ஸர் பர் ரக் கர் பைர்
ஸோச் ரஹா தா மன் ஹீ மன்
பக்வான் நஹீ அப் மேரீ ஹோர் !!

ஸச் ஹை ஸாயி ஸைஜா தானீ
அப் நா ஸகேகா மில் ஜக் மேம்
அன்ஷ் ஈஷ் கா ஸாயி பாபா
உன்ஹே நா குச் முஷ்கில் ஜக் மேம்!!

ஸ்நேஹ், ஷீல் ஸௌஜன்ய ஆதி கா
ஆபூஷண் ஜோ தாரண் கர்
பட்தா இஸ் துனியா மேம் ஜோ பீ
மானவ் ஸேவா கீ பத்பர்

வஹீ ஜீத் லேதா ஹை
ஜகதி கே ஜன் ஜன் கா அந்த:ஸ்தல்
உஸ்கீ ஏக் உதாஸீ ஹீ ஜக் கோ
கர் தேதி ஹை விவஹால் !!

ஜப்_ஜப் ஜக் மேம் பர் பாப் கா
மிட் பட்தா ஹீ ஜாதா ஹை உஸே
மிடானே கே ஹீ காதிர்
அவதாரி தப் ஆதா ஹை||

பாப் அவுர் அந்யாய் ஸபீ குச்
இஸ் ஜகதீ கா வஹ் ஹர் கர்கே
தூர் பகா தேதா துனியா கே
தானவ் கோ பராஸ்த் கர்கே||

ஐஸே ஹீ அவதாரி ஸாயி
ம்ருத்ய லோக் மேம் ஆ-ஆ கர்
பாட் படாதே ஹை ஜனதா கோ
ஸப் போ அப்னா ஆப் மிடா கர் ||

நாம் த்வாரி கா மஸ்ஜித் கா
ரகா தா ஷிர்டி ஸாயி நே
து:க் தாப் ஸந்தாப் மிடாயா
ஜோ குச் பாயா ஸாயி நே ||

ஸத்ஸ் யாத் மேம் மஸ்த் ராம் கீ
பைடே ரஹ்தே தே ஸாயி
பஹார் ஆதா ஹீ நாம் ராம் கா
பஜ்தே ரஹ்தே தே ஸாயி||

ரூகி-ஸூகி, தாஜீ - பாஸும்
சாஹே ஹேவே ம்ருத் பக்வான்
ஸாதா ப்யாஜ் கே போங்கே ஸாயி
உன்கோ தீ ஹர் சீஸ் சமான்||

ஸ்நேஹ் அவுர் ச்ரத்தா ஸே
அப்னீஜன் ஜோ குச் தே ஜாதே தே
படே சாவ் ஸே உஸ்கோ காகர்
பாபா பாவன் கர்தே தோ ||

கபீ- கபீ மன் பஹலானே கோ
பாபா பாக் மேம் ஜாதே தே
ப்ரமுதித் மன் நிரக் ப்ரக்ருதி கோ
வே ஆனந்த் உடாதே தே||

ரங்-பிரங்கி புஷ்ப பாக் கே
மன் ஹர்ஷித் கர் ஜாதே தே
பேகத் விரானி மன் மே பீ
ஸ்நேஹ ஸலில் பர் ஜாதே தே||

ஐஸீ ஸுமதுர் பேலா மே பீ
துः விபத்தி விபதா மாரே
அப்னீ வ்யதா ஸுன்நே கே ஹீ
ஜன் ரஹ்தே பாபா கேரே||

ஸுன்கர் ஜின்கீ கருண் வ்யதா கோ
கமல் - நயன் பர் ஆதே தே
விபூதி ஹர் வ்யதா தாப் ஸே
உன்கா மன் ஸஹலாதே தே ||

ஜானே க்யா அநிவர்ச்ய சக்தி
உஸ் விபூதி மேம் ஹோதி தீ
ஜோ தாரண் கர்தே மஸ்தக் பர்
து:க் ஸாரா ஹர் லேதி தீ ||

தன்ய மனுஜ் வே ஷக்ஸத் ஜோ
தர்ஷன் பாபா கே பாயே
தன்ய கமல் கர் உன்கே
ஜிஸ்ஸே சரண் கமல் வே பர்சாயே||

காஷ் துமே பீ 'நிர்பய்'
ஸாயி ஷக்ஸத் கர் மில் ஜாதா
வர்ஷோம் ஸே உஜ்டா தேரா பஹீசா
காஷ் துபாரா ஹில் ஜாதா||

யதீ மேம் ஸ்ரீசரண் ஸாயி கே பாதா
நஹீ சோட் தா ஃபிர்
அகர் ரூட்தே ஸாயி முஜ்ஸே
உன்ஹே மனாதா தர்கர் ஸிர்

சாயி மகான் நூற்றியெட்டு போற்றி

சாயி மகான் நூற்றியெட்டு போற்றி

ஓம் சாயிநாதனே போற்றி
ஓம் ஷீரடி உறைந்தவனே போற்றி
ஓம் சீர்மிகு புதல்வனே போற்றி
ஓம் அன்பு வடிவானவனே போற்றி
ஓம் அறிவுறுத்துபவனே போற்றி
ஓம் அற்புதம் படைத்தவனே போற்றி
ஓம் எளியோர்க்கு எளியவனே போற்றி
ஓம் வலியோர்க்கு வலியனே போற்றி
ஓம் உலகைக் காப்பவனே போற்றி
ஓம் உவகை தருபவனே போற்றி
ஓம் உளமதை அறிபவனே போற்றி
ஓம் அச்சம் தீர்ப்பவனே போற்றி
ஓம் ஆணவம் அறுப்பவனே போற்றி
ஓம் விட்டலின் வடிவே போற்றி
ஓம் சுவாமியே போற்றி
ஓம் அப்பனே போற்றி
ஓம் பாபா போற்றி
ஓம் பாதமலரோன் போற்றி

ஓம் அனைத்தையும் உடையோனே போற்றி
ஓம் அறத்தை போதித்தவனே போற்றி
ஓம் கருணையின் இருப்பிடமே போற்றி
ஓம் ராமானந்த சீடனே போற்றி
ஓம் வேம்பு நிழல் அமர்ந்தோனே போற்றி
ஓம் வேதம் புரிந்தவனே போற்றி
ஓம் வேட்கை தீர்ப்பவனே போற்றி
ஓம் அபயம் தருபவனே போற்றி
ஓம் தீராத் துயர் தீர்ப்போனே போற்றி
ஓம் தீரர்க்கும் தீரனே போற்றி
ஓம் நற்குணனே போற்றி
ஓம் விற்பன்னனே போற்றி
ஓம் பொற்பாதனே போற்றி
ஓம் மகிமைகள் புரிந்தவனே போற்றி
ஓம் மகத்துவமானவனே போற்றி
ஓம் மங்கள ரூபனே போற்றி
ஓம் நீரில் சுடர் எரித்தோனே போற்றி
ஓம் நீதியை புகட்டினன் போற்றி
ஓம் கொடைக் குணத்தோனே போற்றி

ஓம் நிறை குணத்தோனே போற்றி
ஓம் குறை தீர்ப்பவனே போற்றி
ஓம் மறை அறிந்தவனே போற்றி
ஓம் மாண்பு பொருந்தினை போற்றி
ஓம் மாதவத்தோனே போற்றி
ஓம் அபயக் கரத்தோனே போற்றி
ஓம் அமரர்க்கோனே போற்றி
ஓம் அகம் உறைபவனே போற்றி
ஓம் அசகாய சூரனே போற்றி
ஓம் அசுர நாசகனே போற்றி
ஓம் அசௌகரிய நாசகனே போற்றி
ஓம் அணுவணுவானவனே போற்றி
ஓம் அமுத விழியோனே போற்றி
ஓம் அரங்க நாயகனே போற்றி
ஓம் அன்னம் அளிப்பவனே போற்றி
ஓம் அருவமானவனே போற்றி
ஓம் ஆதாரமானவனே போற்றி
ஓம் ஆனந்தம் அளிப்பவனே போற்றி
ஓம் ஆயிரம் கதிரொளி கொண்டவனே போற்றி

ஓம் விந்தைகள் புரிந்தோனே போற்றி
ஓம் ஆபத் பாந்தவனே போற்றி
ஓம் இகபரசுகம் அருள்பவனே போற்றி
ஓம் இச்சா சக்தியே போற்றி
ஓம் கிரியா சக்தியே போற்றி
ஓம் ஞான சக்தியே போற்றி
ஓம் இமையவனே போற்றி
ஓம் இங்கித குணத்தினனே போற்றி
ஓம் இம்மையில் அருள்பவனே போற்றி
ஓம் மறுமையில் அருள்பவனே போற்றி
ஓம் இருள் நீக்குவோனே போற்றி
ஓம் ஈகை கொண்டவனே போற்றி
ஓம் ஈடில்லா புகழோனே போற்றி
ஓம் ஈர நெஞ்சினனே போற்றி
ஓம் உலகைக் காப்பவனே போற்றி
ஓம் உமாமகேசுவரனே போற்றி
ஓம் உயிராய் நிற்பவனே போற்றி
ஓம் உவகை அளிப்பவனே போற்றி
ஓம் உண்மைப் பொருளானவனே போற்றி
ஓம் ஊழ்வினை அறுப்பவனே போற்றி
ஓம் எல்லையில்லாப் பொருளே போற்றி
ஓம் எமபயம் நீக்குவோனே போற்றி
ஓம் ஐயம் களைபவனே போற்றி
ஓம் ஒப்பில்லாதவனே போற்றி
ஓம் ஓங்கார ரூபனே போற்றி
ஓம் ஓங்கி நிற்கும் புகழோனே போற்றி
ஓம் ஔடதமானவனே போற்றி
ஓம் சாகித்யம் அருள்பவனே போற்றி
ஓம் சிகரம் அமர்ந்தவனே போற்றி
ஓம் சுத்த ஆனந்தனே போற்றி
ஓம் சூதறுப்பவனே போற்றி
ஓம் சூனியம் களைபவனே போற்றி
ஓம் செம்மலரடியோனே போற்றி
ஓம் ஞாலம் தெரிந்தவனே போற்றி
ஓம் ஞானச் சுடரொளியே போற்றி
ஓம் சங்கடம் தீர்ப்பவனே போற்றி
ஓம் சச்சிதானந்தனே போற்றி
ஓம் பண்பின் வடிவானவனே போற்றி

ஓம் பலம் அருள்வோனே போற்றி
ஓம் அச்சம் தவிர்ப்போனே போற்றி
ஓம் தீவினைகள் போக்குவோனே போற்றி
ஓம் நன்மைகள் தருபவனே போற்றி
ஓம் பீடை ஒழிப்பவனே போற்றி
ஓம் பஞ்சம் தடுப்போனே போற்றி
ஓம் அன்னை வடிவினனே போற்றி
ஓம் எந்தையாயிருப்பவனே போற்றி
ஓம் பகைமை குணம் நீக்குவோனே போற்றி
ஓம் மகிமைகள் புரிபவனே போற்றி
ஓம் மகாயோகியே போற்றி
ஓம் மகத்துவமானவனே போற்றி
ஓம் வல்வினை முடிப்பவனே போற்றி
ஓம் நிர்மல வடிவினனே போற்றி போற்றி

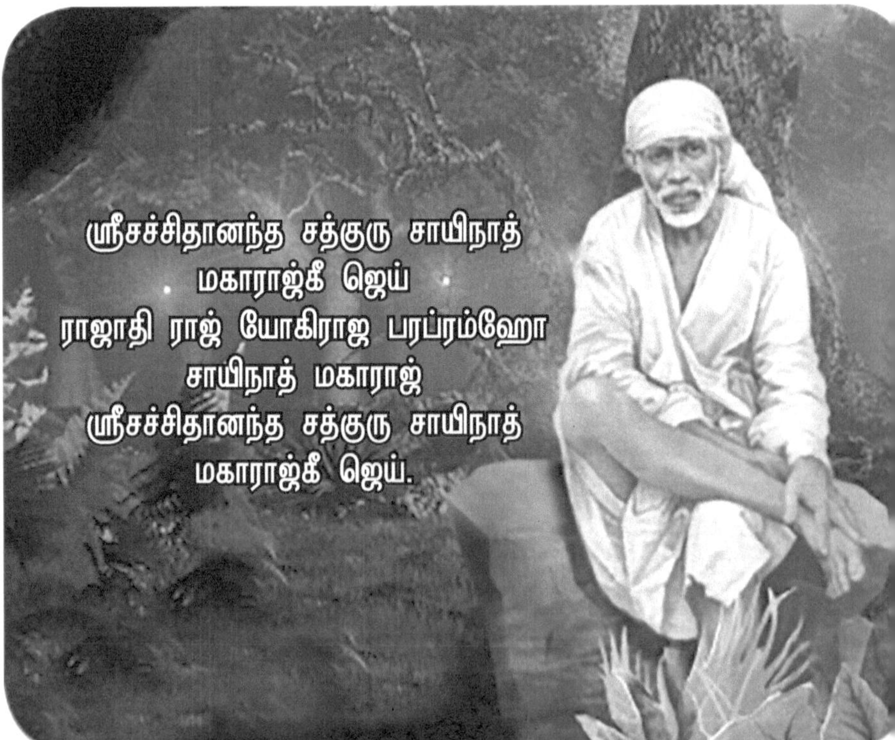

www.ingramcontent.com/pod-product-compliance
Lightning Source LLC
LaVergne TN
LVHW040419051026
849517LV00002B/384
9789387655461